അഴിമുഖം

Azhimugham
Novel

M Sukumaran

CHINTHA PUBLISHERS
Thiruvananthapuram

First Edition
March 2020

Second Impression
January 2021

Published
Chintha Publishers
Thiruvananthapuram

Typesetting
Star Communication
Thiruvananthapuram

Printed at
repro india ltd, mumbai

Cover Design
Vinod Mangoes

ISBN : 978-93-89410-88-4

CO - 2931 / 5251

Email: chinthapublishers@gmail.com
Website: www.chinthapublishers.com

Distribution
DESHABHIMANI BOOKHOUSE
H O Thiruvananthapuram 695035

Branch
Head Office Kunnukuzhi • Statue Thiruvananthapuram
KSRTC Bus Station Alappuzha • KSRTC Bus Station Ernakulam
Machingal Lane Thrissur • IG Road Kozhikode
Mavoor Road Kozhikode • NGO Union Building Kannur
Central Bus Terminal Complex Thavakkara Kannur

അഴിമുഖം
(നോവൽ)

എം സുകുമാരൻ

ചിന്ത പബ്ലിഷേഴ്സ്
തിരുവനന്തപുരം-695 035

എം സുകുമാരൻ (1943–2018)

1943 ൽ പാലക്കാട് ചിറ്റൂരിൽ ജനിച്ചു. അച്ഛൻ: നാരായണ മന്നാടിയാർ. അമ്മ: മീനാക്ഷിയമ്മ. 1963 ൽ തിരുവനന്തപുരത്ത് അക്കൗണ്ടന്റ് ജനറൽ ഓഫീസിൽ ക്ലാർക്കായി. 1974 ൽ ട്രേഡ് യൂണിയൻ പ്രവർത്തനങ്ങളുടെ പേരിൽ സർവ്വീസിൽനിന്നും ഡിസ്മിസ് ചെയ്യപ്പെട്ടു. *പാറ, അഴിമുഖം, ശുദ്ധവായു, തൂക്കുമരങ്ങൾ ഞങ്ങൾക്ക്, ചരിത്രഗാഥ, വഞ്ചിക്കുന്നം പതി, പിതൃതർപ്പണം* എന്നിവയാണ് മറ്റ് കൃതികൾ. *മരിച്ചിട്ടില്ലാത്തവരുടെ സ്മാരകങ്ങൾക്ക്* 1976 ലും *ജനിതകത്തിന്* 1997 ലും സമഗ്രസംഭാവനയ്ക്ക് 2004 ലും കേരള സാഹിത്യ അക്കാദമി അവാർഡുകൾ. *പിതൃതർപ്പണത്തിന്* 1992 ലെ മികച്ച ചെറുകഥയ്ക്കുള്ള പത്മരാജൻ സ്മാരക പുരസ്കാരം, 2004 ലെ യു പി ജയരാജ് സ്മാരക അവാർഡ്. സമഗ്രസംഭാവനയ്ക്കുള്ള മുട്ടത്തുവർക്കി, സി വി കുഞ്ഞുരാമൻ ഫൗണ്ടേഷൻ പുരസ്കാരങ്ങൾ 2008 ലും 2016 ലും. മികച്ച കഥയ്ക്കുള്ള കേരള സംസ്ഥാന ചലച്ചിത്ര അവാർഡ് 1981 ൽ *ശേഷക്രിയയ്*ക്കും 1995 ൽ *കഴക*ത്തിനും. *പിതൃതർപ്പണ*ത്തിന്റെ ചലച്ചിത്രാവിഷ്കാരമാണ് 2003 ലെ മികച്ച കഥാചിത്രമായി തെരഞ്ഞെടുക്കപ്പെട്ട *മാർഗ്ഗം*. 2006 ലെ കേന്ദ്ര സാഹിത്യ അക്കാദമി അവാർഡ് *ചുവന്ന ചിഹ്നങ്ങൾ* എന്ന നോവെല്ലാ സമാഹാരത്തിനു ലഭിച്ചു. 2018 മാർച്ച് 16 ന് നിര്യാതനായി.

ഭാര്യ : മീനാക്ഷി

മകൾ : രജനി

വിലാസം : ഫ്ളാറ്റ് നമ്പർ 322
പ്രശാന്ത് നഗർ
ഫോർട്ട് പി ഒ
തിരുവനന്തപുരം – 695023

ഫോൺ : 9895054859

പ്രസാധകക്കുറിപ്പ്

സ്ത്രൈണ ജീവിത സംഘർഷങ്ങളെ ആവിഷ്കരിക്കുന്ന നോവൽ. വാസന്തിയെന്ന പെൺകുട്ടി താല്ക്കാലികമായി ലഭിച്ച തൊഴിലിനുവേണ്ടി നഗരത്തിലെത്തുന്നതും തൊഴിലിടത്തിൽ നേരിടേണ്ടിവരുന്ന മാനസിക സംഘർഷങ്ങളും അവതരിപ്പിക്കുന്ന കൃതി. കാലത്തിന്റെ ഗതിവേഗങ്ങൾക്കിടയിൽ താല്ക്കാലിക ഇടങ്ങളിൽ കണ്ടുമുട്ടേണ്ടിവരുന്നവർക്കിടയിലുണ്ടാകുന്ന സൗഹൃദങ്ങളും സംഘർഷങ്ങളും അനുതാപങ്ങളം നൊമ്പരങ്ങളും നിറഞ്ഞ ആകർഷകമായ നോവൽ. എം സുകുമാരന്റെ കൈയൊപ്പു പതിഞ്ഞ കൃതി.

ചിന്ത പബ്ലിഷേഴ്സ്

ഒന്ന്

ലക്ഷ്യത്തിലെത്തിയ സംതൃപ്തിയോടെ റെയിൽപ്പാളങ്ങൾ അവസാനിക്കുന്ന സ്റ്റേഷനിൽ വണ്ടി നിന്നു.

തോളിൽനിന്നും ഉതിർന്നുവീണ സാരി നേരെയാക്കി, എയർബാഗ് ചുമലിലിട്ട് അവൾ ആദ്യം ഇറങ്ങി. ഉറക്കക്ഷീണംകൊണ്ടു വീർത്ത കൺപോളകൾ തിരുമ്മി കമ്പാർട്ടുമെന്റിനകത്തേക്കു നോക്കി.

അച്ഛൻ ഇരുമ്പുപെട്ടി തള്ളിനീക്കി വാതില്ക്കലെത്തിക്കാനുള്ള ശ്രമത്തിലാണ്.

ചുവന്ന സാരിക്കാരി താഴേക്കിറങ്ങി. രാത്രി മുഴുവൻ കരഞ്ഞുകൊണ്ടിരുന്ന കുട്ടി ഇപ്പോൾ അവരുടെ ചുമലിൽക്കിടന്നുറക്കമാണ്. തലയാട്ടി യാത്രചോദിച്ച് അവർ കാക്കിപാന്റിട്ട ചെറുപ്പക്കാരന്റെ പുറകെ നടന്നുപോയി.

ഒരു രാത്രിയിലെ പരിചയം ആ മുഖം ഈ നിമിഷം മുതൽ മറക്കാൻ തുടങ്ങുന്നു.

പോർട്ടറുടെ തലയിൽ പെട്ടിയും കിടക്കയും എടുത്തുവെച്ചുകൊടുത്തശേഷം അച്ഛൻ പ്ലാറ്റ്ഫോമിലേക്കിറങ്ങി.

കൈപ്പത്തികൊണ്ട് മുഖം അമർത്തിത്തുടച്ചു. മുക്കാലും നരച്ച തലമുടി നീളക്കുറവുകാരണം കാറ്റിൽ ഇളകുന്നില്ല.

"നടക്കാം," അച്ഛൻ പറഞ്ഞു.

തിരക്കിലൂടെ അച്ഛന്റെ പുറകെ ചുറ്റും നോക്കി നടന്നു.

ഇളംവെയിലിൽ തളർന്നുറങ്ങുന്ന റെയിൽപ്പാളങ്ങൾ. കിതച്ചുകൊണ്ടു നില്ക്കുന്ന തീവണ്ടിയെഞ്ചിൻ. കല്ക്കരിയുടെയും മത്സ്യത്തിന്റെയും രൂക്ഷമായ ഗന്ധം വഹിച്ചെത്തുന്ന കാറ്റ്.

നടക്കുമ്പോൾ ശരീരത്തിന്റെ പല ഭാഗത്തും വേദന അനുഭവപ്പെടുന്നു. വളരെ പാടുപെട്ടിട്ടാണ് വണ്ടിയിൽ ഇരിക്കാൻ അല്പം സ്ഥലം കിട്ടിയത്.

ഗെയിറ്റിൽ കൂടിനില്ക്കുന്നവരുടെ ഇടയിൽ നിന്നു. പേഴ്സ് തുറന്ന് അച്ഛൻ ടിക്കറ്റു പുറത്തെടുത്തു.

തിരക്കിലൂടെ നീങ്ങി ഗെയിറ്റു കടക്കുമ്പോഴേക്കും വിയർത്തുകഴിഞ്ഞിരുന്നു.

ചവിട്ടുകല്ലിറങ്ങി, തിരിഞ്ഞുനിന്ന് പോർട്ടർ ചോദിച്ചു:

"എങ്ങോട്ടാ സാറേ?"

"ഏതെങ്കിലും ഒരു നല്ല ഹോട്ടലിലേക്ക്..."

വളച്ചുകെട്ടിയ പാർക്കിനപ്പുറം ചതുരാക്ഷരങ്ങളിൽ പേരെഴുതിവച്ച ഹോട്ടലിനെ ലക്ഷ്യമാക്കി നടക്കുമ്പോൾ അച്ഛൻ പോർട്ടറോടു ചോദിച്ചു:

"നല്ല ഹോട്ടലാണോ?"

"രസികൻ... ഈയെടെ പണിതതാ."

ഇന്റർവ്യൂവിനു വന്നപ്പോൾ ഓവർബ്രിഡ്ജിനടുത്തുള്ള ഒരു ഹോട്ടലിലാണ് മുറിയെടുത്തത്. അച്ഛന്റെ ഒരു പഴയ പരിചയക്കാരനും അന്നുണ്ടായിരുന്നു.

പെട്ടെന്ന് ഇടത്തോട്ടു തിരിഞ്ഞ്, കമ്പിക്കാലിനരികെ നില്ക്കുന്ന പൊലീസുകാരന്റെ ചുമലിൽ അച്ഛൻ കൈവച്ചു.

പൊലീസുകാരൻ തിരിഞ്ഞുനിന്ന്, അത്ഭുതത്തോടെ അച്ഛന്റെ കൈപിടിച്ചു കുലുക്കി.

അച്ഛന്റെ തൊട്ടുപുറകെ ചെന്നുനിന്നു.

പൊലീസുകാരൻ ചിരിച്ചുകൊണ്ടു വർത്തമാനം പറയുകയാണ്. അക്ഷമയോടെ കുറച്ചപ്പുറത്ത് പോർട്ടർ കാത്തുനില്ക്കുന്നു.

ഊഹിക്കാൻ പ്രയാസമുണ്ടായിരുന്നില്ല. ഏതെങ്കിലും സ്റ്റേഷനിൽ അച്ഛന്റെകൂടെ പണിയെടുത്ത കോൺസ്റ്റബിളായിരിക്കും.

മുപ്പത്തിയഞ്ചുകൊല്ലം കാക്കിയുടുപ്പിനുള്ളിൽ തപസ്സിരുന്ന്, അവസാനം ഒരു ഹെഡ്കോൺസ്റ്റബിളായി രൂപം പ്രാപിച്ചു പെൻഷൻ പറ്റി, അച്ഛൻ ഇപ്പോൾ വീട്ടുകാവലിനിരിക്കുന്നു. ഒപ്പം സർവ്വീസിൽ കയറിയ പലരും സബ് ഇൻസ്പെക്ടറും സർക്കിളുമായിത്തീർന്നിട്ടുണ്ട്. അച്ഛന്റെ സ്വഭാവത്തിനു പറ്റാത്ത ഒരുഡിപ്പാർട്ടുമെന്റിൽ അച്ഛൻ ഇൻ എഫിഷ്യന്റായി മാറി.

"ഇതാണ് വാസന്തി."

അച്ഛൻ പരിചയപ്പെടുത്തിയപ്പോൾ പൊലീസുകാരൻ അത്ഭുതം വിടർന്ന കണ്ണുകളോടെ ഉഴിഞ്ഞുനോക്കി.

"ഞാൻ കാണുമ്പൊ നാലിലോ അഞ്ചിലോ പഠിക്കുകയായിരുന്നു."

വെറ്റിലക്കറ പുരണ്ട പല്ലുകൾ മുഴുവൻ പുറത്തുകാട്ടി ചിരിച്ചു

കൊണ്ട് പൊലീസുകാരൻ പറഞ്ഞു.

"അന്ന് പേരു ചോദിച്ചാൽ കരയുന്ന സ്വഭാവക്കാരിയാണ്."

ചിരിച്ചുനിന്നതേയുള്ളൂ.

കാലം ഒഴുകി. പേരുചോദിക്കുമ്പോൾ കരയുന്ന ആ പെൺകുട്ടി വളർന്നു. അച്ഛൻ വളരെ പാടുപെട്ടിട്ടാണെങ്കിലും പത്തുവരെ പഠിപ്പിച്ചു. ക്ലാസുണ്ടായിരുന്നിട്ടും കോളേജിൽ ചേരാൻ കഴിഞ്ഞില്ല. കാവിനടുത്തുള്ള സ്കൂളിൽ ടൈപ്പും ഷോർട്ട്ഹാന്റും പഠിച്ചു.

"പിന്നൊരു കാര്യം."

പൊലീസുകാരൻ പറഞ്ഞു:

"ഒന്നാംതരം ആപ്പീസാണ്... സ്റ്റേറ്റിനേക്കാളും ശമ്പളം ണ്ട്."

പോക്കറ്റിൽനിന്നും ഒരു കടലാസുതുണ്ടെടുത്ത്, അതിൽ പെൻസിൽ കൊണ്ടെന്തോ എഴുതി അച്ഛനെ ഏല്പിച്ചുപറഞ്ഞു:

"ഇവിടെ ഒള്ളതിൽവെച്ചു നല്ല ഹോസ്റ്റലാണ്... ഡ്യൂട്ടിയില്ലെങ്കിൽ വരായിരുന്നു. ഇവിടത്തെ ഒരു സർക്കിളുണ്ട്... പുലിപോലെയൊരു സാധനം... അഞ്ചെട്ടെണ്ണത്തിന്റെ കഞ്ഞീല് മണ്ണിട്ടു."

അച്ഛൻ പൊലീസുമട്ടിൽ സലാംവെച്ചു പറഞ്ഞു:

"സാരമില്ല... ഞങ്ങളു നടക്കട്ടെ."

"ശരി."

നടക്കാനാരംഭിച്ചപ്പോൾ പൊലീസുകാരൻ ചോദിച്ചു:

"ഗോവിന്ദൻനായർക്ക് ഇന്നന്നെ മടങ്ങണോ?"

"വേണം... താഴേള്ളോളെ അടുത്ത വീട്ടിലാക്കീട്ടാ വന്നിരിക്കണത്."

പോർട്ടർ നടന്നുകഴിഞ്ഞു.

ഇന്നുതന്നെ അച്ഛനു മടങ്ങണം. തങ്കത്തിനെ കാവേരിയമ്മയുടെ വീട്ടിലാക്കി സ്വന്തം വീട് അടച്ചുപൂട്ടിയിട്ടാണ് വന്നത്. ഒരനിയത്തിയായി തങ്കം മാത്രമേയുള്ളൂ. പതിനെട്ടു കഴിഞ്ഞിട്ടും അവൾക്കു കുട്ടിക്കളി മാറിയിട്ടില്ല. നടക്കുന്നതിലും സംസാരിക്കുന്നതിലും അവൾക്കു നിയന്ത്രണമില്ല. അച്ഛന്റെ കണ്ണുകൾ എപ്പോഴും അവൾക്കു ചുറ്റുമാണ്.

എട്ടുവർഷങ്ങൾക്കു മുമ്പ് അമ്മ മരിച്ചു. ധാരമുറിയാതെ മഴ പെയ്തുകൊണ്ടിരുന്ന ഒരു രാത്രിയിൽ, ഉറങ്ങാൻ കിടക്കുമ്പോൾ അസുഖമൊന്നുമുണ്ടായിരുന്നില്ല. അർദ്ധരാത്രിയിൽ കുറേ ചോര ഛർദ്ദിച്ചു. ഡോക്ടറെത്തുംമുമ്പെ കണ്ണുമടഞ്ഞു.

അമ്മയുടെ മരണത്തിനുശേഷം അച്ഛൻ അപൂർവ്വമായേ ചിരിക്കാറുണ്ടായിരുന്നുള്ളൂ. വളരെയധികം ബുദ്ധിമുട്ടിയാണ് രണ്ട് പെൺമക്കളെയും വളർത്തിയത്.

ഒരാൺസന്തതി പിറക്കാത്തതിന്റെ ദുഃഖം അച്ഛനിൽ ഒളിഞ്ഞു കിടക്കുന്നു. ഒരാങ്ങളയുടെ അഭാവം താനും അറിയുന്നു. തൊട്ടതിനും പിടിച്ചതിനുമൊക്കെ പ്രായമായ അച്ഛനെ ബുദ്ധിമുട്ടിപ്പിക്കേണ്ടിവരുന്നു.

റോഡു കുറുകെ കടക്കാൻ അല്പം താമസമെടുത്തു. ചുവന്ന ബസുകളും ടാക്സിക്കാറുകളും സൈക്കിളുകളും അനുസ്യൂതം ഒഴുകുകയാണ്. ഉയർന്ന കെട്ടിടങ്ങളുടെ നിഴൽ പറ്റി എവിടേക്കാണ് ഈ മനുഷ്യരൊക്കെ നടന്നുപോകുന്നത്?

ഹോട്ടലിന്റെ പോർട്ടിക്കോയിൽ പെട്ടിയും കിടക്കയും ഇറക്കിവെച്ച ശേഷം അച്ഛൻ നീട്ടിയ ഒറ്റരൂപയും വാങ്ങി പോർട്ടർ ഇറങ്ങിപ്പോയി.

വട്ടമേശയ്ക്കപ്പുറത്തിരിക്കുന്ന ഉയരം കുറഞ്ഞ കറുത്ത മനുഷ്യൻ അച്ഛനെ നോക്കി പുഞ്ചിരിച്ചു.

ബയന്റുപുസ്തകത്തിൽ പേരെഴുതി ഒപ്പിട്ടുകൊണ്ട് അച്ഛൻ ചോദിച്ചു:

"എന്താ റെന്റ്?"

"മൂന്നുരൂപ."

കാളിങ് ബല്ലിൽ കറുത്ത മനുഷ്യന്റെ വിരലമർന്നു.

അച്ഛൻ കൊടുത്ത അഞ്ചിന്റെ നോട്ടുവാങ്ങി തിരിഞ്ഞ് പതിനേഴ് എന്ന അക്കത്തിന്റെ മുകളിൽ, ആണിയിൽ തൂക്കിയിട്ടുള്ള താക്കോലെടുത്ത് കോണിപ്പടിയിറങ്ങിവന്ന ചെറുക്കന്റെ നേർക്കുനീട്ടി.

ചെറുക്കൻ പെട്ടിയും കിടക്കയുമെടുത്തു മുകളിലേക്കു കയറി.

അച്ഛൻ വളരെ പതുക്കെയാണ് കോണിപ്പടികൾ കയറുന്നത്. കാൽമുട്ടുകൾ വേദനിക്കുന്നുണ്ടാവും. അന്തോണി വൈദ്യരുടെ എണ്ണതേച്ച് നിത്യവും ചൂടുവെള്ളം ഒഴിക്കാറുള്ളതാണ്. ഇന്നലെ അതു മുടങ്ങി.

മുറി തുറന്ന് പെട്ടിയും കിടക്കയും ഇറക്കിവെച്ചശേഷം ചെറുക്കൻ ജനലോരത്തുണ്ടായിരുന്ന മൺകൂജയെടുത്തു താഴേക്കിറങ്ങിപ്പോയി.

എയർബാഗ് കട്ടിലിൽവെച്ച് അതിനരികെ ഇരുന്നു.

അച്ഛൻ ഫാനിന്റെ സ്വിച്ചു തിരിച്ചു. പിന്നീട് ഷർട്ടും ബനിയനും ഊരി. എയർബാഗ് തുറന്നു തോർത്തും ഉമിക്കരിയും പുറത്തെടുത്തു.

"കുളിക്കട്ടെ."

"അച്ഛൻ കുളിമുറിയിൽ കടന്നു വാതിലടച്ചു.

മുകളിൽ കറങ്ങുന്ന ഫാൻ. ചുറ്റും ശൂന്യത പെറ്റുകിടക്കുന്നു. എഴുന്നേറ്റ് ജനലോരത്തു ചെന്നു നിന്നു. താഴെ മൈതാനം. നിരന്നുനില്ക്കുന്ന പുളിമരങ്ങൾ. അവയ്ക്കു താഴെ കല്ലു കൂട്ടിയുണ്ടാക്കിയ അടുപ്പുകൾ. അടുപ്പിൽ വെറും ചാരം മാത്രം. മരക്കൊമ്പുകളിൽ തൂക്കിയിട്ട തുണിത്തൊട്ടിലിൽ കിടന്നുറങ്ങുന്ന മനുഷ്യക്കുഞ്ഞുങ്ങൾക്കു ജീവനുണ്ട്. കാരണം, അവ പുളയുന്നു.

മൈതാനത്തിനും അപ്പുറത്താണ് തെങ്ങോലകൊണ്ടു മേഞ്ഞ കള്ളുഷാപ്പ്.

അധികനേരം അവിടെ നില്ക്കാൻ കഴിഞ്ഞില്ല. കട്ടിലിൽ വന്നിരുന്നു.

അതും ജീവിതമാണ്. വഴിവക്കിൽ സൃഷ്ടിയും സംഹാരവും.

മടക്കിവെച്ച കിടക്കയിൽ തല ചായ്ച്ചു. മുകളിൽ കറങ്ങുന്ന

ഫാനിന്റെ ബിന്ദുവിൽ ദൃഷ്ടികളൂന്നി.

അച്ഛൻ കുളികഴിഞ്ഞു പുറത്തുവന്നു.

"കുളിച്ചോളൂ."

എണ്ണതേച്ച്, തോർത്തും ഉമിക്കരിയുമായി കുളിമുറിയിലേക്കു ചെന്നു.

വെള്ളത്തിന് ഒരു പ്രത്യേകമണം. പൈപ്പിൽനിന്നും ശക്തിയായി കുത്തിവീഴുന്നു. തീരെ തണുപ്പില്ല.

പുറത്തുവന്നപ്പോൾ അച്ഛൻ അലക്കിയ ഷർട്ടിടുകയായിരുന്നു.

എയർബാഗിൽനിന്നും സാരി പുറത്തെടുത്തു.

കൈകൊണ്ട് നരച്ച കുറ്റിമുടിയിൽ തലോടി അച്ഛൻ പറഞ്ഞു:

"കാപ്പികുടി കഴിഞ്ഞ് ടാക്സിപിടിച്ച് ഹോസ്റ്റലിലേക്ക് പോകാം. വഴി നിശ്ചയമില്ല."

മൂന്നുമാസത്തിനു മുമ്പ് ഇന്റർവ്യൂവിനു വന്നപ്പോൾ ഒന്നു ചുറ്റിക്കാണാൻപോലും പറ്റിയില്ല. കാലത്തെ വണ്ടിക്കിറങ്ങി. ഇന്റർവ്യൂ കഴിഞ്ഞ് വൈകുന്നേരത്തെ വണ്ടിക്കു തിരിച്ചുപോവുകയുംചെയ്തു.

ഈ ജോലി തനിക്കില്ലെന്ന ഉറപ്പോടെയാണ്, ചുവന്ന പരവതാനി വിരിച്ച ചീഫ് കൺട്രോളറുടെ ക്യാബിനിൽനിന്നും അന്നിറങ്ങിയത്. ഇതു പ്രതീക്ഷിക്കാത്തതാണ്.

തല വേറെടുത്ത് അറ്റം കെട്ടി, എയർബാഗിൽനിന്നും പൗഡർടിന്നെടുത്ത് കണ്ണാടിയുടെ മുമ്പിൽ ചെന്നുനിന്നു മുഖം മിനുക്കി.

അച്ഛൻ ഫാൻ നിർത്തി. മേശപ്പുറത്തുനിന്നും താക്കോലെടുത്ത് പുറത്തു കടന്നു. മുറി പൂട്ടി.

വളരെ പതുക്കെയാണ് കോണിപ്പടികളിറങ്ങുന്നത്. കഴിഞ്ഞ മിഥുനത്തിൽ അറുപതു കഴിഞ്ഞു അച്ഛന്. വിശ്രമിക്കാൻ ഇനിയും സമയം കിട്ടിയിട്ടില്ല.

പച്ചക്കർട്ടനിട്ട മുറിക്കകത്തു കയറി മേശയ്ക്കു മുമ്പിലിരുന്നപ്പോൾ പൂണൂലിട്ട സ്വാമി മുമ്പിൽ വന്നുനിന്നു.

അച്ഛൻ ചോദിച്ചു:

"എന്താ വാസന്തിക്കു വേണ്ടത്?"

"എന്തെങ്കിലും മതി."

"ദോശ കൊണ്ടുവരൂ."

ആവി പറക്കുന്ന ദോശയിൽനിന്നും കടലയെണ്ണയുടെ മണം പൊങ്ങിയപ്പോൾ അച്ഛൻ ചുമരിൽ തൂക്കിയിട്ടുള്ള ഒരു ബോർഡ് കാണിച്ചുതന്നു:

"ഇവിടെയുണ്ടാക്കുന്ന പലഹാരങ്ങളെല്ലാം തന്നെ പരിശുദ്ധമായ വെളിച്ചെണ്ണയിൽ ഉണ്ടാക്കിയവയത്രേ."

കൈകഴുകി ബില്ലും പണവും കൊടുത്തു. പുറത്തേക്കിറങ്ങിയപ്പോൾ അച്ഛൻ പ്രാകി:

"ഇവനെയൊക്കെയാണ് ആദ്യം അറസ്റ്റ് ചെയ്യേണ്ടത്."

ഉദ്യോഗത്തിന്റെ അധികാരം ഉടുപ്പു മാറുമ്പോൾ ഇല്ലാതാവുന്ന വിവരം അച്ഛനറിയുന്നുണ്ടോ?

ഓറഞ്ചു കടയ്ക്കരികെ കിടന്നിരുന്ന ടാക്സിയിൽ കയറി. പിൻസീറ്റിൽ ചാഞ്ഞിരുന്ന് അച്ഛൻ കടലാസുതുണ്ടു നോക്കി ഹോസ്റ്റലിന്റെ പേരു പറഞ്ഞു.

നഗരത്തിന്റെ നടുവിലൂടെ കാർ ഒഴുകി. നിഴലുകൾക്കു നീളം കുറഞ്ഞുവരുന്നു. ഒരു ഭാഗം മുഴുവൻ നഗ്നമായ വെയിലാണ്.

ചുവന്ന കൊടികളുയർത്തി, മുദ്രാവാക്യങ്ങൾ മുഴക്കി എതിരെവന്ന ഒരു ജാഥയ്ക്ക് ടാക്സി വഴിയൊതുങ്ങിനിന്നപ്പോൾ അച്ഛൻ പുറത്തേക്കു കൈചൂണ്ടി പറഞ്ഞു:

"അതാണ് സെക്രട്ടേറിയറ്റ്."

കഴിഞ്ഞതവണയും അച്ഛൻ പറഞ്ഞുതന്നതാണ്. സർവ്വീസിലിരിക്കുമ്പോൾ അച്ഛൻ ഒന്നുരണ്ടുതവണ ഇവിടെ വന്നിട്ടുണ്ട്.

ജാഥ പോയപ്പോൾ കാർ വീണ്ടും നീങ്ങി.

ചുവന്ന കല്ലുകൾകൊണ്ടു പടുത്തുയർത്തിയ കെട്ടിടത്തിന്റെ മേല്പുരയിൽ നിരന്നിരിക്കുന്ന പ്രാവുകളെ നോക്കിയിരിക്കുമ്പോഴാണ് അച്ഛൻ പറഞ്ഞത്:

"നിന്റെ ആപ്പീസ്."

തുറന്ന കണ്ണുകളോടെ വീണ്ടും കണ്ടു. മൂന്നു നിലയുള്ള മഞ്ഞക്കെട്ടിടം. ജനലുകളിൽ വാർണീഷും ചുമരിൽ ഡിസ്റ്റംബറും തേച്ചതല്ലാതെ മാറ്റങ്ങളെന്നു പറയാൻ ഒന്നും തന്നെയില്ല.

കാർ നീങ്ങുകയാണ്.

മനസ്സിൽ കണക്കുകൂട്ടലുകൾ തുടരുന്നു. എംപ്ലോയ്മെന്റിൽനിന്നും ലഭിച്ച നിയമനമാണ്. താല്ക്കാലികമാണെങ്കിലും തൃപ്തികരമായ ആറുമാസത്തെ പ്രൊബേഷൻ പിരീയഡു കഴിഞ്ഞാൽ സ്ഥിരപ്പെടുത്താൻ സാദ്ധ്യതയുണ്ട്.

ആ വിധത്തിൽ ചിന്തിക്കുമ്പോൾ ഈ നഗരം ഇന്നു മുതൽ തന്റെ സ്വന്തമാവാൻ പോകുന്നു. പെൻഷൻ പറ്റുന്നതുവരെ കഴിച്ചുകൂട്ടേണ്ട ആ കാലഘട്ടത്തെക്കുറിച്ചോർക്കാൻ പോലും കഴിയുന്നില്ല. തൊട്ടുമുമ്പിൽവെച്ചു വളഞ്ഞു പോകുന്ന ഒരു വലിയ റോഡുപോലെ. വളവിനപ്പുറത്തുള്ളതെല്ലാം അവ്യക്തം.

ഇരുവശത്തും തലവിടർത്തി നില്ക്കുന്ന വാകമരങ്ങൾക്കിടയിലൂടെ ടാക്സി നീങ്ങി. പഴയ പ്രൗഢിയുടെ അന്തസ്സു വിളിച്ചോതുന്ന കെട്ടിടങ്ങൾ വെയിലിൽ ഉറങ്ങുന്നു.

അച്ഛൻ പറഞ്ഞു:

"രാജാക്കന്മാരുടെ കെട്ടിടങ്ങളാണ്."

ടാക്സി റോഡരികിലേക്കു നീങ്ങി. കക്ക പതിച്ച കൽത്തൂണിൽ ഉറപ്പിച്ച ഇരുമ്പുഗെയ്റ്റ് തുറന്നുകിടന്നിരുന്നു.

മതിലിനപ്പുറത്തു മരക്കാലിൽ ഉറപ്പിച്ചിട്ടുള്ള പലകയിൽ വെളുത്ത ചായം കൊണ്ടെഴുതിയതു വായിച്ചു:

–വനിതാസദൻ.

ചരൽപ്പാതയിലൂടെ ടാക്സി അകത്തേക്കു നീങ്ങി. ഇരുവശത്തും ശൂന്യമായ പറമ്പുകൾ.

ഇരുനിലക്കെട്ടിടത്തിന്റെ മുമ്പിൽ കാർ നിന്നു. ജനലുകളിൽ മുഖങ്ങൾ കണ്ടു.

അച്ഛൻ കൊടുത്ത മൂന്നുരൂപയും വാങ്ങി റിവേഴ്സെടുത്ത് ചരലുകളെ കരയിപ്പിച്ചുകൊണ്ട് കാർ ഓടിമറഞ്ഞു.

അച്ഛൻ വരാന്തയിലേക്കു കയറി നിന്നു.

വെളുത്ത സാരിയുടുത്ത ഒരു പെൺകുട്ടി കടന്നുവന്നു. മാറത്തു കിടക്കുന്ന മുടിയെ മാടിയൊതുക്കിക്കൊണ്ടവൾ ചോദിച്ചു:

"എന്താ?"

"ഇതിന്റെ ഓണറെ കാണണം."

"മേട്രനല്ലേ, വിളിക്കാം; ഇരിക്കൂ."

ആ പെൺകുട്ടി ചൂണ്ടിക്കാണിച്ച മുറിയുടെ വാതില്ക്കൽ ചോക്കു കഷണംകൊണ്ടു വിസിറ്റേഴ്സ് റൂം എന്നെഴുതി വെച്ചിരുന്നു.

അകത്തുകടന്ന്, അച്ഛനരികെ സെറ്റിയിൽ ഇരുന്നു.

ചുമരിൽ പാൽകുടിക്കുന്ന കുട്ടിയുടെ ചിത്രമുള്ള കലണ്ടർ. നവംബറെത്തിയിട്ടും ജൂണിലെ ഷീറ്റാരും മാറ്റിയിട്ടില്ല.

വെളുത്തുതടിച്ച് ഉയരംകൂടിയ ഒരു സ്ത്രീ കടന്നുവന്നപ്പോൾ അച്ഛൻ എഴുന്നേറ്റു.

വളരെ പതുക്കെയാണ് അച്ഛൻ പറഞ്ഞുതുടങ്ങിയത്:

"അഡ്മിഷൻ വേണം."

ഓഫീസിന്റെ പേരും നാടും ചോദിച്ചറിഞ്ഞശേഷം മേട്രൻ അകത്തേക്കു പോയി ഒരു ഫാറവുമായി വന്നു:

"ഇതൊന്നു ഫില്ലപ്പു ചെയ്യണം."

ഫോറം പൂരിപ്പിച്ച് ഒപ്പിട്ടുകൊടുക്കുമ്പോൾ മേട്രന്റെ പുറകെ, പച്ചയിൽ വെള്ളപ്പൂക്കളുടെ ചിത്രങ്ങളുള്ള സാരി ചുറ്റി ഒരു പെൺകുട്ടി നില്ക്കുന്നതു കണ്ടു. ഇളം കറുപ്പാണ് അവളുടെ നിറം. കുസൃതിയുടെ നുര പതയുന്ന കണ്ണുകൾ, ചുണ്ടിൽ മങ്ങാത്ത പുഞ്ചിരി!

ആ മുഖം ആകർഷകമായിരുന്നു. വലിയ സൗന്ദര്യമില്ലെങ്കിലും ആരും ഇഷ്ടപ്പെടുന്ന മുഖമാണ് ആ പെൺകുട്ടിക്കുള്ളത്.

പരിചയമില്ലെങ്കിലും ആ മുഖത്തേക്കു നോക്കി ചിരിച്ചു.

മേട്രൺ തിരിഞ്ഞു ആ പെൺകുട്ടിയെ ചൂണ്ടിക്കാട്ടി പറഞ്ഞു:

"ഇവളുടെ മുറിയിലാണ് ഒരു കട്ടിൽ ഒഴിഞ്ഞിട്ടുള്ളത്... അവിടെ താമസിച്ചോളൂ."

അച്ഛൻ പേഴ്‌സു തുറന്നു അഞ്ചിന്റെ പത്തൊറ്റകൾ എണ്ണി മേട്രനു കൊടുത്തു. ഫോറം മടക്കി കക്ഷത്തിൽവെച്ച് നോട്ടെണ്ണിക്കൊണ്ട് അവർ നടന്നുപോയി.

വാതില്ക്കൽ, കഴുത്തിലെ സ്വർണ്ണച്ചെയിൻ കടിച്ചുകൊണ്ടു നിന്നിരുന്ന ആ പെൺകുട്ടിയെ അച്ഛൻ കൈമാടി വിളിച്ചു.

പെൺകുട്ടി ലജ്ജയില്ലാതെ, നാലഞ്ചടി നീങ്ങി മേശയിൽ കൈയൂന്നി നിന്നു.

അച്ഛൻ ചോദിച്ചു:

"ഏതാഫീസിലാ ജോലി?"

പെൺകുട്ടി ഓഫീസിന്റെ പേരു പറഞ്ഞപ്പോൾ അത്ഭുതവും ഒപ്പം സമാധാനവും ഉണ്ടായി. തനിക്കൊരു കൂട്ടു കിട്ടിയിരിക്കുന്നു.

അച്ഛൻ സന്തോഷത്തോടെ പറഞ്ഞു:

"ഇവൾക്കും അവിടെത്തന്നെയാണ്... എവിട്യാ കുട്ടീടെ വീട്."

"കൂത്താട്ടുകുളം."

"പേരെന്താ?"

"അന്നമ്മ."

അച്ഛന്റെ മുഖത്തിനല്പം മാറ്റം വന്നുവോ? പെട്ടെന്നതു മായുകയും ചെയ്തു.

അച്ഛൻ വീണ്ടും ചിരിച്ചുകൊണ്ടു പറഞ്ഞു:

"ഞങ്ങൾ ഉച്ചയ്ക്കു വരാം... പെട്ടിയും കിടക്കയും ഒക്കെ ഹോട്ടലിലാണ്."

പെൺകുട്ടി വിരൽ കടിച്ചുകൊണ്ട് പറഞ്ഞു:

"ഞാൻ താക്കോൽ മേട്രനെ ഏല്പിക്കാം... വാങ്ങി തുറന്നോളൂ."

"പിന്നെ അന്നമ്മേ, ഇവളെ പ്രത്യേകം ഒന്നു ശ്രദ്ധിക്കണം. ടൗണിലൊന്നും വലിയ പരിചയമില്ല."

അന്നമ്മ കുസൃതിച്ചിരിയോടെയാണ് അതിനു മറുപടി പറഞ്ഞത്:

"അതൊക്കെ ശര്യാവും. ഞാനും വന്നിട്ട് നാലഞ്ചു മാസമായതേയുള്ളൂ."

അച്ഛൻ എഴുന്നേറ്റു. ചവിട്ടുപടിയിറങ്ങിയശേഷം അകത്തേക്കു തല ചരിച്ചു നോക്കി:

"മേട്രനില്ലേ?"

അന്നമ്മ പറഞ്ഞു:

"കുളിക്യാവും. ഞാൻ പറഞ്ഞോളാം."

"ഞങ്ങളിറങ്ങട്ടെ."

"ഓ."

ഭംഗിയിൽ വെട്ടിവെച്ച മയിലാഞ്ചിച്ചെടികൾക്കരികിലൂടെ നടന്ന്, ഗെയ്റ്റ് കടന്ന് വാകമരച്ചുവട്ടിൽ ബസു കാത്തുനിന്നു.

അന്നമ്മ പാവമാണ്. സംസാരത്തിലും പെരുമാറ്റത്തിലും അതു തെളിയുന്നു. ഒരിക്കൽ കണ്ടാൽ ആ മുഖം പിന്നീടു മറക്കാനും പറ്റില്ല.

ദൂരെനിന്നും ഇരുനില ബസു വരുന്നതു കണ്ടപ്പോൾ സ്വയം സമാധാനിക്കാൻ വേണ്ടിയാവണം അച്ഛൻ പറഞ്ഞു:

"ഉം.... ഇക്കാലത്തു ജാതീം മതോം നോക്ക്യാപറ്റില്ല... സ്നേഹത്തോടെ കഴിയാൻ നോക്ക്വാ."

ഭയപ്പെടുത്തുന്ന മുരൾച്ചയോടെ, പല്ലു പുളിപ്പിക്കുന്ന ശബ്ദമുണ്ടാക്കി ബസ് മുന്നിലെത്തിക്കഴിഞ്ഞിരുന്നു.

രണ്ട്

പുറത്തു തണുത്ത കൈ പതിഞ്ഞപ്പോഴാണു ഞെട്ടിയുണർന്നത്. ഉറങ്ങുന്നതു വീട്ടിലെ ഇടനാഴിയിലാണെന്ന ധാരണ മാറി.

കൈയിൽ ചായഗ്ലാസുമായി അന്നമ്മ നില്ക്കുന്നു. നീളൻമുടി രണ്ടായി പകുത്തു മാറത്തിട്ടിട്ടുണ്ട്.

"എഴുന്നേല്ക്കൂ. സമയം ഏഴായി. കുളിക്കാൻ ക്യൂ നില്ക്കണം."

ഒരു കള്ളച്ചിരിയോടെ അന്നമ്മ ഗ്ലാസ് കൈയിൽ തന്നിട്ടു പറഞ്ഞു.

"ഇതൊക്കെ പരിഷ്കാരമാണ്."

ഗ്ലാസ് വാങ്ങി ജനലരികിൽ ചെന്നുനിന്നു.

പുറത്ത് ഇളംവെയിലും പുകയുംകൂടി കുഴഞ്ഞുകിടക്കുന്നു. ഇല ത്തുമ്പുകളിലെ മഞ്ഞിൻതുള്ളികൾ അലിഞ്ഞില്ലാതായിത്തുടങ്ങി.

കട്ടിലിൽ എഴുന്നേറ്റിരുന്നു കണ്ണുതിരുമ്മി. ഇന്നലെ രാത്രി കിടന്ന ഉടൻ ഉറങ്ങി. തലേന്നാളത്തെ യാത്രയും ഉറക്കമൊഴിപ്പും ശരീരത്തെ ആകെ തളർത്തിയിരുന്നു. ഇപ്പോഴും ആ ക്ഷീണം മാറിയിട്ടില്ല.

എഴുന്നേറ്റു നടക്കാൻ തുനിഞ്ഞപ്പോൾ അന്നമ്മ കൈ നീട്ടി പറഞ്ഞു.

"ഇതു കുടിച്ചോളൂ."

"പല്ലു തേക്കട്ടെ."

"സാരമില്ലന്നെ."

ദൂരെ താഴ്വരയിൽ വ്യാപിച്ചുകിടക്കുന്ന തെങ്ങിൻ തോപ്പും അവ യ്ക്കിടയിൽ മറഞ്ഞുനിന്നു പുകയുയർത്തുന്ന ചെറ്റക്കുടിലുകളും. ചക്ര വാളപരിധിയിൽ മയങ്ങുന്ന നീലക്കുന്നുകളും നോക്കിയിരിക്കുമ്പോൾ മന സ്സിന്റെ ചുണ്ടുകൾ മന്ത്രിക്കുന്നു, തനിക്കു കവിതയെഴുതാനറിയില്ല. നാട്ടിൽ ജോലിക്കുവേണ്ടി കാത്തിരുന്നു മുഷിഞ്ഞ നാളുകളിൽ ഒരുപാടു

പുസ്തകങ്ങൾ വായിച്ചു. കാവേരിയമ്മയുടെ മകൻ സ്കൂളിൽനിന്നും വരുമ്പോൾ റേഷൻകടയുടെ മുകളിലുള്ള വായനശാലയിൽനിന്നും എന്തെങ്കിലും പുസ്തകം എടുത്തുകൊണ്ടുവരും.

ഒഴിഞ്ഞ ഗ്ലാസ് മേശപ്പുറത്തു വച്ചു.

അന്നമ്മ പെട്ടി തുറന്ന് അലക്കിയ തോർത്തു പുറത്തെടുത്തു വെച്ചുകൊണ്ടു പറഞ്ഞു:

"വാസന്തി പല്ലു തേച്ചു കുളിക്കാൻ നോക്കൂ."

"ഉം."

"ഇന്ന് ഓഫീസിൽ ഒമ്പതരയ്ക്ക് ജോയിൻ ചെയ്യണം."

ഇന്നലെ വൈകുന്നേരം ബസ് സ്റ്റാന്റിൽവെച്ച് അച്ഛൻ വീണ്ടും ഉപദേശിച്ചു: സൂക്ഷിച്ചു നടക്കണം. നീയൊരു പെൺകുട്ടിയാണ്.

എല്ലാം മൂളിക്കേട്ടു. അന്നമ്മ മാത്രം കുസൃതിച്ചിരിയോടെ ഇടയ്ക്കിടെ എന്തൊക്കെയോ പറഞ്ഞു.

ഇന്നു രാത്രി തന്നെ അച്ഛനു കത്തെഴുതണം. മനസ്സിനു തീരെ സമാധാനമില്ലാതെയാണു പോയിരിക്കുന്നത്. മക്കളെ ഇന്നേവരെ പിരിഞ്ഞിരുന്നിട്ടില്ലല്ലോ.

അന്നമ്മ എണ്ണ തേച്ചു സോപ്പുപെട്ടിയുമായി താഴേക്കിറങ്ങിപ്പോയി.

എന്തൊരു ചുറുചുറുക്കാണ്. എപ്പോഴും സന്തോഷമേയുള്ളൂ. കിട്ടുന്ന ശമ്പളം മുഴുവൻ ചെലവാക്കാം. അച്ഛനും അമ്മയും ആങ്ങളയും ഉൾക്കൊള്ളുന്ന ഒരു ചെറിയ കുടുംബമാണ്. കൃഷിയുണ്ട്. ആങ്ങള ഹൈസ്കൂൾ ടീച്ചറാണ്. ദാരിദ്ര്യവും കഷ്ടപ്പാടും അറിയാതെയാണു വളർന്നത്. തന്നെപ്പോലെ ഫൈനോടുകൂടി ഫീസുകൊടുത്തു പഠിച്ചവളല്ല അന്നമ്മ.

അയയിൽനിന്നും തോർത്തെടുത്തു. എണ്ണ തേച്ചു ഉമിക്കരിയും സോപ്പുമായി താഴേക്കിറങ്ങി.

തിരക്കു കുറഞ്ഞിട്ടുണ്ട്.

ആട്ടുകല്ലിനരികെ മൂളിപ്പാട്ടു പാടിക്കൊണ്ടിരിക്കുന്ന പെൺകുട്ടി ചിരിച്ചു, എഴുന്നേറ്റു തൊട്ടരികെ വന്നുനിന്നു ചോദിച്ചു:

"ഫാദർ പോയോ?"

"ഉവ്വ്."

ഈ പെൺകുട്ടിയെ ഇന്നലെ അന്നമ്മ പരിചയപ്പെടുത്തിത്തന്നു. കമ്മീഷണറാഫീസിലെ ഒരു ക്ലാർക്കാണ്. പരിചയപ്പെടുത്തിയശേഷം ഈ പെൺകുട്ടി പോയപ്പോൾ അന്നമ്മ അവളെ ചുറ്റിപ്പറ്റി നില്ക്കുന്ന ഒരു പ്രേമകഥയും പറഞ്ഞു. വിവാഹം അടുത്തുതന്നെ നടക്കുമത്രെ.

പുച്ഛത്തോടെയാണ് അന്നമ്മ അതു പറഞ്ഞത്.

"ഇവറ്റകളുടെ പ്രേമം!"

തൂണിൽ ചാരിനിന്നു പല്ലുതേച്ചു.

മുളകരച്ചു പാത്രത്തിലാക്കി മുണ്ടിന്റെ ഒരറ്റം മടക്കിക്കുത്തി വരാ

ന്തയിലൂടെ കടന്നുപോയ അടുക്കളക്കാരി കൃഷ്ണമ്മയും മുഖത്തു നോക്കി ചിരിച്ചു. ഇന്നലെ രാത്രി കഞ്ഞി വിളമ്പുമ്പോൾ തന്റെ പേരും സ്വദേശവും അവർ ചോദിച്ചു മനസ്സിലാക്കി. ചിരിക്കുമ്പോൾ അവരുടെ കീഴ്ച്ചുണ്ട് ഒരുവശത്തേക്കു കോടിയിരുന്നു.

പൈപ്പിൽനിന്നും നിലത്തേക്കു കുത്തനെ വീഴുന്ന വെള്ളത്തിന്റെ ശബ്ദത്തിൽ ലയിച്ച്, മുറ്റത്തെ കയറിൽ ഉണക്കാനിട്ടിരിക്കുന്ന സാരിയിൽ കാറ്റുണ്ടാക്കുന്ന ചലനങ്ങൾ ശ്രദ്ധിച്ച് പല്ലുതേച്ചുകൊണ്ടിരുന്നു.

തെങ്ങിൻചുവട്ടിലിട്ടിട്ടുള്ള കരിങ്കല്ലിൽ കുന്തിച്ചിരുന്നു വിലാസിനിയും പല്ലു തേക്കുകയാണ്. ഉന്തിയ പല്ലുകളും കറുത്ത നിറവും. വസൂരിക്കല കൾ വികൃതമാക്കിയ മുഖവും. അധികനേരം നോക്കിനില്ക്കാൻ വയ്യ.

വൈരൂപ്യം ആ ശരീരത്തെ ഇത്രയധികം മാന്തിക്കീറിയതെന്തി നാണ്? അവളും ഒരു പെൺകുട്ടിയല്ലേ. ആരെയാണു കുറ്റം പറയേണ്ടത്. പത്തറുപതു പെൺകുട്ടികൾക്കിടയിൽ അവളും ജീവിക്കുന്നു. അമരപ്പ ന്തലിനരികെയുള്ള മുറിയിലാണ് അവളുടെ താമസം.

ഇന്നലെ വൈകുന്നേരം അച്ഛനെ യാത്രയാക്കി തിരിച്ചുവരുമ്പോൾ, ഈ പെൺകുട്ടി റേഡിയോനാടകം കേട്ട് പൊട്ടിച്ചിരിക്കുകയായിരുന്നു. ദുഃഖത്തെ ശാശ്വതമായി സ്നേഹിക്കാൻ അവൾ തയ്യാറല്ലെന്നു തോന്നുന്നു.

വിസിറ്റേഴ്സ് റൂമിന്റെ വാതിൽ ചാരി, തലമുടിയിൽ വിരലോടിച്ച് സെറ്റിയിൽ ഇരിക്കുന്ന ചെറുപ്പക്കാരനുമായി സംസാരിച്ചുനില്ക്കുന്ന ആ പെൺകുട്ടിയുടെ പേരെന്താണ്? അന്നമ്മ ഇന്നലെ പരിചയപ്പെടുത്തിത്ത ന്നു. അപ്പോഴേക്കും പേരു മറന്നു. ആഴ്ചതോറും ഇരുപത്തിയഞ്ചു മൈൽ അകലെയുള്ള വീട്ടിൽ പോയിവരുന്ന ആ പെൺകുട്ടിയുടെ തടിച്ച കീഴ്ച്ചുണ്ടും മാംസളമായ ശരീരവും സൗന്ദര്യത്തിനു മാദകത്വം നല്കുന്നു.

ആ പെൺകുട്ടിയുടെ പേരോർമ്മിക്കാൻ ശ്രമിച്ചുകൊണ്ടിരിക്കവെ കുളിമുറിയുടെ വാതിൽ തുറന്നു. അന്നമ്മ പുറത്തുവന്നു.

"വാസന്തി കുളിച്ചോളൂ."

അകത്തുകടന്നു വാതിലടച്ചു. വെള്ളത്തിനു ക്ലോറിന്റെ മണം.

തല തോർത്തുമ്പോഴാണ് അല്പം മുമ്പു കണ്ട പെൺകുട്ടിയുടെ പേരോർമ്മ വന്നത്.

വിശാലാക്ഷി. വിശാലം എന്നാണവളെ എല്ലാവരും വിളിക്കുന്നത്.

ഹൃദയസംബന്ധമായ ഒരസുഖത്തിന് ഒരു മാസക്കാലം മെഡിക്കൽ കോളേജാശുപത്രിയിൽ കിടന്നു തിരിച്ചെത്തിയിട്ടു രണ്ടാഴ്ചയാവുന്നതേ യുള്ളൂ. രക്തം കണ്ടാൽ തല കറങ്ങുന്ന സ്വഭാവമുണ്ടത്രേ ആ പെൺകു ട്ടിക്ക്.

മുകളിൽ ചെന്ന് ഈറൻ മാറുമ്പോൾ കണ്ണാടിക്കു മുമ്പിൽനിന്നു

പൗഡറിടുന്ന അന്നമ്മ പറഞ്ഞു:

"വിശാലത്തിന്റെ കുഞ്ഞമ്മേടെ മോനാണ്. മലായിലാണു ജോലി."

അന്നമ്മ തുടർന്നു:

"അവളുടെ പെട്ടിയിൽ എത്രതരം മലയൻസാരികളാ... ഇവിടെ ഉടുത്തുനടന്നാൽ ആളുകൾ പരിഹസിക്കും. അതാ അവൾ അതൊന്നും ഉപയോഗിക്കാത്തത്."

പെട്ടിയിൽനിന്ന് അലക്കിത്തേച്ച ബോഡീസും ജാക്കറ്റും പുറത്തെടുത്തുവെച്ചപ്പോൾ അന്നമ്മ ചോദിച്ചു:

"ബ്രായില്ലേ?"

ചിരിച്ചു.

"ഞാൻ ഉപയോഗിക്കാറില്ല."

ഒരു കൺട്രി എന്ന് അന്നമ്മ പറയുമെന്നു കരുതി. പറഞ്ഞില്ല. പൗഡർ കവിളിൽ അമർത്തിത്തിരുമ്മിക്കൊണ്ട് അന്നമ്മ പറഞ്ഞു:

"ഞാൻ വീട്ടിലിരിക്കുമ്പോൾത്തന്നെ ഉപയോഗിച്ചു തുടങ്ങി."

അന്നമ്മയുടെ ഒരുക്കം കഴിഞ്ഞപ്പോൾ കണ്ണാടിയുടെ മുമ്പിൽ ചെന്നുനിന്നു. മുടി രണ്ടായി പകുത്തുമടക്കി റിബൺകൊണ്ടു കെട്ടി. പൗഡർ മുഖത്തിടുമ്പോൾ അന്നമ്മ പറഞ്ഞു:

"സ്നോയുണ്ടായിരുന്നു."

"വേണ്ട."

പൗഡർ കവിളിലും നെറ്റിയിലും പൂശി. എഴുന്നേറ്റപ്പോൾ മുഖത്തേക്കുറ്റു നോക്കിക്കൊണ്ട് അന്നമ്മ പറഞ്ഞു:

"പൊന്നിൻകൊടത്തിനെന്തിനാ പൊട്ട്?"

കളിയാക്കലിന്റെ ലാഞ്ഛനയുണ്ടായിരുന്നു വാക്കുകളിൽ. ആ നിമിഷത്തിൽനിന്നും രക്ഷപ്പെടാൻവേണ്ടി പറഞ്ഞു:

"കളിയാക്കുകയാണോ?"

"ഞാൻ സത്യം പറഞ്ഞു... വാ നമുക്കു കാപ്പി കുടിക്കാം."

താഴേക്കിറങ്ങി ഡൈനിങ് ഹാളിലേക്കു നടന്നു. പൈപ്പിൻചുവട്ടിൽ പ്ലേറ്റുകൾ കഴുകുന്ന തിരക്ക്!

മരബഞ്ചിൽ അന്നമ്മയ്ക്കൊപ്പമിരുന്ന് തണുത്ത ഇഡ്ഡലി പൊട്ടിച്ചു തിന്നുമ്പോൾ, മറ്റേ അറ്റത്തിരുന്നു വട്ടമുഖമുള്ള ഒരു പെൺകുട്ടി തന്നെ നോക്കി അന്നമ്മയോടു ചോദിക്കുന്നതു കേട്ടു.

"പുതിയ മെമ്പറാണോ?"

"അതെ."

"ഏതാഫീസിലാ?"

"ചീഫ് കൺട്രോളറാഫീസ്."

കൈ കഴുകി. ചൂടുകാപ്പി അകത്തു ചെന്നതുകൊണ്ട് ശരീരം വിയർത്തു.

ടെറസിന്റെ വക്കുപിടിച്ച് മുറിയുടെ നിഴലിൽ നിന്നു. റോഡിലൂടെ പോകുന്ന മനുഷ്യരെ കാണാം. ആളെ തിരിച്ചറിയില്ല.

പ്രകൃതിഭംഗിയുടെ നടുവിൽ ഉയരത്തിൽ പണിതുയർത്തിയ ഈ ഹോസ്റ്റലിൽ അഡ്മിഷൻ കിട്ടിയതു നന്നായി. ശുദ്ധവായു ശ്വസിക്കാം. നഗരത്തിലുള്ള മറ്റുഹോസ്റ്റലുകളെപ്പറ്റി അന്നമ്മ പറഞ്ഞപ്പോൾ ഭയമാണു തോന്നിയത്.

"വാസന്തി പൊറപ്പെട്ടോളൂ."

ഇനി പുറപ്പെടാനൊന്നുമില്ല. അയച്ചുതന്ന മെമ്മോയും സർട്ടിഫിക്കറ്റുകളും ഒരു കവറിലാക്കി വെച്ചിട്ടുണ്ട്. അതെടുക്കണമെന്നുമാത്രം.

പെട്ടി തുറന്നു കവർ പുറത്തെടുത്തുവെച്ചു.

മേശപ്പുറത്തു വെച്ചിട്ടുള്ള അന്നമ്മയുടെ വാച്ചിലേക്കു നോക്കി. സമയം ഒമ്പതു കഴിഞ്ഞു.

അന്നമ്മ കണ്ണാടിയുടെ മുമ്പിൽനിന്നു വീണ്ടും മുഖം മിനുക്കുകയാണ്.

അവസാനം തൃപ്തിവരാത്ത മട്ടിൽ കണ്ണാടിയുടെ മുമ്പിൽനിന്നും മാറി. വാച്ചെടുത്തു കെട്ടി. കുടയെടുത്തു.

"വാസന്തി കുട കൊണ്ടുവന്നില്ലേ?"

"ഇല്ല."

"നമുക്കു ബസിനു പോകാം."

മുറി പൂട്ടി താഴേക്കിറങ്ങി.

മുറ്റത്തെത്തിയപ്പോൾ മേട്രൻ നിറംമങ്ങിയ ഒരു തോർത്തു പുതച്ച് പറമ്പിൽനിന്നും കയറിവരുന്നതു കണ്ടു. വെറുതെ അവരോടു ചോദിച്ചു:

"പോട്ടെ?"

"ശരി."

വരാന്തയിലെ തൂണിൽ പടർത്തിയ മണിപ്ലാന്റിന്റെ ഇലകൾ മുറ്റത്തേക്കെത്തിനോക്കുന്നു. അതിന്റെ ഒരിലയിൽ പതുക്കെ തലോടി.

നടന്നു.

ഇരുമ്പുഗെയ്റ്റും കടന്ന് വാകമരത്തിന്റെ തണലിൽ, ബസ് സ്റ്റോപ്പിൽ നില്ക്കുമ്പോൾ അന്നമ്മ പറഞ്ഞു:

"നമ്മുടെ മേട്രൻ ഒരു വിധവയാണ്."

കൂടുതൽ അവരെപ്പറ്റി അറിയാൻ ആഗ്രഹമുണ്ടായിരുന്നു. ഹോസ്റ്റലിൽ ആരും അവരെപ്പറ്റി ദൂഷ്യം പറയാറില്ല.

അന്നമ്മ കൂട്ടിച്ചേർത്തു.

"വിവാഹം കഴിഞ്ഞു രണ്ടുവർഷം കഴിഞ്ഞതും ഭർത്താവു മരിച്ചു. പ്രസവിച്ചിട്ടുമില്ല."

തൊട്ടരികിൽ ചേർന്നുനിന്നുകൊണ്ട് അന്നമ്മ രഹസ്യമായി പറഞ്ഞു:

"അവർ പ്രസവിക്കില്ല."

പച്ചബസു വന്നു.

പിൻസീറ്റിൽ ഞെരുങ്ങിയിരുന്നു. അന്നമ്മ കമ്പിയിൽ പിടിച്ചുതൂങ്ങി നില്ക്കുകയാണ്.

അന്നമ്മ ടിക്കറ്റു വാങ്ങി.

വേഗതയിൽ പായുമ്പോൾ തണുത്ത കാറ്റ് വാശിയോടെ മുഖത്തടിക്കുന്നു.

നിമിഷങ്ങൾക്കകം കടന്നുചെല്ലേണ്ട മഞ്ഞക്കെട്ടിടത്തിനെക്കുറിച്ചായിരുന്നു ആലോചന. അതിനകത്ത് ആയിരത്തിലധികം പേർ ജോലി ചെയ്യുന്നു. കഴിവുണ്ടെങ്കിൽ ഡിപ്പാർട്ടുമെന്റൽ ടെസ്റ്റുകളെഴുതി പാസാവാം.

അന്നമ്മ തട്ടിവിളിച്ചു:

“ഇറങ്ങാം.”

വളരെ പാടുപെട്ടാണിറങ്ങിയത്. അത്രയ്ക്കു തിരക്കുണ്ട്.

പുറത്തിറങ്ങി സാരി നേരെയാക്കി.

ചുവന്ന മതിൽക്കെട്ടിന്റെ തണൽപറ്റി നടന്നു. ഹൃദയമിടിപ്പിന്റെ വേഗത കൂടുന്നുണ്ടോ?

വേപ്പുമരത്തിന്റെ ചുവട്ടിൽ ഗൂർഖ ബീഡിയും വലിച്ചു നില്ക്കുന്നു. ഇന്റർവ്യൂവിനു വന്നപ്പോൾ കറുത്ത ഒരു കട്ട മീശക്കാരനാണിവിടെ നിന്നിരുന്നത്.

ഉയരത്തിൽ വിരിമാറു കാട്ടി വെല്ലുവിളിയോടെ നില്ക്കുന്നു, മഞ്ഞക്കെട്ടിടം.

പോർട്ടിക്കോയിൽ മൊസൈക്കിട്ടു മിനുക്കിയ നിലത്തു വിരിച്ച ചവിട്ടിയിൽ കാലുകളുരച്ചു. മുകളിൽ വടി കുത്തിപ്പിടിച്ചു നില്ക്കുന്ന ഗാന്ധിജിയുടെ ചിത്രം.

ഈ പോർട്ടിക്കോ മാത്രമേ തനിക്കു പരിചയമുള്ളൂ.

അന്നമ്മയുടെ പുറകെ അത്ഭുതത്തോടെ ചുറ്റും നോക്കി നടക്കുമ്പോൾ, തടിച്ച ഒരു മനുഷ്യൻ കോണിപ്പടിയിറങ്ങി വരുന്നതു കണ്ടു.

അന്നമ്മ ബഹുമാനത്തോടെ ചുമരോരത്തേക്കു നീങ്ങി.

കനത്ത ഷൂസ് വലിച്ചുവെച്ചു ചില്ലുപതിച്ച മുറിയുടെ ഹാഫ്ഡോർ തുറന്നകത്തേക്കു പോയി.

“ആരാത്?”

“അസിസ്റ്റന്റ് കൺട്രോളർ.”

സമയം ഒമ്പതര കഴിഞ്ഞു. ചുമരിൽ വാച്ചു ഘടിപ്പിച്ചിട്ടുണ്ട്.

നീണ്ട ഇടനാഴികൾക്കിരുവശത്തും മുറികളാണ്. ക്ലാർക്കുമാർ വന്നു തുടങ്ങിയിട്ടില്ല.

നടന്നു. ഇരുവശത്തേക്കും നോക്കി. ഫയലുകളും ടൈപ്പ് റൈറ്ററുകളും ഉറങ്ങുന്നു. മുകളിൽ തൂങ്ങിക്കിടക്കുന്ന നിശ്ചലമായ പങ്കകൾ.

കമാനാകൃതിയിലുള്ള ഒരു വലിയ വാതിൽ കടന്നു. അവിടവിടെ യായി പുല്ലുകൾ കിളിർത്തിട്ടുള്ള ചെറിയ ഗ്രൗണ്ട്.

അതിനപ്പുറം പച്ചച്ചായം തേച്ച പലകകൾകൊണ്ടുണ്ടാക്കിയ ഒരു നീളൻ ഷെഡ്ഡാണ്.

ഇടുങ്ങിയ വരാന്തയിലൂടെ നടന്ന് ആസ്ബെസ്റ്റോസ് മേഞ്ഞ ഒരു ഹാളിലേക്കു ചെന്നു. മുകളിൽ മരപ്പലകയിൽ വെള്ളച്ചായം കൊണ്ടെഴു തിവച്ചിരിക്കുന്നു:

'ലേഡീസ് ക്ലബ്ബ്.'

അകത്തു കടക്കുന്നതിനു മുമ്പ് ഇടതുഭാഗത്ത് മരയഴികളടിച്ച ഒരു കെട്ടിടം ചൂണ്ടിക്കാട്ടി, അന്നമ്മ പറഞ്ഞു:

"കാന്റീൻ"

അകത്തുകടന്നു. മൂലയിൽ രണ്ടു തയ്യൽമെഷീനിരിപ്പുണ്ട്. മുകളിൽ നരച്ച ഫാൻ. കസേരകൾ വരിതെറ്റിക്കിടക്കുന്നു. ജാലകത്തിൽ ഒരനാഥ പ്രേതം പോലെ തൂങ്ങിക്കിടക്കുന്ന കീറിയ നീലക്കർട്ടൻ കാറ്റിൽ ഇടയ്ക്കിടെ ഇളകുന്നുണ്ട്.

ചുമരിൽ തൂക്കിയിട്ടുള്ള കണ്ണാടിയിൽ അന്നമ്മ വീണ്ടും സൗന്ദര്യം പരിശോധിക്കുകയാണ്.

ഒരുതമാശയ്ക്കുവേണ്ടി മനസ്സിൽ കരുതി: 'ഹോസ്റ്റലിൽനിന്നും ഓഫീസിലേക്കുള്ള യാത്രയിൽ വല്ലതും ചോർന്നുപോയോ എന്നു പരി ശോധിക്കയാവും. അപ്പോൾ അറ്റകുറ്റപ്പണികൾക്കു വേണ്ടിയുള്ളതാണ് ഈ മുറി.'

"നമുക്കു പുറത്തുപോകാം."

പുറത്തുകടന്നപ്പോൾ മുട്ടുവരെയിറക്കമുള്ള നീലയുടുപ്പിട്ട് മുടി ബോബ് ചെയ്ത ഒരു കറുത്ത സ്ത്രീ എതിരെ കയറിവന്നു.

"ഗുഡ് മോർണിങ്."

"ഗുഡ് മോർണിങ്."

ചവിട്ടുപടിയിറങ്ങുമ്പോൾ അന്നമ്മയോടു ചോദിച്ചു:

"ആംഗ്ലോ ഇന്ത്യനാണോ?"

"ഒരു ഇന്ത്യനുമല്ല... കൊട്ടാരക്കരക്കാരിയാണ്... തുണി, എണ്ണ മുത ലായവ ലാഭം.."

വീർത്ത വയറും താങ്ങിപ്പിടിച്ചു നടന്നുവന്ന സ്ത്രീ മുഖത്തേക്കു സൂക്ഷിച്ചു നോക്കി. എതിരെ വരുന്നവരുടെയെല്ലാം കണ്ണുകൾ തന്റെ മുഖത്താണ്.

പാതി ചാരിവെച്ച ഒരു വാതിൽ ചൂണ്ടിക്കാട്ടി അന്നമ്മ പറഞ്ഞു:

"അതാണ് പോസ്റ്റിങ് സെക്ഷൻ."

നടന്ന് സെക്ഷന്റെ മുമ്പിലെത്തിയപ്പോഴേക്കും വെളുത്തു മെലിഞ്ഞ ഒരു ചെറുപ്പക്കാരൻ പുറത്തുവന്നു.

അന്നമ്മ പറഞ്ഞു:

“ഇതാണ് സാക്ഷാൽ പോസ്റ്റിങ് ക്ലാർക്ക്.”

കവറിൽനിന്നും മെമ്മോ എടുക്കുന്നതിനിടയിൽ ചെറുപ്പക്കാരൻ ചിരിച്ചുകൊണ്ട് അന്നമ്മയോടു ചോദിച്ചു:

“അന്നമ്മ ഈയിടെയൊന്നും വീട്ടിലോട്ടു പോകാറില്ലേ?”

“ഇനി ക്രിസ്തുമസിന്.”

മെമ്മോ നീട്ടി. ചെറുപ്പക്കാരന്റെ തീക്ഷ്ണമായ നോട്ടം മുഖത്തു വീണു. അന്നമ്മ അതു മനസ്സിലാക്കിയെന്നു തോന്നുന്നു അവൾ പറഞ്ഞു.

“പിന്നെ, തോമാച്ചോ!”

കുറ്റബോധത്തോടെ അയാൾ പെട്ടെന്നു കണ്ണുകൾ പിൻവലിച്ചു.

അന്നമ്മ തുടർന്നു.

“ഇവൾക്ക് ഒരു ലൈറ്റ് സീറ്റു കൊടുക്കണം.”

ഇളിഭ്യച്ചിരിയോടെ അയാൾ പതുങ്ങിക്കൊണ്ടു പറഞ്ഞു.

“ഗോമതി എമ്മല്ലിൽ പോയ ഒഴിവിൽ പോസ്റ്റ് ചെയ്യാം.”

തൊട്ടുപുറകെ കാൽപ്പെരുമാറ്റം കേട്ട് വഴി ഒഴിഞ്ഞു നിന്നു. ചുവന്ന സാരിക്കാരി തികഞ്ഞ ഗൗരവത്തോടെ നടന്നു സെക്ഷനിലേക്കു പോയി. ചെറുപ്പക്കാരനും പുറകേ നടന്നു.

സാരിക്കാരി കുട മൂലയിൽവെച്ച് മൂടിവെച്ച ടൈപ്പ് റൈറ്ററിന്റെ മുമ്പിലിരുന്നു. ചെറുപ്പക്കാരൻ എന്തോ പറഞ്ഞു. അവൾ വായ് പൊത്തി ചിരിച്ചു. ഗൗരവം പ്രഭാതത്തിലെ മഞ്ഞുപോലെ അപ്രത്യക്ഷമായിരിക്കുന്നു, അവളുടെ മുഖത്തുനിന്നും.

അന്നമ്മ പറഞ്ഞു:

“നീയിവിടെ നില്ക്ക്... ഞാൻ ഒപ്പിട്ടിട്ടു വരാം...”

അവൾ ധൃതിയിൽ നടന്നുപോയി.

കവർ മാറത്തടക്കിപ്പിടിച്ച് ചുമരോരത്തേക്കു നീങ്ങി നിന്നു. മുമ്പിലൂടെ പലരും കടന്നുപോയി. തല ഉയർത്താൻ നിവൃത്തിയില്ല. തുളച്ചു കയറുന്ന നോട്ടമാണ്. ദൂരെ, പോർട്ടിക്കോവിൽ നില്ക്കുന്നവരും തന്നെ നോക്കി എന്തൊക്കെയോ പറയുന്നുണ്ട്. അതോ തന്റെ തോന്നലാണോ?

ചെറുപ്പക്കാരൻ ക്ലാർക്ക് ഫയലുമായി ഓഫീസറുടെ മുറിയിൽ ചെന്ന് നിമിഷങ്ങൾക്കകം തിരിച്ചുവന്നു.

സെക്ഷനിലേക്കു കടക്കുമ്പോൾ കൈകാട്ടി വിളിച്ചു.

മേശയ്ക്കരുകിൽ ചെന്നുനിന്നു കടലാസുതുണ്ട് നീട്ടിപറഞ്ഞു:

“ഇത് സെക്ഷനിൽ കാണിച്ചാൽ മതി... വരാന്തയുടെ അറ്റത്തുള്ള സെക്ഷൻ.”

അന്നമ്മ ഒപ്പിട്ടശേഷം തിരിച്ചെത്തി. അവൾ കടലാസു വാങ്ങി നോക്കി.

"വാ.."

അവളുടെ പുറകെ നടന്നു സെക്ഷന്റെ വാതില്ക്കൽ ചെന്നുനിന്നു.

നീളം കൂടിയ മേശയ്ക്കു പിന്നിൽ തല നരച്ച ഒരു തടിച്ച മനുഷ്യനിരുന്നു ഫയൽ നോക്കുന്നു. മുകളിൽ വേഗതയിൽ കറങ്ങുന്ന ഫാൻ.

അന്നമ്മ കടലാസു നീട്ടി.

"എന്താ?"

"പുതിയ ടൈപ്പിസ്റ്റ്."

തടിച്ച മനുഷ്യൻ ചിരിച്ചുകൊണ്ട് പറഞ്ഞു:

"ഇരിക്കൂ."

ഇരുന്നില്ല. കസേരത്തണ്ടിൽ പിടിച്ചു നിന്നതേയുള്ളൂ.

കടലാസിന്റെ ഒരറ്റത്ത് ഇനിഷ്യലിട്ടശേഷം പറഞ്ഞു:

"ഓഫീസർ ഇന്നു ലീവാണ്. നാളെ പോസ്റ്റിങ് ഓർഡർ കാണിച്ചാൽ മതി... കുറച്ചു പഴയതു ടൈപ്പു ചെയ്യാനുണ്ട്... ഓ.... ആ സീറ്റാണ്."

കുറച്ചപ്പുറത്തു ജനലരികിൽ ടൈപ്പ് റൈറ്റർ മൂടിപ്പുതച്ചുറങ്ങുന്നു. തൊട്ടരികെ കുറെ ഫയലുകളും.

ഇരുവശത്തും പരുഷന്മാരാണ്. സ്ത്രീകളാരും ഇല്ലേ? ആരെയും കണ്ടില്ല.

ടൈപ്പ് റൈറ്ററിന്റെ മുമ്പിൽ ചെന്നുനിന്നപ്പോൾ അന്നമ്മ പറഞ്ഞു.

"ഇരിക്ക്."

ഇരുന്നു. വിയർക്കുന്നുണ്ട്. എല്ലാവരും തന്നെ ശ്രദ്ധിക്കുകയാണ്.

അന്നമ്മ പറഞ്ഞു:

"ഞാൻ പോകട്ടെ... ഒരുപാടു സമയമായി."

തലയാട്ടി.

അന്നമ്മ പോയപ്പോൾ കൂടുതൽ വിമ്മിട്ടം തോന്നി. കീബോർഡിൽ വിരലുകൾ വെറുതെ ഞരടി.

"പേരെന്താ?"

നേരിയ ശബ്ദമായിരുന്നു. തിരിഞ്ഞു നോക്കി.

താടി വളർത്തിയ ഒരു ചെറുപ്പക്കാരൻ. കണ്ണുകൾ കുഴിഞ്ഞിരിക്കുന്നു. ഒട്ടിയ കവിളിലെ വസൂരിക്കലകൾ രോമം കൊണ്ടു മറച്ചിരിക്കുകയാണ്.

"വാസന്തി."

"വീട്?"

"പാലക്കാട്."

"ടൗണിലാണോ?"

"വടക്കഞ്ചേരി."

ചെറുപ്പക്കാരൻ പേന മേശപ്പുറത്തുവെച്ച് താടിയുഴിഞ്ഞു. കണ്ണുകളിൽ ഒരു പ്രത്യേക തിളക്കം വന്നു. മുഖത്തുനിന്നും ദൃഷ്ടികൾ പിന്തിരി

യുന്നില്ലെന്നു കണ്ടപ്പോൾ നിലത്തേക്കു നോക്കി.

ചുറ്റുമുള്ളവർ ശ്രദ്ധിക്കുന്നു. പെരുകി വരുന്ന അസ്വാസ്ഥ്യത്തിൽ നിന്നും രക്ഷപ്പെടാൻ വേണ്ടി ഇടതുഭാഗത്തിരിക്കുന്ന ഫയലുകൾ ഓരോന്നായി മറിച്ചുനോക്കി.

കസേര നീക്കി ചെറുപ്പക്കാരൻ എഴുന്നേറ്റു. മേശയ്ക്കരികിൽ വന്നു നിന്നു, ഇടയിൽനിന്നും ഒരു ഫയൽ എടുത്തു നീട്ടിക്കൊണ്ടു പറഞ്ഞു.

"ഇതാദ്യം വേണം... ഹെഡ്ക്വാർട്ടേഴ്സിലേക്കയക്കാനുള്ളതാണ്. മൂന്നു കോപ്പി... കാർബണും പേപ്പറും ഒക്കെ അതിനകത്തുണ്ട്."

മേശവലിപ്പു തുറന്ന് പേപ്പറെടുത്ത് റോളറിൽ തിരുകി. കാർബൺ വെച്ചു തിരിച്ചു. കീബോർഡിൽ വിരലുകളമർത്തി.

ചെറുപ്പക്കാരൻ മേശപ്പുറത്തു വിരലുകൾകൊണ്ടു വെറുതെ വരച്ചു പതുക്കെ പറഞ്ഞു.

"എന്റെ വീട് മങ്കരയാണ്."

മുഖത്തു നോക്കി ചിരിക്കാതിരിക്കാൻ കഴിഞ്ഞില്ല. ഒരേ ഡിസ്ട്രിക്ടിലുള്ളവരാണ്.

മറ്റാരും അത് കേട്ടിരിക്കാനിടയില്ല. ചിരിച്ചുകൊണ്ട്, അയാൾ കസേരയിലിരിക്കുമ്പോൾ ചുറ്റുമുള്ളവർ ഒന്നുമറിഞ്ഞില്ലെന്നമട്ടിൽ ജോലി തുടരുകയാണ്.

ആ നിശ്ശബ്ദതയിൽനിന്നും രക്ഷനേടാൻ വേണ്ടി കീബോർഡിൽ വിരലുകൾ ചലിപ്പിച്ചു ശബ്ദമുണ്ടാക്കി.

മൂന്ന്

അച്ഛനുള്ള കത്തെഴുതുകയായിരുന്നു. ഇന്നലെയാണ് അച്ഛന്റെ കത്തു വന്നത്. കത്തു കിട്ടിയ അന്നുതന്നെ മറുപടി എഴുതിയിടണമെന്നു നിർബ്ബന്ധിച്ചിരിക്കുന്നു.

കത്തിൽ നിറയെ ഉപദേശങ്ങളാണ്. സൂക്ഷിച്ചു നടക്കണം. നിന്നെ ഉപദേശിക്കേണ്ട കാര്യമില്ലെന്നറിയാം. എന്നാലും ഞാൻ ഒരച്ഛനായിപ്പോ യതുകൊണ്ട് എഴുതുകയാണ്.

പുറത്ത് വെയിൽ കത്തിയെരിയുന്നു. അന്നമ്മ ഉച്ചയുറക്കമാണ്. എല്ലാ ഞായറാഴ്ചയും അതു പതിവാണത്രേ. ഇന്നു വൈകുന്നേരം എല്ലാ വരും ബീച്ചിലേക്കു പോകുന്നു.

ഓഫീസുജോലി സുഖമാണ്. ഉച്ചവരെ അല്പം കൂടുതൽ ടൈപ്പ്പു ചെയ്യേണ്ടിവരും. ഉച്ചയ്ക്കു ശേഷം വലിയ തിരക്കില്ല. ഓഫീസർ ഒപ്പിട്ടു ഫയലുകളൊക്കെ കാലത്തേ എത്തുകയുള്ളൂ. ജനലോരത്താണു സീറ്റ്. മതിലിൽ പടർത്തിയ ബോഗൻവില്ലയെ തഴുകിവരുന്ന തണുത്ത കാറ്റു ശ്വസിക്കാം.

തൊട്ടുപുറകിലിരിക്കുന്ന കുഴിഞ്ഞ കണ്ണുകളുള്ള ചെറുപ്പക്കാരനെ ക്കുറിച്ച് ഇന്നലെ സന്ധ്യക്കാണ് അന്നമ്മ ചിലതൊക്കെ പറഞ്ഞത്. ആ മനുഷ്യൻ ഇത്തരത്തിൽപ്പെട്ടവനാണോ? അനുകമ്പ തോന്നിക്കുന്ന ആ ശരീരത്തിനകത്തെ ഹൃദയം ക്രൂരമാണ്.

ഇൻസ്പെക്ഷൻ പാർട്ടിയുടെ കൂടെ നാലഞ്ചുദിവസങ്ങൾക്ക് മുമ്പ് അയാൾ സ്ഥലം വിട്ടു. സെക്ഷനിൽ ആരോടും അധികം സംസാരിക്കാത്ത ആ മനുഷ്യന്റെ പേര് രാമകൃഷ്ണനെന്നാണ്.

എല്ലാം അന്നമ്മ പറഞ്ഞു. അയാളെപ്പറ്റിയുള്ള പഴയ കഥകൾ.

തനിക്കുമുമ്പുണ്ടായിരുന്ന ഗോമതി എന്ന ടൈപ്പിസ്റ്റിനെപ്പറ്റി പല

അപവാദങ്ങളും ഇയാൾ പറഞ്ഞുപരത്തിയിട്ടുണ്ടത്രേ. ആദ്യം കുറേക്കാലം അവൾക്ക് അയാളോടു സ്നേഹമാണെന്നു പറഞ്ഞുനടന്നു. അവൾ മറ്റൊരാളെ വിവാഹം ചെയ്തു.

അന്നമ്മ പുച്ഛഭാവത്തോടെ അവസാനം പറഞ്ഞു:

"ആ പെണ്ണിനിവനോടൊരു ചുക്കും ഇല്ലായിരുന്നു. ഒരു മഫനാണ്... നീയവനോട് സംസാരിക്കണ്ട... നിന്നെയും വെള്ളത്തിലാക്കും."

അന്നമ്മ പൊട്ടിച്ചിരിച്ചു.

ഗോമതി എന്ന പെൺകുട്ടിക്ക് സഹിക്കേണ്ടിവന്ന മനോവ്യഥ തനിക്കും അനുഭവിക്കേണ്ടിവരുമോ? അയാൾക്കൊന്നും നഷ്ടപ്പെടാനില്ല. താൻ ഒരു സ്ത്രീയാണ്. ചോർച്ചകൾ മറ്റുള്ളവർ പെട്ടെന്നു കണ്ടെത്തും.

ആവശ്യപ്പെടുന്നതിനു മുമ്പ് സഹായങ്ങൾ എത്തിക്കാൻ അയാൾ താല്പര്യം കാണിക്കുന്നതിന്റെ അർത്ഥം സാരമില്ല. സൂക്ഷിക്കുക.

വരണ്ട കാറ്റു വീശി. ജനൽക്കർട്ടൻ ഇളകി. എഴുത്തു പൂർത്തിയാക്കിയില്ല. അതിനിടയിൽ മറ്റു പലതും ആലോചിച്ചു.

തെക്കേ അറ്റത്തെ മുറിയിൽ ചുമരുചാരിയിരുന്ന് വിജയലക്ഷ്മി ആഴ്ചപ്പതിപ്പു വായിക്കുന്നു.

കാറ്റിൽ പാതിയടഞ്ഞ ജനൽ തള്ളിത്തുറന്നു.

തിളങ്ങുന്ന ആകാശത്തിന്റെ വലിയൊരു ഭാഗം കാണാം. അവിടവിടെയായി ഒറ്റപ്പെട്ടുകിടക്കുന്ന വെൺമേഘത്തുണ്ടുകൾ.

രാത്രിയിൽ കത്തെഴുതാം. ഏതായാലും നാളത്തെ മെയിലിനേ പോവുകയുള്ളൂ.

ഇൻലന്റ് മടക്കി മേശവലിപ്പിൽ വെച്ചു.

പുറത്തുകടന്ന് ടെറസിന്റെ വക്കുപിടിച്ചുനിന്നു. സിമന്റ് ചൂടുപിടിച്ചിരിക്കുകയാണ്. ചാഞ്ഞു നില്ക്കുന്ന വേപ്പുമരത്തിന്റെ നിഴലിലേക്കു മാറി.

താഴെ ഗംഗാധരൻ ആട്ടുകല്ലിൽ അരി അരയ്ക്കുന്നു. പന്ത്രണ്ടോ പതിമൂന്നോ വയസ്സു പ്രായം വരുന്ന അവന് ഇവിടെ കനത്ത ജോലിയുണ്ട്. പത്തമ്പതുപേർക്ക് പല ഓഫീസുകളിലായി ചോറെത്തിക്കണം. ചെലവുകഴിച്ച് മാസം പതിനഞ്ചുരൂപയ്ക്കുവേണ്ടി അറുപതു മൈൽ ദൂരെ നിന്നും അവൻ വന്നു താമസിക്കുന്നു.

"എന്താ ഇവിടെ നിക്കണ്?"

തിരിഞ്ഞു നോക്കി. സുന്ദരിയമ്മയാണ്. തൊട്ടടുത്ത മുറിയിലാണവർ താമസിക്കുന്നത്.

ചിരിച്ചുകൊണ്ടു പറഞ്ഞു:

"വെറുതെ."

സുന്ദരിയമ്മ അവരുടെ മുറിയിലേക്കു പോയി.

രണ്ടു ദിവസം മുമ്പാണ് ഇവരെ ആദ്യമായി കണ്ടത്. വീതി കൂടിയ നെറ്റിയും അവിടവിടെയായി വെള്ളരോമങ്ങൾ മിന്നുന്ന തലമുടിയും അവരെ വാർദ്ധക്യത്തിലേക്കു ക്ഷണിച്ചുകൊണ്ടിരിക്കുന്നു. നാല്പത്തി

യഞ്ചു വയസ്സുള്ള അവരെ കണ്ടാൽ കൂടുതൽ പ്രായം തോന്നിക്കും.

കഴിഞ്ഞ ഒരു മാസമായി അവർ ലീവിലായിരുന്നു. തന്റെ ഓഫീസിലാണ് അവർക്കു ജോലി. കൺകറന്റ് സെക്ഷനിലെ ക്ലാർക്കാണ്.

അവരുടെ മുറിയിലുള്ള ഷെൽഫിൽ നിറയെ പുസ്തകങ്ങളാണ്. രാമകൃഷ്ണപരമഹംസന്റെയും വിവേകാനന്ദന്റെയും കൃതികൾ. വളരെ നേരത്തെ എഴുന്നേറ്റു കുളിച്ച് അമ്പലത്തിൽ പോകുന്നു. ഓഫീസു വിട്ടാൽ ഗ്രന്ഥശാലാ ഹാളിൽ നടക്കുന്ന ഗീതാക്ലാസും കഴിഞ്ഞേ ഹോസ്റ്റലിലേക്ക് മടങ്ങുകയുള്ളൂ.

അവർക്കു കൂട്ടുകാരികളില്ല. സ്വന്തം മുറിയിൽ താമസിക്കുന്ന കാർത്ത്യായനിയുടെ കൂടെപ്പോലും അവർ നടക്കാറില്ല. എന്നിട്ടും എല്ലാവരും അവരെ ബഹുമാനിക്കുന്നു.

ഒറ്റയ്ക്കു വരുന്നു. ഒറ്റയ്ക്കു പോകുന്നു. സംസാരം ആവശ്യത്തിനു മാത്രം. ആരോടെങ്കിലും സ്നേഹക്കൂടുതലോ, സ്നേഹക്കുറവോ ഇല്ല.

ഒരു തഹസീൽദാരുടെ മകളാണ്. വടക്കെവിടെയോ ആണു വീട്.

എല്ലാറ്റിനുമുപരി, അവരെക്കുറിച്ചു കേട്ടതിൽ അത്ഭുതം തോന്നിപ്പിക്കുന്ന മറ്റൊരു സംഗതിയുണ്ടായിരുന്നു.

–അവിവാഹിതയാണ്. ഒരു ഡെപ്യൂട്ടി കളക്ടർ വിവാഹമാലോചിച്ചിട്ടുപോലും വേണ്ടെന്നു പറഞ്ഞുവത്രെ.

ജീവിതത്തിന്റെ മിഥ്യാബോധത്തിൽ, തത്ത്വചിന്തയിൽ, ഈശ്വരലഹരിയിൽ കുടുങ്ങിക്കിടക്കുന്ന അവരുടെ മനസ്സിനെ മറ്റൊരു ശക്തിക്കും വേർപെടുത്താൻ കഴിഞ്ഞില്ല.

അകത്ത് കട്ടിൽ ഞരങ്ങി. ജനലിലൂടെ നോക്കി. അന്നമ്മ ഉണർന്നിരിക്കുന്നു. മുറിയിലേക്കു ചെന്നു.

“സമയമെന്തായി?”

അന്നമ്മ ചോദിച്ചു.

മേശപ്പുറത്തു വെച്ചിരുന്ന വാച്ചെടുത്തു നോക്കി.

“മൂന്നര കഴിഞ്ഞു.”

അന്നമ്മ കട്ടിലിൽനിന്നും ചാടിയെഴുന്നേറ്റു മുടി വാരിക്കെട്ടി തൊട്ടപ്പുറത്തെ മുറിയിലേക്കു പോയി.

ലില്ലിയും മാലതിയും രാജവും വരുന്നുണ്ടാവും. കാലത്തും മേട്രനുമായി അവർ ഇതിനെപ്പറ്റി സംസാരിക്കുന്നതു കേട്ടു.

കടൽ കണ്ടിട്ടില്ല. യാത്രചെയ്തതു മുഴുവൻ രാത്രിയിലായതുകൊണ്ട് അപ്പോഴും കഴിഞ്ഞില്ല. ജീവിതത്തിലാദ്യമായി ഇന്നു കടൽ കാണാൻ പോകുന്നു.

കാലും മുഖവും കഴുകണം.

അയയിൽനിന്നും തോർത്തെടുത്ത് താഴേക്കിറങ്ങി.

പ്രഭാവതി ഉണങ്ങിയ സാരി മടക്കി കൈത്തണ്ടയിലിട്ടു കയറിവരുമ്പോൾ ചോദിച്ചു:

“എവിടേക്കാ പ്രോഗ്രാം?”

"ബീച്ചിലേക്ക്."

"ഞാനുണ്ട്."

മുഖം കഴുകി തുടച്ചു.

മുകളിലേക്ക് കയറുമ്പോൾ അന്നമ്മയും കാർത്ത്യായനിയും സോപ്പും തോർത്തുമായി താഴെക്കിറങ്ങിപ്പോയി.

കണ്ണാടിയുടെ മുമ്പിൽ ചെന്നുനിന്ന് മുടി രണ്ടായിപ്പകുത്തു കോതി ക്കെട്ടി.

സാരി മാറണം. അലക്കിയതെടുത്താൽ രണ്ടുദിവസത്തിൽക്കൂടുതൽ ഉപയോഗിക്കാൻ പറ്റുന്നില്ല. ബസും കാറും പറത്തുന്ന പൊടി മുഴുവൻ സാരിയിലാണ്.

അയയിൽ മടക്കിയിട്ടിരുന്ന സാരിയെടുത്തുടുത്തു. കണ്ണാടിയുടെ മുമ്പിൽ ചെന്നുനിന്ന് പൗഡറെടുത്തു മുഖം മുനുക്കി. "എങ്ങോട്ടാ യാത്ര?"

വാതില്ക്കൽ സുന്ദരിയമ്മ. നീട്ടിപ്പിടിച്ച അഞ്ചിന്റെ ഒറ്റ നീട്ടി അവർ ചോദിച്ചു:

"അഞ്ചൊറ്റ തരാനുണ്ടോ?"

"നോക്കട്ടെ."

പെട്ടി തുറന്നു പേഴ്സ് നോക്കി. മൂന്നൊറ്റയേ ഉണ്ടായിരുന്നുള്ളൂ. പിന്നെ ഒരഞ്ചിന്റെ നോട്ടും.

ഇല്ലെന്നു തലയാട്ടി. അവർ പോകാൻ ഭാവിച്ചപ്പോൾ ചോദിച്ചു:

"എന്തിനാ?"

"*ഗീത* വായിക്കണ സ്വാമിക്ക് ഒരു രൂപ മാസംതോറും കൊടുക്കാറു ണ്ട്."

"ഇതെടുത്തോളൂ."

പേഴ്സിൽനിന്നും ഒറ്റരൂപയെടുത്തു നീട്ടി. ആദ്യം അവർ അല്പം മടിച്ചു. പിന്നീടു പതുക്കെ വാങ്ങി.

"എങ്ങോട്ടാ യാത്ര?"

"ബീച്ചിലേക്ക്. ഞാൻ ഇതുവരെ കണ്ടിട്ടില്ല."

അവർ കുറച്ചുനേരം മുഖത്തേക്കു നോക്കി ചിരിച്ചു. സ്വരം താഴ്ത്തി യാണ് പറഞ്ഞത്.

"ആദ്യമാവുമ്പോ രസാണ്... പിന്നെ മടുക്കും."

ഒരു സത്യം അവർ പറഞ്ഞു. അതു ശരിയാണെന്ന മട്ടിൽ തല യാട്ടി. അവർ സ്വന്തം അനുഭവത്തിൽനിന്നാണ് അടർത്തിയെടുക്കുന്നത്. തനിക്കാണെങ്കിൽ ഓരോന്നായി മനസ്സിലാവാൻ പോവുന്നതേയുള്ളൂ.

"ഒഴിവു ദിവസം സമയം പൂവാൻ വല്യേ പാടാണ്."

അതിനും അവർ ഒരല്പനേരത്തേക്ക് മുഖത്തുനോക്കി ചിരിച്ചു. ചിരി യുടെ അവസാനത്തിൽ അവർ പറഞ്ഞു:

"മടീള്ളോർക്കാ സമയം പൂവാൻ വിഷമം... എന്തെങ്കിലും വായിച്ചു കൂടെ?"

നടന്നുകൊണ്ട് അവർ മറ്റൊന്നു കൂട്ടിച്ചേർത്തു:

"ചെറുപ്പമല്ലേ?"

അവരോടു സഹതാപം തോന്നുന്നു. നിരാശപ്പെടാനുള്ളതെന്തെങ്കിലും അവരുടെ ജീവിതത്തിൽ സംഭവിച്ചിട്ടുണ്ടാവും. അല്ലെങ്കിൽ *ഗീതാ* ക്ലാസും ഈശ്വരവിചാരവുമായി അവർ സമയം കളയുന്നതെന്തിനാണ്?

അന്നമ്മ മേൽകഴുകി കണ്ണാടിക്കു മുമ്പിൽ ചെന്നുനിന്നു.

വിലാസിനി തെങ്ങിൻചുവട്ടിലിരുന്ന് സാരിക്കു സോപ്പിടുകയാണ്. അവൾ ബീച്ചിലേക്കു വരുന്നുണ്ടാവില്ല. പൗഡറിനും സ്നോയ്ക്കും മറയ്ക്കാൻപറ്റാത്ത വൈരൂപ്യത്തെ നാലുപേരുടെ മുമ്പിൽ പ്രദർശിപ്പിക്കാൻ അവൾ ഭയപ്പെടുന്നുണ്ടാവും!

ടെന്നീസ് കോർട്ടിൽ നെറ്റ് കെട്ടിക്കഴിഞ്ഞു. റോസമ്മ ജോർജിനെ തോല്പിക്കാൻ ആർക്കും പറ്റില്ല.

സൂര്യൻ വാകമരങ്ങൾക്കപ്പുറത്താണ്. രശ്മികൾ തുളച്ചുവരുന്നു.

റോഡിനപ്പുറത്തുള്ള കുന്നിന്റെ പകുതി ഭാഗവും വെയിലിലാണ്. അഞ്ചുമണിക്കുശേഷം ആ കുന്നിന്റെ മുകളിൽ ചെന്നുനിന്നാൽ ദൂരെ മുങ്ങുന്ന അസ്തമയസൂര്യനെ കാണാം.

അന്നമ്മയുടെ കൂടെ മിനിഞ്ഞാന്നു വൈകുന്നേരം അവിടേക്കു നടക്കാൻപോയി. ലാടത്തിന്റെ ആകൃതിയിലുള്ള ടാറിട്ട റോഡു കയറി മുകളിലെത്തുമ്പോഴേക്കും കിതയ്ക്കും.

അവിടെനിന്നും മടങ്ങുമ്പോൾ പെട്ടെന്നു വീടിനെക്കുറിച്ചോർത്തുപോയി. അച്ഛനും അനുജത്തിയും മാത്രം ഉൾക്കൊള്ളുന്ന തന്റെ കുടുംബം.

സന്ധ്യയുടെ അരുണാഭയിൽ ആകാശവും മേഘങ്ങളും പച്ചച്ച താഴ്വരകളും തന്റെ മനസ്സിലേക്കു ദുഃഖത്തെ വലിച്ചെറിയുന്നു.

സന്ധ്യകളെ താൻ ഭയക്കുന്നു. നാട്ടിലായിരിക്കുമ്പോൾ അഴിയിട്ട ജനലിലൂടെ പുറത്തേക്കു നോക്കിയിരിക്കാറുണ്ട്. അസ്തമയത്തിന്റെ ദുഃഖത്തിൽ അലിയുന്ന കരിമ്പനകളുടെ നിഴലുകൾ ഉള്ളിൽ പോറലേല്പിക്കുന്നു. പുഴയിൽ വെള്ളം കൂടുമ്പോൾ പാറകൾക്കിടയിലൂടെ പിടഞ്ഞോടുന്ന ശബ്ദവും വീട്ടിലിരുന്നാൽ കേൾക്കാം. ആ വീട് പത്തിരുന്നൂറു മൈൽ അകലെയാണ്.

പഞ്ചായത്തുപാതയും കടന്ന്, ഉമ്മൻപറമ്പിലൂടെ സ്കൂളിലേക്കു പോയ ആ പഴയ നാളുകൾ, നെല്ലിക്കയുടെ ചവർപ്പിലൂടെ ഒലിച്ചുപോയ മദ്ധ്യാഹ്നങ്ങൾ. അന്ന് കയറിയിരിക്കാറുണ്ടായിരുന്ന അത്താണിക്കല്ല് പിന്നീടു കർക്കിടകത്തിലെ ഒരു മഴയ്ക്കു പുഴങ്ങിവീണു.

മിഥ്യയാണ്, സുന്ദരിയമ്മ വിശ്വസിക്കുന്നതുപോലെ എല്ലാം ഒരു മിഥ്യ!

"വാസന്തീ!"

അന്നമ്മ ഒരുങ്ങിക്കഴിഞ്ഞിരിക്കുന്നു. വെളുത്ത സാരി അവളുടെ നിറത്തിനു യോജിക്കുന്നുണ്ട്.

"വാ നമുക്കു കാപ്പി കുടിക്കാം."

നാലരയ്ക്ക് കാപ്പിയുണ്ട്. രാത്രി മിക്കവാറും ദിവസങ്ങളിൽ കഞ്ഞിയായിരിക്കും. അല്ലാത്ത ദിവസങ്ങളിൽ ചപ്പാത്തി.

മുറി പൂട്ടി.

സുന്ദരിയമ്മ വാതില്ക്കൽ നില്ക്കുന്നതു കണ്ടപ്പോൾ ഒരു തമാശയ്ക്കുവേണ്ടി അവരോടു ചോദിച്ചു.

"സുന്ദരിയമ്മ വരുന്നോ?"

പ്രതീക്ഷിച്ചതുപോലെ, പക്വതയെത്തിയ ആ മനസ്സിൽനിന്നും പുറത്തുവന്നു, വാക്കുകൾ:

"എത്ര കണ്ടാലും പഴയ കടലുതന്നെയല്ലേ കാണാൻ പോണത്."

താഴേക്കിറങ്ങി.

എല്ലാവരും ഒരുങ്ങിക്കഴിഞ്ഞിരുന്നു. കാർത്ത്യായനി ചുവന്ന സാരിയാണു ചുറ്റിയിരിക്കുന്നത്.

അടുക്കളക്കാരി കൃഷ്ണമ്മ ഗ്ലാസിൽ കാപ്പി ഒഴിക്കുമ്പോൾ പറഞ്ഞു:

"ഇതേവരെ കാണാത്തവർക്കു ധാരാളം കാണാനുണ്ടാവും."

ഇലച്ചീന്തിൽ വിളമ്പിയ ഉണ്ണിയപ്പം കടിച്ചുതിന്നുമ്പോൾ തെക്കേ അറ്റത്തിരുന്നു മാലതിയും ശാന്തയും എന്തോ പറഞ്ഞു പൊട്ടിച്ചിരിക്കുന്നതു കേട്ടു. അന്നമ്മ അവരെ നോക്കി കൊഞ്ഞനംകുത്തി പറഞ്ഞു:

"കടപ്പുറത്തു വന്ന് ഇങ്ങനെ കിക്കിക്കീന്ന് ഇളിക്കരുത് പറഞ്ഞേക്കാം."

അപ്പോൾ എല്ലാവരും ഒരുമിച്ചു ചിരിച്ചു. വിലാസിനിയും ചിരിക്കുകയാണ്. ചിരിക്കുമ്പോഴാണ് അവളുടെ മുഖം ഏറ്റവും കൂടുതൽ വികൃതമാവുന്നത്.

ഗംഗാധരൻ വന്നു പറഞ്ഞു.

"വാസന്തിസാറിനെ കാണാൻ ഒരാൾ വന്നിരിക്കുന്നു."

"ആരാണ്?"

അന്നമ്മയാണു ചോദിച്ചത്.

"എനിക്കറിഞ്ഞുകൂടാ."

ഗംഗാധരൻ പോയി.

കാപ്പി ഒറ്റവലിക്കകത്താക്കി. പൈപ്പിൽ കൈ കഴുകി.

അന്നമ്മയെ കാത്തുനില്ക്കാതെ നടന്നു. ജിജ്ഞാസ വർദ്ധിക്കുകയായിരുന്നു. ആരാണു തന്നെ കാണാൻ വന്നിരിക്കുന്ന ഒരാൾ?

വിസിറ്റേഴ്റൂമിന്റെ കർട്ടൻ മാറ്റിയപ്പോൾ, ഞെട്ടലോടെ തരിച്ചുനിന്നു. വെറുപ്പ് ഉള്ളിൽ ഉറവയെടുക്കുന്നു.

താടി വടിച്ചുകളഞ്ഞ് മിനുസപ്പെടുത്തിയ മുഖം. ഇപ്പോൾ വസൂരിക്കലകൾ വ്യക്തമാണ്. കുഴിഞ്ഞ കണ്ണുകളിൽ ക്രൂരത പതിയിരിക്കുന്നുണ്ടോ?

രാമകൃഷ്ണൻ എന്തിനിവിടെ വന്നു.

സ്വയം നിയന്ത്രിച്ചു.

"എന്താ?"

മേശപ്പുറത്തു വെച്ചിരുന്ന ഒരു പൊതിയെടുത്തു നീട്ടി അയാൾ പറഞ്ഞു.

"അച്ഛൻ തന്നയച്ചതാണ്."

"അച്ഛനോ?"

"അതെ."

സംശയത്തോടെ നെറ്റി ചുളിച്ചപ്പോൾ അയാൾ തുടർന്നു:

"വാസന്തീടെ നാട്ടിലെ താലൂക്കാഫീസിൽ ഞാൻ ഇൻസ്പെക്ഷനു പോയിരുന്നു... അപ്പോൾ വാസന്തിയുടെ വീടും കണ്ടുപിടിച്ചു. പ്യൂൺ രാമൻനായരാണ് കാണിച്ചു തന്നത്."

ആ മനുഷ്യൻ സന്തോഷത്തോടെ സംസാരിക്കുകയാണ്. ഇതെന്തിനുള്ള പുറപ്പാടാണ്. അച്ഛൻ എന്തെങ്കിലും തെറ്റിദ്ധരിച്ചുകാണുമോ?

"ഇന്നുച്ചയ്ക്കാണു ഞാൻ വന്നത്... കുറച്ചു ഉപ്പിലിട്ടതും മാമ്പഴവുമാണതിൽ."

എന്താണു പറയേണ്ടത്. ആകെ ഒരവ്യക്തതയാണ്. മുഖത്തടിച്ച പോലെ മറുപടി പറയാനും തനിക്കു കഴിയില്ല.

"അച്ഛനും അനുജത്തിക്കും വിശേഷമൊന്നുമില്ലെന്നു പറയാനും പറഞ്ഞു."

"ഉം."

മൂളി.

ഈ പ്രവൃത്തി അനാവശ്യമാണ്. എന്തെങ്കിലും ചുറ്റിപ്പടർന്നുണ്ടായാൽ പെട്ടെന്നൊന്നും വെട്ടി നശിപ്പിച്ചുകളയാൻ പറ്റില്ല.

"പിന്നെ... വാസന്തീ.."

താടിയിൽ ഉഴിഞ്ഞുകൊണ്ടയാൾ മുഖത്തേക്കു നോക്കി.

"എനിക്കു വാസന്തിയുടെ വീടും ചുറ്റുപാടും വളരെ ഇഷ്ടപ്പെട്ടു. അച്ഛൻ നല്ലൊരു മനുഷ്യനാണ്."

കർട്ടനിൽ തിരുപ്പിടിച്ചു നിന്നതേയുള്ളൂ.

അന്നമ്മ വന്നു. അകത്തു കടന്നു മേശയിൽ കൈ ഊന്നിക്കൊണ്ടു ചോദിച്ചു.

"എന്താ രാമകൃഷ്ണൻ?"

അയാൾ പറയാൻ തുടങ്ങുന്നതിനുമുമ്പു തന്നെ അന്നമ്മയോടു പറഞ്ഞു.

"അച്ഛൻ കുറച്ച് ഉപ്പിലിട്ടതും മാമ്പഴവും കൊടുത്തയച്ചിരിക്കുന്നു."

അന്നമ്മ പുറത്തു കടന്നു.

"പങ്കെനിക്കും തരണം."

മറ്റൊരവസരത്തിലായിരുന്നുവെങ്കിൽ ചിരിക്കുമായിരുന്നു.

അന്നമ്മ പറഞ്ഞു.

"പൂവാം. സമയമായി."

രാമകൃഷ്ണൻ എഴുന്നേറ്റു. മടങ്ങിക്കിടന്ന ഷർട്ടിന്റെ കോളർ നേരെയാക്കി.

"എവിടേക്കാ യാത്ര?"

"ബീച്ചിലേക്ക്."

അന്നമ്മ മുകളിലേക്കു പോയി. എന്തെങ്കിലും മറന്നതാവും.

രാമകൃഷ്ണൻ മുറിയിൽനിന്നും പുറത്തിറങ്ങി. തൂണിന്നരികിലേക്കു മാറിനിന്നു.

ടെറസ്സിൽ മുഖങ്ങൾ കണ്ടു. വിസിറ്റേഴ്സ് റൂമിൽ വന്ന മനുഷ്യനെ ശ്രദ്ധിക്കുകയാണ്.

"ഉച്ചയ്ക്കു വീട്ടിലാണ് ഊണു കഴിച്ചത്."

ഒരല്പനേരത്തെ നിശ്ശബ്ദതയ്ക്കുശേഷം അയാൾ വീണ്ടും പറഞ്ഞു:

"സ്വന്തം വീടുപോലെ തോന്നി."

അതിർവരമ്പു കടക്കുന്നു. സംസാരം വഴിതിരിക്കേണ്ട സമയവും കഴിഞ്ഞു.

"പോട്ടെ, ബീച്ചിലേക്കു പോകാൻ സമയമായി."

മ്ലാനതയുടെ നിഴലാട്ടം ആ മുഖത്തുണ്ടായോ? ഉണ്ടായെങ്കിൽ തനിക്കെന്താണ്, ഒന്നുമില്ല.

"ഞാൻ പോകുന്നു."

അയാൾ ചവിട്ടുപടികൾ ഇറങ്ങി മയിലാഞ്ചിച്ചെടികളിലെ ഇല നുള്ളിക്കൊണ്ട് നടന്നുപോയി.

അന്നമ്മയും കൂട്ടരും താഴേക്കിറങ്ങിവന്നു.

പൊതി കൃഷ്ണമ്മയെ ഏല്പിച്ചപ്പോൾ അവർ ചോദിച്ചു:

"ആരാ വന്നത്?"

"ഓഫീസിലുള്ള ഒരാള്... നാട്ടിൽ പോയി വരുമ്പോൾ അച്ഛൻ കൊടുത്തയച്ചതാണ്."

"വാസന്തി വാ... സമയമായി."

അവർക്കൊപ്പം നടന്നു ഗെയ്റ്റു കടന്നപ്പോൾ അന്നമ്മ ചോദിച്ചു:

"ഈ മഹൻ എന്തിനാണിതിനൊക്കെ നടക്കുന്നത്?"

ഉത്തരം പറഞ്ഞില്ല.

കാർത്ത്യായനി പറഞ്ഞു:

"അവൻ ഒരു പന്നനാണ്."

അന്നമ്മ ചിരിച്ചുകൊണ്ട്, ചുമലിൽ കൈവെച്ച് ചെവിയിൽ പറഞ്ഞു:

"അവൻ അവന്റെ വീട്ടിൽ പോകാറില്ല."

"എന്താ കാരണം?"

"അടുത്ത വീട്ടിലെ ഒരു പെണ്ണിനെ പണിപറ്റിച്ചു... വീർത്തപ്പോൾ സ്ഥലം വിട്ടു."

"അന്നമ്മയോടാരു പറഞ്ഞു?"

"അവന്റെ നാട്ടിലുള്ള ഒരുത്തൻ. വിശാലത്തിന്റെ സെക്ഷനിലുണ്ട്. അയാൾ വിശാലത്തിനോടു പറഞ്ഞതാണ്."

വെറുപ്പു വർദ്ധിക്കുകയായിരുന്നു. ഹൃദയശൂന്യനായ ഈ മനുഷ്യൻ മനഃപൂർവ്വം തന്നെ നശിപ്പിക്കാൻ ഇറങ്ങിത്തിരിച്ചിരിക്കുകയാണോ? എന്താണിതിന്റെ അർത്ഥം?

ബസ് സ്റ്റോപ്പിൽ, പച്ചപിടിച്ച മതിൽക്കെട്ടിനരികെ നില്ക്കുമ്പോൾ മാലതി പറഞ്ഞു:

“ഏതായാലും അധികം ടച്ചു വേണ്ട.”

“എനിക്കൊരു ടച്ചുമില്ല. സെക്ഷനിൽ വർത്തമാനം പോലും പറയാറില്ല.”

അന്നമ്മ കളിയാക്കി.

“ഗോമതീചരിതം ആവർത്തിക്കരുത്.”

എല്ലാവരും ചിരിച്ചപ്പോൾ ഉള്ളിൽ എന്തൊക്കെയോ തകർന്നുവീഴുന്നതായി തോന്നി.

കഴിഞ്ഞതു കഴിഞ്ഞു. താൻ എപ്പോഴും ശ്രദ്ധിക്കുക.

ആ ചൂണ്ടയിലൊരിക്കലും താൻ കൊത്തുകയില്ല.

ടാറിട്ട റോഡിന്റെ അറ്റത്ത് പച്ചബസിന്റെ നിറം തെളിയുന്നതും കാത്തുനിന്നു.

നാല്

ഊണു കഴിഞ്ഞു വന്നപ്പോൾ സെക്ഷനിൽ ആരും എത്തിയിരുന്നില്ല. ഫാനിട്ട് കസേരയിൽ ചെന്നിരുന്നു. ടൈപ്പ് റൈറ്ററിൽ മുഖം ചായ്ച്ചു.

സൂപ്രണ്ടു സ്വാമി വന്നപ്പോൾ തലചെരിച്ചു നോക്കി. തേഞ്ഞ പല്ലുകൾ പുറത്തുകാട്ടി സ്വാമി ചോദിച്ചു:

"ശാപ്പാടു കഴിഞ്ഞോ?"

"ഉം."

സ്വാമി കസേരയിലിരുന്നു ജോലി തുടങ്ങി. ജോലിക്കിരുന്നാൽ പിന്നെ തല ഉയർത്താറില്ല. ചീഫ് കൺട്രോളറുടെ നിഴലിനെപ്പോലും സ്വാമി ഭയക്കുന്നു. കാലത്ത് എട്ടരയ്ക്ക് പൊതിയുമായി ഇറങ്ങിയാൽ രാത്രി എട്ടുമണിക്കുശേഷമേ മഠത്തിൽ തിരിച്ചെത്തുകയുള്ളൂ.

സ്വാമിക്ക് കഴുകന്റെ കണ്ണാണ്. ചെറിയ തെറ്റുകൾ പോലും കണ്ടുപിടിക്കുന്നു. പക്ഷേ, ഒരിക്കലും ആരോടും കയർത്തു സംസാരിക്കാറില്ല.

ഓഫീസറാണെങ്കിൽ മറ്റൊരു സ്വഭാവക്കാരനാണ്. ചെറിയ തെറ്റുകളെ ഊതിവീർപ്പിച്ച്. അവസാനം ദയാലുവാണെന്നു കാണിക്കാൻ വേണ്ടി ഡ്രോപ്പു ചെയ്യുന്നു.

ചീഫ് കൺട്രോളറുമായി ബന്ധമുണ്ടെന്നു പറയുന്ന ആഫീസർക്ക് മെറിറ്റ് ക്വാട്ടയിലാണത്രേ പ്രൊമോഷൻ കിട്ടിയത്.

ഇതിനുമുമ്പുണ്ടായിരുന്ന ചീഫ് കൺട്രോളറെപ്പറ്റിയുള്ള കഥകൾ പലതും കേട്ടിട്ടുണ്ട്. ഹോസ്റ്റലിൽ ഒഴിവു കിട്ടുമ്പോഴൊക്കെ പലരും ചർച്ച ചെയ്യുന്നു.

ഇന്നലെ ലേഡീസ് ക്ലബ്ബിലിരുന്ന് *ഇല്ലസ്ട്രേറ്റഡ്* വീക്കിലിയുടെ താളുകൾ മറിക്കുമ്പോൾ, ജയന്തി വരാന്തയിലൂടെ നടന്നുപോയ ഒരു സ്ത്രീയെ

ശ്രദ്ധിക്കാൻ പറഞ്ഞു. അവർ പോയശേഷം ജയന്തി തൊട്ടടുത്ത കസേരയിൽ വന്നിരുന്ന് ഒരു പഴയ കഥയുടെ ചുരുൾ നിവർത്തി.

കടന്നുപോയ ആ സ്ത്രീ ഇപ്പോൾ ഓഫീസറാണ്. വെളുത്തു മെലിഞ്ഞ് കവിളിൽ കാക്കപ്പുള്ളിയുള്ള ഒരു മുപ്പതുകാരി. നടക്കുമ്പോൾ താളാത്മകമായ ഒരു ചലനം ചുറ്റുമുണ്ടെന്നു തോന്നും.

ഇവർ സൂപ്രണ്ടായിരുന്നപ്പോൾ പഴയ ചീഫ് കൺട്രോളറുടെ മുറിയിൽ പതിവായി പോകുമായിരുന്നു. ഡിസ്കഷൻ കഴിയുമ്പോൾ വളരെസമയം വൈകും. ഞായറാഴ്ചയും അവർ ജോലി ചെയ്തു. നേരം വൈകുമ്പോൾ ചീഫ് കൺട്രോളർ അവരെ സ്വന്തം കാറിൽ വീട്ടിൽ കൊണ്ടാക്കുന്നു. ആ ചീഫ് കൺട്രോളർ സ്ഥലംമാറി പോകുന്നതിനു മുമ്പ് ഇവരെ ഓഫീസറാക്കി.

അവരുടെ പഴയ സൗന്ദര്യത്തിന് ഇപ്പോൾ അല്പം മങ്ങലേറ്റിട്ടുണ്ട്. എന്നിട്ടും പണ്ടു ഞാൻ സുന്ദരിയായിരുന്നു എന്ന് ആ മുഖം വിളിച്ചോതുന്നു.

ഇന്നവർക്കു മൂന്നു കുട്ടികളുണ്ട്. ഭർത്താവ് മെഡിക്കൽ കോളേജിലെ പ്രൊഫസറാണ്.

ഈ ഓഫീസിൽ കൂടുതൽ പ്രാധാന്യം സ്ത്രീകൾക്കാണ്. ഹോസ്റ്റലിൽ പഴയ കഥകൾ പുതിയ രീതിയിൽ അവതരിപ്പിക്കുന്നു, പുതിയ അന്തേവാസികൾക്കുവേണ്ടി. മറ്റുള്ളവരെപ്പറ്റി പറഞ്ഞു രസിക്കുന്നതിൽ എല്ലാവർക്കും താല്പര്യമാണ്.

രാമകൃഷ്ണൻ കഴിഞ്ഞ ഒരാഴ്ചയായി ബോർഡാഫീസിൽ ഇൻസ്പെക്ഷനു പോയിരിക്കുന്നു.

അച്ഛന്റെ കത്തിൽ രാമകൃഷ്ണനെപ്പറ്റി എഴുതിയിരുന്നു. അയാളുടെ സ്വഭാവം അച്ഛനിഷ്ടപ്പെട്ടുവത്രെ. അച്ഛനു പഴയ ചരിത്രങ്ങൾ അറിയാത്തതുകൊണ്ടാണ്. അറിഞ്ഞിരുന്നെങ്കിൽ ആ വീട്ടിന്റെ പടി കടത്തുമായിരുന്നില്ല.

ഇപ്പോൾ മറ്റൊന്നിലും ശ്രദ്ധിക്കുന്നില്ല. കാലത്തു വന്നാൽ മുതൽ ജോലി തുടങ്ങുന്നു. അന്നമ്മ പതിനൊന്നു മണിക്കു വന്നു വിളിക്കും. കാന്റീനിൽ ചെന്ന് ഒരു കപ്പു കാപ്പി കഴിച്ച് തിരിച്ചിറങ്ങിപ്പോകുന്നു. ചുറ്റുമുള്ള കണ്ണുകളെയാണു ഭയം. തീനാളങ്ങളേക്കാൾ ചൂടുണ്ട്. തൊലി തുളച്ചു കയറുന്നു.

വയസ്സൻപ്ലാവിന്റെ ചുവട്ടിൽ എപ്പോഴും സിഗരറ്റു വലിച്ചു നില്ക്കുന്നവരുണ്ട്. പുതിയ പെൺകുട്ടികളെപ്പറ്റി എല്ലാം അറിയണം. നാട്, വീട്, വയസ്സ്, എല്ലാം അവർ എങ്ങനെയെങ്കിലും കണ്ടെത്തും.

ആരോടും അധികം സംസാരിക്കാതിരിക്കുകയാണ് നല്ലതെന്ന അഭിപ്രായം തോന്നിത്തുടങ്ങിയിട്ടു ദിവസങ്ങളായി, ഹോസ്റ്റലിലും വർത്തമാനം കുറച്ചുതുടങ്ങി. നാലുപേർ കൂടുമ്പോൾ ഓഫീസിലെ ഏതെങ്കിലും പുരുഷനോ, സ്ത്രീയോ സംസാരവിഷയമാവുന്നു. മറ്റൊന്നിനെക്കുറിച്ചും അവർക്കു സംസാരിക്കാനില്ല.

മറ്റുള്ളവരുടെ ദോഷങ്ങൾ, കുറവുകൾ, അവരെ ചുറ്റിപ്പറ്റിയുള്ള കഥകൾ.

റിക്രിയേഷൻക്ലബ് ലൈബ്രറിയിൽ ധാരാളം പുസ്തകങ്ങളുണ്ട്. കഴിഞ്ഞ ആഴ്ചമുതൽ പുസ്തകങ്ങൾ എടുത്തുതുടങ്ങി. സന്ധ്യയാവുന്നതുവരെ ടെറസിൽ നടന്നു വായിക്കും. പിന്നീട് അത്താഴം കഴിഞ്ഞാൽ ഉറക്കം വരുന്നതുവരെ കിടക്കയിൽ കിടന്നു വായിക്കുന്നു.

ചിലപ്പോൾ സുന്ദരിയമ്മ കയറിവരും. ഈശ്വരനെക്കുറിച്ചുമാത്രമേ അവർക്കു സംസാരിക്കാനുള്ളൂ.

ഹോസ്റ്റലിൽ എല്ലാവരും ഈശ്വരവിശ്വാസികളാണ്. അന്നമ്മ ഉറങ്ങുന്നതിനുമുമ്പു കുരിശുവരയ്ക്കാറുണ്ട്.

താൻ പ്രാർത്ഥിക്കാറുണ്ടോ? ചുമരിൽ ദേവന്മാരുടെ കലണ്ടറുകളില്ല.

വീട്ടിൽ തെക്കേ മുറ്റത്ത് വേപ്പിൽചുവട്ടിൽ കുലദൈവമുണ്ട്. ദൂരയാത്രയ്ക്കു പുറപ്പെടുന്നതിനുമുമ്പ് അവിടെച്ചെന്നു തൊഴണം. അച്ഛനതു നിർബ്ബന്ധമാണ്. അതു മുടക്കിയാൽ അച്ഛനു ദേഷ്യംവരും. കണ്ണടച്ചു നിന്നു തൊഴുന്നതോടെ പ്രശ്നം അവസാനിക്കുന്നു. അച്ഛനു സമാധാനവുമായി.

ആ കുലദൈവം അച്ഛനെ പല ആപത്തുകളിൽനിന്നും രക്ഷിച്ചിട്ടുണ്ടത്രേ.

പെൻഷൻ പറ്റുന്നതിനുമുമ്പ് അച്ഛൻ എല്ലാ കൊല്ലവും ശബരിമലയ്ക്കു പോയിരുന്നു. അന്നൊക്കെ, തിരിച്ചു വന്നശേഷം പുലിയുടെ കാല്പാടുകളെപ്പറ്റിയും ആനയുടെ ചൂടാറാത്ത പിണ്ടത്തെക്കുറിച്ചും പറയുമ്പോൾ ഭയം തോന്നിയിരുന്നു. ഇന്ന് ആരും പറഞ്ഞുതരാതെതന്നെ അതു നുണയാണെന്നറിയാം. വിശ്വാസം മൂക്കുമ്പോൾ ഭക്തന്മാർ നുണ പറയാൻപോലും മടിക്കുന്നില്ല. ഈശ്വരന്റെ കീർത്തിക്കുവേണ്ടി നുണ പറഞ്ഞാലും വിരോധമില്ലല്ലോ.

കസേര നീങ്ങുന്ന ശബ്ദം കേട്ടു. ജോണിയും അയ്യപ്പൻനായരും ഊണുകഴിഞ്ഞെത്തിയിരിക്കുന്നു.

പുറകെ വന്ന കുട്ടികൃഷ്ണൻ ധൃതിയിൽ കുട അലമാരയ്ക്കു പുറകിൽ തൂക്കി, കൈയിലുണ്ടായിരുന്ന പൊതി തുറന്ന് ഓരോ മേശപ്പുറത്തും ഈരണ്ടു ചോക്ലേറ്റുവീതം വെച്ചു.

ടൈപ്പ് റൈറ്ററിനരികെ ചോക്ലേറ്റു വെച്ചപ്പോൾ ചോദിച്ചു:

"എന്താ വിശേഷം?"

"ഭാര്യ പ്രസവിച്ചു."

ലജ്ജയില്ലാതെയാണ് കുട്ടികൃഷ്ണൻ പറഞ്ഞത്.

"ആദ്യത്തേതാണോ?"

"അതെ."

പ്രസവിച്ചാൽ, പ്രൊമോഷൻ കിട്ടിയാൽ എല്ലാ ആഹ്ലാദപ്രകടനവും ചോക്ലേറ്റിലൂടെയാണ്.

അയ്യപ്പൻനായർ ഒരു ഫയൽ നീട്ടി പറഞ്ഞു:

"ആ ഫ്ളാഗ് ചെയ്തതിന്റെ രണ്ടു കോപ്പി വേണം."

ഫയൽ വാങ്ങി മേശപ്പുറത്തുവെച്ചു. മേശവലിപ്പു തുറന്നപ്പോഴാണ റിഞ്ഞത്, കാർബണും പേപ്പറും ഒക്കെ തീർന്നുപോയിരിക്കുന്നു.

പ്യൂൺ ലീവാണ്. ഉണ്ടായിരുന്നെങ്കിൽ ചീട്ടെഴുതിക്കൊടുത്താൽ മതി യായിരുന്നു. ഇനി നേരിട്ടു ചെന്നു വാങ്ങണം.

റെക്കോർഡ് ബിൽഡിങ്ങിനടുത്താണ് സ്റ്റേഷനറിയുടെ സ്റ്റോർറൂം.

കടലാസുതുണ്ടിൽ ഇന്റന്റ് ടൈപ്പു ചെയ്തു.

ഇതേവരെ സ്റ്റേഷനറീറൂമിൽ പോയിട്ടില്ല. പ്യൂൺ ചിലപ്പോൾ നാളെയും ലീവായിരിക്കും.

സൂപ്രണ്ടിന്റെ ഇനീഷ്യൽ വാങ്ങി പുറത്തു കടന്നു.

വരാന്തയിലൂടെ നടന്ന്, വളവു തിരിയുമ്പോൾ പുറകിൽനിന്നും വിളി കേട്ടു.

"വാസന്തീ!"

മിസിസ്സ് നായരാണ്.

"ഈ മാസത്തെ സബ്സ്ക്രിപ്ഷൻ തന്നില്ലല്ലോ."

വിരൽ കടിച്ചു ഒന്നാംതീയതി തന്നെ കൊടുക്കണമെന്നു കരുതിയ താണ്. അതു മറന്നു.

"മറന്നുപോയി... നാളെ എത്തിക്കാം."

അവർ തലയാട്ടി ഇടതുഭാഗത്തുള്ള സെക്ഷനിലേക്കു പോയി.

മിസിസ്സ് നായർ ലേഡീസ് ക്ലബ്ബിന്റെ സെക്രട്ടറിയാണ്. തുന്നലും പാട്ടും അവർക്കറിയാം. കുറേക്കാലം അവർ ബോംബെയിലായിരുന്നു. ഇങ്ങോട്ടു മാറ്റംകിട്ടി വന്നിട്ടധികമായിട്ടില്ല. ഭർത്താവിനു സോഷ്യൽ വെൽഫെയർ ഡിപ്പാർട്ടുമെന്റിലാണു ജോലി.

വെളുത്ത വയർ വളരെയധികം പുറത്തുകാട്ടി, മുടി ബോബുചെ യ്ത്, ഭർത്താവിനോടൊപ്പം സ്കൂട്ടറിൽ വന്നിറങ്ങുന്ന ഒരു സ്ത്രീയുണ്ട്, രാഗിണിക്കുട്ടി, ലേഡീസ് ക്ലബ്ബിന്റെ പ്രസിഡന്റ്.

ഹോസ്റ്റലിൽ പലർക്കും അവരെക്കുറിച്ചു മോശമായ അഭിപ്രായ മാണ്.

അവരും ഭർത്താവും വളരെക്കാലം ആന്തമാനിൽ ഡെപ്യൂട്ടേഷനാ യിരുന്നു. തിരിച്ചെത്തിയപ്പോൾ പഴയ വേഷമല്ല കണ്ടത്. ജാക്കറ്റിന്റെ കൈയില്ലാതായി. മുടി ബോബുചെയ്തു. ചുണ്ടിൽ ചുവപ്പിന്റെ നിറം കൂടി. വസൂരിക്കലകളുടെ പാടുകൾ മറയ്ക്കാൻ ഏതോ കട്ടികൂടിയ ഒരു സാധനം മുഖത്തു പുരട്ടിയിട്ടാണ് അവർ ഓഫീസിലേക്കു വരുന്നത്.

ഭർത്താവിനാവട്ടെ യാതൊരു മാറ്റവുമുണ്ടായില്ല. പഴയ വേഷം തന്നെ. സ്കൂട്ടർ പോലെ ഭാര്യയും ഒഴിച്ചുകൂടാൻ വയ്യാത്ത ഒരു വസ്തു വായിത്തീർന്നിരിക്കുന്നു എന്നുമാത്രം.

പൂട്ടിയിട്ട റെക്കോർഡ് മുറിയുടെ വാതില്ക്കൽ കിടന്നിരുന്ന പട്ടി എഴുന്നേറ്റോടി. ദൂരെ, മതിലിനരികെ കടലാസു കത്തിച്ച ചാരത്തിൽച്ചെന്നു ചുരുണ്ടുകിടന്നു.

ജപ്പാൻ ഓടമറകൾ തൂക്കിയിട്ട സ്റ്റേഷനറി റൂമിന്റെ ചവിട്ടുപടികൾ കയറി. ഇരുവശത്തും പൊളിക്കാത്ത വീഞ്ഞപ്പെട്ടികൾ അടുക്കിവെച്ചിരിക്കുന്നു.

തലയിൽ കടലാസ് ചുമടുമായി പടിയിറങ്ങിവന്ന ഒരു കാക്കിക്കുപ്പായക്കാരനെ കടലാസുതുണ്ടു കാണിച്ചപ്പോൾ അയാൾ തിരിഞ്ഞു ചൂണ്ടിക്കാട്ടി പറഞ്ഞു:

"ആ ക്ലാർക്കിന്റെ കൈയിൽ കൊടുത്താൽ മതി."

കോണിപ്പടിക്കു താഴെ പുറംതിരിഞ്ഞിരിക്കുകയായിരുന്നു വെള്ളഷർട്ടുകാരൻ ക്ലാർക്ക്.

കസേരയ്ക്കു തൊട്ടുപുറകിൽ നിന്ന്, നിലത്തു കാലുരച്ചു ശബ്ദമുണ്ടാക്കി.

വെള്ളഷർട്ടുകാരൻ തിരിഞ്ഞു നോക്കി.

രോമം പറ്റിനില്ക്കുന്ന കവിളിൽ ദൃഷ്ടികൾ പതിഞ്ഞു. നേരിയ പുരികം. നെറ്റിയിലെ വടു.

"വിജയൻമാഷ്."

പെട്ടെന്നു നാവിൻതുമ്പിൽനിന്നും പേരു പുറത്തുവീണു.

പിൻകഴുത്തിലെ വിയർപ്പുതുടച്ചു കടലാസുതുണ്ടു നീട്ടി ഒരല്പം നേരം നിന്നു.

അയാൾ ചോദിച്ചു:

"വാസന്തിയും ഇതിനകത്തു വന്നുപെട്ടോ?"

എന്നിട്ടയാൾ ചിരിച്ചു.

പഴയ ആ ചിരി തന്നെ.

മൂന്നുമാസം തന്നെ പഠിപ്പിച്ചതാണ്. രുഗ്മിണി ടീച്ചർ പ്രസവാവധിക്കു പോയപ്പോൾ എംപ്ലോയ്മെന്റിൽനിന്നും മൂന്നുമാസത്തേക്കു നിയമിച്ച വിജയൻ എന്ന ചെറുപ്പക്കാരനായ മാസ്റ്റർ എല്ലാ വിദ്യാർത്ഥികളുടെയും ശ്രദ്ധയാകർഷിച്ചിരുന്നു. കണക്കുക്ലാസിൽ കയറിയിരുന്നതുതന്നെ വശ്യമായ ഒരുപുഞ്ചിരിയോടെയാണ്. അല്പം തടിവെച്ചിട്ടുണ്ടെന്നതിൽ കവിഞ്ഞു യാതൊരു മാറ്റവുമില്ല.

"വാസന്തി ഇവിടെ വന്നിട്ടെത്രനാളായി?"

"രണ്ടുമാസം കഴിഞ്ഞു."

"ഇതുവരെ കാണാൻ പറ്റിയില്ലല്ലോ."

"ഞാൻ ഇങ്ങോട്ടു വരാറില്ല."

കടലാസുതുണ്ടു വാങ്ങി രജിസ്റ്ററിൽ ചേർത്തശേഷം കോളിങ് ബെല്ലിൽ വിരലമർത്തി.

കാക്കിക്കുപ്പായക്കാരൻ കടലാസുതുണ്ട് വാങ്ങി സ്റ്റോർ റൂമിലേക്കു പോയി.

ബഹുമാനത്തോടെ ചോദിച്ചു:

"വിജയൻമാഷിവിടെ വന്നിട്ടെത്രയായി?"

"ഒരു കാര്യം... മാഷ് കീഷ്ന്നൊന്നും വിളിക്കണ്ട. അതൊക്കെ

സ്കൂളില്.. അതു സമ്മതിക്കാമെങ്കിൽ പറയാം."

"ശരി."

"ഞാൻ വന്നിട്ട് രണ്ടരക്കൊല്ലം കഴിഞ്ഞു."

പേന മേശപ്പുറത്തു വെച്ചു വിജയൻ ചോദിച്ചു:

"വാസന്തി എവിടെ താമസിക്കുന്നു?"

"വനിതാ സദൻ."

കാർബണും കടലാസും വന്നു. മടക്കി ഇടതുകൈയിൽ പിടിച്ചു.

ഇനിയെന്താണു പറയാനുള്ളത്. നാലു കൊല്ലങ്ങൾക്കുശേഷം തന്നെ പഠിപ്പിച്ച ഒരു മാസ്റ്ററെ കാണുന്നു. ചെറുപ്പക്കാരനായതുകൊണ്ടു മാസ്റ്റർ എന്നു വിളിക്കുന്നത് അദ്ദേഹത്തിനിഷ്ടമല്ല.

"ഞാൻ പോട്ടെ."

"ശരി– ഇപ്പോഴെങ്കിലും കണ്ടതിൽ സന്തോഷിക്കുന്നു."

വിജയൻ രജിസ്റ്റർ തുറന്ന് എഴുതിത്തുടങ്ങി.

തിരിഞ്ഞു നടന്നു.

നഷ്ടപ്പെട്ട സ്കൂൾ ജീവിതം.

ഇപ്പോൾ വളരെ അകലെ വന്നുപെട്ടിരിക്കുന്നു. മാസ്റ്ററും വിദ്യാർത്ഥിയും. ഇവിടെ ആ ബന്ധമില്ല. കോവർക്കർ മാത്രം.

നാട്ടിൽനിന്നും കടപുഴക്കി എറിയപ്പെട്ടിരിക്കുകയാണോ? നാട്ടിനടുത്തെവിടെയെങ്കിലും ഒരു ജോലി കിട്ടിയിരുന്നെങ്കിൽ വയസ്സുകാലത്ത് അച്ഛനൊരു താങ്ങാവുമായിരുന്നു. തങ്കം വേണ്ടത്ര ശ്രദ്ധിക്കില്ല. അവൾക്കെപ്പോഴും വർത്തമാനം അല്ലെങ്കിൽ വായന.

സെക്ഷനിൽ കയറിച്ചെന്നപ്പോൾ സൂപ്രണ്ട് മേശപ്പുറത്തുണ്ടായിരുന്ന ഒരു ലെറ്റെടുത്തു നീട്ടി.

"ഒരു എക്സ്പ്രസുണ്ട്."

കാർബൺ മേശവലിപ്പിൽ വെച്ച്, കസേരയിലിരുന്ന് കത്തു പൊട്ടിച്ചുവായിച്ചു. ചുറ്റുമുള്ള കണ്ണുകൾ തന്നെ ശ്രദ്ധിക്കുകയാണ്.

കത്തു മടക്കിയപ്പോൾ അയ്യപ്പൻനായർ ചോദിച്ചു:

"എന്താ വിശേഷം?"

"ഒന്നുമില്ല."

അച്ഛന്റെ കത്താണ്. എന്താണു ചെയ്യേണ്ടത്? തങ്കത്തിന് ഒരാലോചന വന്നിരിക്കുന്നു. ഡൽഹിയിലാണത്രെ ജോലി. അവർ നാളെ വീട്ടിലേക്കു വരുന്നുണ്ട്. കത്തു കിട്ടിയ അന്നുതന്നെ പുറപ്പെട്ടുവരണം.

ആറിനോ ഏഴിനോ ഉള്ള ഫാസ്റ്റിൽ കയറിയാൽ പുലരുന്നതിനു മുമ്പു വീട്ടിലെത്താം.

തനിക്കു പോകാതിരിക്കാൻ പറ്റില്ല. എന്തു പ്രതിബന്ധങ്ങളുണ്ടെങ്കിലും നാളെ എത്തിയേതീരൂ. ഇല്ലെങ്കിൽ നാളുകൾക്കു ശേഷം നാട്ടുകാർക്കിടയിൽ സംസാരം പൊന്തും.

ഏട്ടത്തിയിരിക്കുമ്പോൾ അനിയത്തി. അവൾക്കും വിഷമമുണ്ടാവില്ലേ?

ഏട്ടത്തിക്കു വിരോധമില്ലെങ്കിലും നാട്ടുകാർക്കു വിരോധമുണ്ട്.

താൻ മൂത്തവളാണ്. കുടുംബത്തെ ശ്രദ്ധിക്കേണ്ടവളാണ്. രണ്ടുദിവസത്തെ അവധിക്കെഴുതിക്കൊടുക്കാം. അതിനടുത്ത ദിവസം ഞായറാഴ്ചയാണ്.

എഴുന്നേറ്റു.

നേരെ അന്നമ്മയുടെ സെക്ഷനിലേക്കു നടന്നു.

തൊട്ടടുത്തിരിക്കുന്ന ഒരു ചെറുപ്പക്കാരനുമായി എന്തോ പറഞ്ഞു രസിക്കുകയായിരുന്നു അന്നമ്മ. തന്നെ കണ്ടില്ല. ഒടുവിൽ എതിരെ ഇരിക്കുന്ന ഒരു സ്ത്രീയാണ് ചൂണ്ടിക്കാണിച്ചത്. അന്നമ്മ ധൃതിയിൽ നടന്നു വന്നു.

"എന്താ?"

"എനിക്കിന്നു വീട്ടിൽ പോകണം."

"ഉം... എന്താ വിശേഷം?"

"നത്തിങ്... സിസ്റ്ററിന് ഒരു പ്രൊപ്പോസൽ വന്നിരിക്കുന്നു.. നാളെ അവർ കാണാൻ വരുന്നുണ്ടത്രെ."

അന്നമ്മ അർത്ഥം വച്ച് കണ്ണുകൾ പാതിയടച്ച് കുസൃതിച്ചിരിയോടെ പറഞ്ഞു.

"ഓവർടേക്ക്!"

"സാരമില്ല."

"ഏതിനാണ് പോകുന്നത്?... ട്രെയിനിനോ ബസിനോ?...ബസിനാണു സൗകര്യം."

"ടിക്കറ്റു ബുക്ക് ചെയ്യേണ്ടെ."

"അതു ഞാൻ പ്യൂൺ ഖാദറിന്റെ കൈയിൽ കൊടുത്തയക്കാം... പണം എന്റെ കൈയിലുണ്ട്."

"വേഗം വേണം."

"ശരി... വടക്കഞ്ചേരിക്കല്ലേ?"

"അതേ."

താഴെക്കിറങ്ങുമ്പോൾ തങ്കം മനസ്സിൽ നിറഞ്ഞുനില്ക്കുകയായിരുന്നു. ഇതൊന്നു ശരിയായാൽ ഒരു വലിയ ഭാരം കുറഞ്ഞുകിട്ടി അച്ഛന്.

അച്ഛൻ പ്രായം തികഞ്ഞ പെണ്മക്കൾക്കു വേണ്ടി ഉണ്ടാക്കിയ സമ്പാദ്യം ബാങ്കിലുണ്ട്. തൊള്ളായിരത്തിൽ ചില്വാനം രൂപ.

കസേരയിൽ വന്നിരുന്ന് ജി ഒയുടെ കോപ്പി ടൈപ്പു ചെയ്തു.

കാൽപ്പായക്കടലാസിൽ കാഷ്വൽ ലീവിനുള്ള അപേക്ഷ ടൈപ്പു ചെയ്തു. കാരണം മാറ്റിപ്പറഞ്ഞു. ഒരു ഭാഗം നടക്കുന്നു. ഇല്ലെങ്കിൽ അന്നമ്മ കളിയാക്കിയതുപോലെ എല്ലാവരും കളിയാക്കും.

ലീവപേക്ഷ കൊടുത്തപ്പോൾ സൂപ്രണ്ടു ചോദിച്ചു:

"തിങ്കളാഴ്ച വരുമല്ലോ?"

"വരും."

സ്വാമി അപേക്ഷ മേശയ്ക്കുള്ളിൽ വെച്ചു.

"ഒരു മണിക്കൂർ നേരത്തേ പോകണം."

"യെസ്."

മെഷീൻ കവർകൊണ്ടു മൂടി. മേശവലിപ്പടയ്ക്കുന്നതു കണ്ടപ്പോൾ ജോണി ചോദിച്ചു:

"നേരത്തെ പോകുന്നോ?"

"വീട്ടിലേക്കു പോകുന്നു."

"എന്നു വരും?"

"തിങ്കളാഴ്ച."

വാതില്ക്കലെത്തിയപ്പോഴേക്കും അന്നമ്മ വന്നു.

"ടിക്കറ്റു കിട്ടിയോ?"

"കിട്ടി... അഞ്ചിനാണ്. വേഗം പോണം."

ടിക്കറ്റു വാങ്ങി ടവ്വലിന്റെ മടക്കിൽ വെച്ചു.

"ഞാനും വരുന്നു. ബസിനു പോകാം."

തിരക്കുകുറഞ്ഞ ബസിൽ കയറി ഹോസ്റ്റലിന്റെ നടയിൽ ഇറങ്ങി.

അന്നമ്മയുടെ എയർബാഗാണെടുത്തത്. തന്റെ എയർബാഗിന്റെ സിബ്ബ് വിട്ടുപോയിരിക്കുന്നു.

സാരിയും ജാക്കറ്റും എടുത്തുവെച്ചു. ജോലി കിട്ടിയ ശേഷം ആദ്യ മായി നാട്ടിലേക്കു പോവുകയാണ്. ഒന്നും വാങ്ങാൻ സമയമില്ല.

പേഴ്സിൽ ഇരുപതുരൂപയുണ്ട്. ധാരാളം മതി. അന്നമ്മയ്ക്കു വന്നിട്ടു കൊടുക്കാം.

"ഇറങ്ങാം."

മുറി പൂട്ടി.

മേട്രൻ തെങ്ങിൻതടത്തിലിരുന്നു കാലിൽ ചൂടുവെള്ളം ഒഴിക്കുക യാണ്.

"ഞാൻ വീട്ടിലേക്കു പോകുന്നു. അത്യാവശ്യമാണ്."

ചൂടുവെള്ളത്തിന്റെ അസഹ്യമായ ചൂടിൽ പല്ലു കടിച്ചുകൊണ്ടാണ വർ ചോദിച്ചത്:

"ഒറ്റയ്ക്കേ ഉള്ളോ?"

"അതെ."

അവർ പതുക്കെയാണു മൂളിയത്.

നടന്നു.

ഗെയ്റ്റ് കടന്നപ്പോൾ അന്നമ്മ പറഞ്ഞു:

"ഞാൻ അടുത്താഴ്ച ക്രിസ്മസിനു പോകും."

തനിക്കു ലീവ് കൂടുതൽ വേണമെങ്കിൽ ചെന്നയുടനെ അന്നമ്മയ്ക്കെ ഴുതാം. സമയം അഞ്ചാവാൻ പോകുന്നു. ബസ് സ്റ്റോപ്പിൽ തിരക്കു വർദ്ധിച്ചു തുടങ്ങി.

മതിലിനരികുപറ്റി നിന്നു.

അന്നമ്മ ചുമലിൽ പിടിച്ചു വീണ്ടും കളിയാക്കുന്ന സ്വരത്തിൽ പറഞ്ഞു:

"ഏട്ടത്തിക്കും അനുജത്തിക്കും ഒരുമിച്ചു നടത്തിക്കൂടേ?"

ചിരിച്ചു നിന്നതേയുള്ളൂ.

ദൂരെ ബസിന്റെ ചുവപ്പുനിറം കണ്ടു.

അന്നമ്മ പറഞ്ഞു:

"അതായിരിക്കും."

ബസടുത്തെത്തിക്കഴിഞ്ഞിരുന്നു. അതുതന്നെ.

കിതപ്പോടെ റോഡരികിലേക്കു നീങ്ങി. ബസുനിന്നപ്പോൾ അന്നമ്മയോടു പറഞ്ഞു:

"പോട്ടെ.... നാളെത്തന്നെ എഴുതി ഇടാം."

ഫുട്ബോർഡിൽ കയറി, കമ്പിയിൽ പിടിച്ചു പന്ത്രണ്ടാമത്തെ സീറ്റിൽ ചെന്നിരുന്നു.

അന്നമ്മ ബസിനരികെ വന്നു നിന്നു. തൊട്ടുമുമ്പിലുള്ള സീറ്റിലിരിക്കുന്ന ഒരാളെ നോക്കി അന്നമ്മ ചിരിക്കുന്നതു കണ്ടപ്പോഴാണു ശ്രദ്ധിച്ചത്.

– വിജയൻ!

വിജയൻ തല ചെരിച്ചു നോക്കി ചോദിച്ചു:

"വീട്ടിൽ പോകുന്നോ?"

"അതേ."

"വിജയൻ എവിടേക്കാ?"

അന്നമ്മയാണു ചോദിച്ചത്.

"കോട്ടയം വരെ... അവിടെ അങ്കിളുണ്ട്."

അന്നമ്മ മുഖത്തേക്കു നോക്കി.

ബെല്ലടിച്ചു.

"പോട്ടെ."

"ശരി."

ബസ് പാഞ്ഞു.

അഞ്ച്

തകിലിന്റെയും നാഗസ്വരത്തിന്റെയും ശബ്ദത്തിന്റെ ലഹരിയിൽ തുള്ളിച്ചാടുന്ന കുട്ടികളെ നോക്കി നിന്നു.

അല്പനേരം കഴിഞ്ഞപ്പോൾ ആ നില്പ് അപകടമാണെന്നു തോന്നി. ആരെങ്കിലും കണ്ടാൽ...

അകത്ത് തങ്കത്തിനെ അണിയിച്ചൊരുക്കുന്ന മുറിയിൽ ചെന്നിരിക്കേണ്ട താൻ, ഇവിടെ ഈ മങ്ങിയ ഇരുട്ടിൽ നില്ക്കുന്നതിന്റെ ഉദ്ദേശ്യമെന്താണ്?

ആലോചിച്ചു. ഇന്നലെ രാത്രി മുഴുവനും ആലോചിച്ചു. ഉച്ചത്തിൽ എല്ലാവരും കേൾക്കെ വിളിച്ചുപറയാം.

എനിക്കു ദുഃഖമില്ല.

പക്ഷേ, ഇന്നലെ പുഴയിൽവെച്ച് കുഞ്ഞിക്കുട്ടിയും പത്മാവതിയും അതു സൂചിപ്പിച്ചു, വളരെ ഭംഗിയായി. കേൾക്കാത്തമട്ടിൽ വർത്തമാനത്തിന്റെ വഴിതിരിച്ചു.

ഏട്ടത്തിയിരിക്കുമ്പോൾ അനുജത്തിയുടെ വിവാഹം. അതു നടക്കാത്തതല്ല. പല സ്ഥലത്തും നടക്കുന്നുണ്ടല്ലോ.

തങ്കത്തിനു യോജിച്ച ഒരു ഭർത്താവിനെ കിട്ടി. ഡൽഹിയിൽ അയാൾക്കു കമ്പനിവക ക്വാർട്ടേഴ്സുണ്ട്. മറ്റന്നാൾ അവളെയും കൊണ്ടുപോകുന്നു. രണ്ടുമാസത്തെ ലീവ് കഴിയാറായി. പ്രൊഡക്ഷൻ ടൈമായതുകൊണ്ട് കൂടുതൽ ലീവ് കിട്ടാൻ പ്രയാസമാണ്.

പെട്രോമാക്സിന്റെ വെളിച്ചം മുറിയുടെ ഒരറ്റത്തുനിന്നു എത്തിനോക്കുന്നു.

എല്ലാം വളരെ പെട്ടെന്നു തീരുമാനിക്കേണ്ടിവന്നു. ഒരാഴ്ചകൊണ്ടൊരു കല്യാണം. അച്ഛൻ സ്വന്തം ശരീരസ്ഥിതി നോക്കാതെ ഓടി

നടന്നു. ആയിരംരൂപയിൽ ഒതുക്കാൻ അച്ഛൻ വളരെ പാടുപെടുകയാണ്. വളരെ കുറച്ചുപേരെ മാത്രമേ ക്ഷണിച്ചിട്ടുള്ളൂ. തറയടക്കം വിളിച്ചു സദ്യ നടത്തണമെങ്കിൽ രൂപാ മൂവായിരം വേണം.

"വാസന്തീ."

കാവേരിയമ്മയാണ്. വിളി കേൾക്കാതിരുന്നാലോ? ഇവിടെ നില്ക്കുമ്പോൾ അല്പം സ്വസ്ഥത ലഭിക്കുന്നു. മറ്റുള്ളവരുടെ മുഖത്തു നോക്കാതിരിക്കുകയാണു നല്ലത്. സഹതാപത്തിന്റെ മുള്ളുകൾ.

"എവിടെ വാസന്തി?"

"എന്താ?"

വിളി കേട്ടു ഇടനാഴിയിലേക്കു ചെന്നു. കാവേരിയമ്മ നിലവിളക്കു തുടയ്ക്കുകയാണ്.

"എന്താ വല്യമ്മേ?"

അവരെ ചെറുപ്പം മുതൽ വലിയമ്മ എന്നാണു വിളിച്ചു ശീലിച്ചിട്ടുള്ളത്.

"ശങ്കരിയമ്മ ദാ വടക്കുപുറത്തു വന്നിരിക്കുന്നു..പായ കൊടുക്ക്."

മൂലയിൽ മടക്കിവെച്ച പുല്പായയെടുത്തു വടക്കുപുറത്തേക്കു നടന്നു.

ശങ്കരിയമ്മ കുഞ്ഞേടത്തിയുമായി സംസാരിച്ചു നില്ക്കുകയാണ്.

തിണ്ണയിൽ പായ വിരിച്ചു.

"ഇരിക്കൂ ശങ്കരിയമ്മേ."

സ്വർണ്ണപ്പല്ല് പുറത്തുകാട്ടി ചിരിച്ചു. അവർ ആകെ ഒന്ന് ഉഴിഞ്ഞു നോക്കി പായയിൽ ഇരുന്നു പറഞ്ഞു:

"വാസന്ത്യേ കണ്ടിട്ട് ഒരുപാടുനാളായല്ലോ. ആ വഴിക്കൊന്നു വന്നൂടേ?"

തൂണിൽ ചാരിനിന്ന് മുണ്ടിന്റെ കോന്തല പിടിച്ചു തിരിച്ചു.

"സമയം കിട്ടുന്നില്യാ."

"താമസമൊക്കെ സുഖമല്ലേ?"

"അതെ."

"ഭാസ്കരന് ഒന്നോ രണ്ടോ മാസത്തിനകം അങ്ങട് മാറ്റം കിട്ടുംന്ന് എഴുത്തുണ്ട്... പ്രമോഷനാണ്."

"ഇപ്പോ കോഴിക്കോടല്ലേ?"

"അതെ."

ശങ്കരിയമ്മയ്ക്ക് ഒരു മകനേയുള്ളൂ. കോഴിക്കോട് പി ഡബ്ല്യു ഡി ഓഫീസിലാണ് ജോലി. പുഴയിലേക്കു പോകുന്ന വഴിയിലാണ് ശങ്കരിയമ്മയുടെ വീട്. കളപ്പുരയും വീടും ഒന്നുതന്നെയാണ്. കുട്ടിശങ്കരമേനോൻ ധാരാളം സമ്പാദിച്ചു. എല്ലാ സ്വത്തിനും അവകാശി ഭാസ്കരൻ തന്നെ.

കുഞ്ഞേടത്തി അവരുടെ വീട്ടിൽ പണ്ടു നടന്ന ഒരു കല്യാണത്തെപ്പറ്റി വിവരിക്കുകയാണ്.

അവിടെനിന്നും പതുക്കെ മാറി. വലിയകത്തും മുറ്റത്തും തിരക്കാണ്.

പെൻഷൻപറ്റിയ ഒരു സർക്കിൾ ഇൻസ്പെക്ടർ വന്നിട്ടുണ്ട്. അച്ഛന്റെ ഒരകന്ന ബന്ധത്തിൽപ്പെട്ട ഒരു പഞ്ചായത്താഫീസറും മുറ്റത്തു കസേരയിൽ ഇരിക്കുന്നു.

ബന്ധുക്കളെന്നു പറയാൻ ആരും തന്നെയില്ല. അച്ഛനും മക്കളും ഒറ്റപ്പെട്ടു നില്ക്കുന്നു. അമ്മ പോയതോടെ എല്ലാം തകർന്നു. ഇന്നലെ രാത്രിയും അച്ഛൻ അമ്മയെപ്പറ്റി പറഞ്ഞു കണ്ണു തുടയ്ക്കുന്നതു കണ്ടു. വാതിലിന്റെ മറവിൽനിന്നു താനും കരഞ്ഞു. കരഞ്ഞിട്ടു ഫലമില്ലെന്നറിയാം. പറമ്പിന്റെ മൂലയിൽ ഇപ്പോഴും ആ വാഴയുണ്ട്. അവിടെയാണ് അമ്മയെ ദഹിപ്പിച്ചത്.

നാഗസ്വരത്തിന്റെയും തകിലിന്റെയും ഈണം മാറി. മുഹൂർത്തത്തിനുള്ള സമയം അടുത്തുവരുന്നു. ഏഴരയ്ക്കും എട്ടരയ്ക്കുമിടയിൽ അതു നടക്കും.

അച്ഛന് ആശ്വസിക്കാം. ഒരു ഭാരം കുറഞ്ഞു. ഇനി ഒന്നേയുള്ളൂ അതൊരു ഭാരമാണോ?

മിനിഞ്ഞാന്നു സന്ധ്യക്കു അച്ഛൻ തന്മയത്വത്തോടെ അതു സൂചിപ്പിച്ചു. ഏട്ടത്തി ഇരിക്കുമ്പോൾ അനിയത്തിയെ കൊടുക്കേണ്ടിവന്ന സന്ദർഭം.

അപ്പോഴും തനിക്കു പറയാനുണ്ടായിരുന്നു.

എന്നെക്കുറിച്ചാരും വ്യസനിക്കണ്ട. ഞാൻ ആരെയും സങ്കടപ്പെടുത്തുകയില്ല.

വീണ്ടും മങ്ങിയ ഇരുട്ടിലാണ് താൻ വന്നെത്തിയിരിക്കുന്നത്. ബഹളത്തിൽനിന്നും ഓടിയൊളിക്കുന്ന മനസ്സ്.

ഉരുളിയിൽ ചട്ടുകമിട്ടുരുട്ടുന്ന ശബ്ദം ഇവിടെ നിന്നാൽ കേൾക്കാം. പത്തിരുന്നൂറു പേർക്ക് സദ്യയൊരുക്കണം.

പന്തലിനപ്പുറം കൂവളമരച്ചുവട്ടിലിട്ടിട്ടുള്ള മരബെഞ്ചിലിരുന്ന് അംശം അധികാരി നാട്ടിലെ രാഷ്ട്രീയ സ്ഥിതിയെപ്പറ്റി സംസാരിക്കുന്നു.

അച്ഛൻ കുട്ടിശങ്കരമേനോന്റെ അടുത്തു നില്ക്കുകയാണ്. അച്ഛനു പലതും പറയാനുണ്ടാവും– തങ്കത്തിന്റെ ഭർത്താവിനെപ്പറ്റി; അയാളുടെ കുടുംബമഹിമയെപ്പറ്റി; നഗരത്തിൽ തനിക്കു കിട്ടിയ അന്തസ്സുള്ള ജോലിയെപ്പറ്റി;

എല്ലാം മൂളിക്കേൾക്കാൻ ആരെങ്കിലും ഉണ്ടായെന്നുവരും, ഓരോ ദിവസവും.

കരയുന്ന കുട്ടിയെ തോളിലിട്ട് കല്യാണിയമ്മയുടെ മകൾ അങ്ങോട്ടുമിങ്ങോട്ടും നടക്കുന്നു.

എന്തിനാണിവിടെ നില്ക്കുന്നത്? അപ്പുറത്തു ധാരാളം സ്ത്രീകളുണ്ട്. സമപ്രായക്കാരികളാണ്. അവരോടെന്തെങ്കിലും സംസാരിച്ചു നിന്നുകൂടേ? തനിക്കാണെങ്കിൽ നഗരത്തെപ്പറ്റിയും ഓഫീസിനെക്കുറിച്ചും ഹോസ്റ്റലിനെപ്പറ്റിയും പലതും പറയാനുണ്ടാവും.

എന്താണൊന്നിനും തോന്നാത്തത്? ഈ മൗഢ്യം മറ്റുള്ളവർ മറ്റൊരുതരത്തിൽ വ്യാഖ്യാനിക്കും.

അവളും ഒരു പെണ്ണല്ലേ? അനിയത്തീടെ കഴുത്തിൽ താലി വീഴുന്നതു നോക്കിനില്ക്കാൻ കഴിവുണ്ടായെന്നുവരില്ല.

തെറ്റാണ്. ആ വിധത്തിലുള്ള ആ അർത്ഥം വരുന്ന ദുഃഖം തന്റെ മനസ്സിനെ തീണ്ടിയിട്ടുപോലുമില്ല.

മുഹൂർത്തം ഒന്നു പെട്ടെന്നു കഴിഞ്ഞുകിട്ടിയിരുന്നെങ്കിൽ...

തനിക്കെന്താണസുഖം? ഒന്നുമില്ല. ഈ അസ്വാസ്ഥ്യം എവിടെനിന്നുണ്ടാവുന്നു? ഇരുട്ടിനോടുള്ള ഈ സ്നേഹത്തിനു കാരണമെന്താണ്?

ഇവിടെ നില്ക്കുന്നതുതന്നെ തെറ്റാണ്. പുറത്തുകടന്ന് ആൾത്തിരക്കിനിടയിൽ ചെന്നിരിക്കാം. മനസ്സുണരുകയില്ല.

വാതില്ക്കലെത്തിയപ്പോൾ കാവേരിയമ്മ കുടം ഒക്കത്തുവെച്ചു വെള്ളത്തിനു പോകുന്നതു കണ്ടു.

അരികിൽച്ചെന്നു കുടത്തിൽ കൈവെച്ചു പറഞ്ഞു:

"വല്യമ്മേ ഞാൻ കോരിക്കൊണ്ടുവരാം."

അവരും സഹതാപത്തോടെ ഒന്നു നോക്കി കുടം കൈയിൽ തന്നു.

അവർ മുഖത്തുനിന്നും കണ്ണെടുക്കാതിരുന്നപ്പോൾ സഹിക്കാൻ കഴിഞ്ഞില്ല. എല്ലാം അതിൽ അടങ്ങിയിരിക്കുന്നു. ആ വികാരത്തെ പെറുക്കിയെടുത്തു വാക്കുകളാക്കാം.

– വിധി.

ഇന്നു സന്തോഷിക്കേണ്ടതാണ്. മുറ്റത്തു കുട്ടികൾ ഓടിച്ചാടി നടക്കുന്നു. അച്ഛൻ അങ്ങോട്ടുമിങ്ങോട്ടും നടന്നു കാര്യങ്ങൾ അന്വേഷിക്കുന്നു.

കുടം ഒക്കത്തുവെച്ച് അടുക്കളച്ചായ്പ്പിലൂടെ പുറത്തേക്കു കടന്നു. വിറകുപുര ചുറ്റി പറമ്പിലേക്കു പോകുമ്പോൾ പാതി ചാരിവെച്ച ജനവാതിലിലൂടെ ഒരുക്കിവെച്ചിരിക്കുന്ന മണിയറ കണ്ടു. വിരിച്ച വെള്ളയിൽ മുല്ലപ്പൂ വിതറിയിരിക്കുന്നു.

തങ്കം ഭാഗ്യവതിയാണ്. ഏട്ടത്തിക്കഭിമാനിക്കാൻ വകയുണ്ട്. ആരെങ്കിലും ചോദിച്ചാൽ അനുജത്തിയുടെ ഭർത്താവിന്റെ അന്തസ്സുള്ള ഉദ്യോഗത്തെപ്പറ്റി പറയാം.

പറമ്പിന്റെ വടക്കേമൂലയിലാണു കിണർ. അവിടെ തെങ്ങിൻചുവട്ടിലിട്ടിട്ടുള്ള കരിങ്കല്ലിൽ പെട്രോമാക്സ് കത്തിച്ചുവെച്ചിട്ടുണ്ട്.

ഉണ്ണിനായർ ചെമ്പുപാത്രം കഴുകുകയാണ്. സദ്യ മിക്കവാറും ഒരുങ്ങിക്കഴിഞ്ഞു. ഗോപാലൻ തേങ്ങചിരകൽ മതിയാക്കി എഴുന്നേറ്റു.

ഉണ്ണിനായർ ചിരിച്ചു. വീണ്ടും പാത്രം തേച്ചുതുടങ്ങി. അപ്പോൾ വെളുത്ത ശരീരഭാഗങ്ങൾ തുളുമ്പുന്നു.

അറുപതു കഴിഞ്ഞിട്ടും ആരോഗ്യം നശിച്ചിട്ടില്ലാത്ത ഉണ്ണിനായർക്കു സ്വന്തക്കാരായി ആരുമില്ല. ഉറക്കം വാരിയരുടെ കളപ്പുരയിലാണ്. ഊണും അവിടെ നടക്കും. നാട്ടിൽ ഏതു സദ്യക്കും വിളിക്കാതെതന്നെ ചെന്നു സഹായിക്കുന്നു. മരിച്ചവീടുകളിൽ ആദ്യം എത്തുന്നതും ഉണ്ണിനായരു

തന്നെയാണ്. പണ്ടൊരു ചെറിയ കച്ചവടമുണ്ടായിരുന്നു. മുഖംമുറിച്ചു പറയാൻ വശമില്ലാത്തതുകൊണ്ട് കടംകൊടുത്ത് അവസാനം അതും പൊളിഞ്ഞു.

ബക്കറ്റു കിണറ്റിലിടുമ്പോൾ ഉണ്ണിനായർ ചോദിച്ചു:

"ഇപ്പോ സമയെന്തായി?"

"ഏഴാവണേള്ളൂ."

"മുഹൂർത്തായില്ലേ?"

ടോർച്ചു തെളിച്ചു അച്ചുതക്കൈമളും കാര്യസ്ഥൻ കുട്ടപ്പനും പടികടന്നു വന്നപ്പോൾ അച്ഛൻ സ്വീകരിച്ചിരുത്തി.

കുടം നിറച്ച് ഒക്കത്തുവെച്ച് ഇടതുകൈകൊണ്ട് സാരിത്തലപ്പുയർത്തിപ്പിടിച്ച് നടക്കാനാരംഭിച്ചപ്പോൾ ഉണ്ണിനായർ ചോദിച്ചു:

"ഉദ്യോഗം എങ്ങനുണ്ട്?"

"തരക്കേടില്ല."

"ഉണ്ണിമാമയ്ക്ക് ഉദ്യോഗം കിട്ട്യേവകയ്ക്കൊന്നും തന്നില്ല. ഒരിക്കെ മുറുക്കാനെങ്കിലും വാങ്ങിത്തരണം."

"തരാലോ. എപ്പ വേണെങ്കിലും തരാം."

അപ്പോൾ ഉണ്ണിനായർ മനം കുളിർക്കെ ചിരിച്ചു. "വേണ്ട കുട്ട്യേ ഇനി ഈ വീട്ടീന്ന് ഒരു കല്യാണസദ്യകൂടി ഉണ്ണാനുള്ള യോഗണ്ടായ മാത്രം മതി."

അടുത്തകാലത്തൊന്നും അതുണ്ടാവാൻ പോകുന്നില്ല. ആ കാലഘട്ടത്തെക്കുറിച്ചോർത്തിട്ടുപോലുമില്ല. കാണാൻ പറ്റാത്ത ഒരു മൂലയിൽ അതുറങ്ങിക്കിടക്കുന്നു, കിടക്കട്ടെ. ഉണർത്തരുത്. ഉറക്കം മതിയാവുമ്പോൾ താനെ ഉണരും.

അന്നമ്മയും കത്തിലൂടെ കളിയാക്കിയിട്ടുണ്ട്. കഴിയുമെങ്കിൽ അതെ പന്തലിൽവെച്ച് ഏട്ടത്തിക്കും നടത്താൻ നോക്ക്.

കത്തിന്റെ അവസാനത്തിൽ അന്നമ്മ ചോദിച്ചിരിക്കുന്നു:

–വി. എവിടെ ഇറങ്ങി?

വിജയനെക്കുറിച്ചാണ്. കോട്ടയത്തെത്തിയപ്പോൾ സംസാരിക്കാതെ തലയാട്ടി യാത്ര ചോദിച്ചാണിറങ്ങിപ്പോയത്. പാവം!

മര്യാദയുടെ അതിർത്തിവരമ്പുകളൊരിക്കലും ലംഘിക്കാത്ത ആ മനുഷ്യനെക്കുറിച്ചും അന്നമ്മയ്ക്കു പുച്ഛമാണോ?

ഓഫീസിലുള്ള മിക്ക ചെറുപ്പക്കാരെക്കുറിച്ചും പരിഹാസഭാവത്തോടെ മാത്രമെ അന്നമ്മ സംസാരിക്കൂ. നിരുപദ്രവമായ ഒരു ദുശ്ശീലം.

ക്രിസ്മസിനു വീട്ടിൽ പോയിരിക്കുകയാണ്. പാവമാണവൾ. ഒരിക്കലും ദുഃഖിച്ചുകണ്ടിട്ടില്ല.

കുടം അടുക്കളയിൽ കൊണ്ടുപോയി വെച്ചു. കുഞ്ഞുരാമൻ ചമ്രം പടിഞ്ഞിരുന്ന് ഇല തുടയ്ക്കുകയാണ്. താലികെട്ടു കഴിഞ്ഞാലുടൻ ഇടനാഴിയിലും വലിയകത്തും കോലായിലും ഇല വെക്കണം.

അച്ഛൻ അകത്തേക്കോടിവന്നു പറഞ്ഞു:

“സമയായി... പറ നിറച്ചില്ലേ?.... വിളക്കു കത്തിച്ചില്ലേ?....”

കാവേരിയമ്മ ധൃതിയിൽ വലിയകത്തേക്കോടി.

പന്തലിന്റെ നടുവിൽ, അരിമാവു കൊണ്ടണിഞ്ഞതിന്റെ പുറകിൽ പുൽപ്പായയും വെള്ളം നിറച്ച ഓട്ടുകിണ്ടിയും വെച്ചിട്ടുണ്ട്.

കുഞ്ഞുണ്ണി മാസ്റ്ററുടെ മകൻ തിണ്ണയിലിരുന്ന് അടയ്ക്ക ചെത്തുകയാണ്.

വാതില്ക്കൽ പിൻകൈയുംകെട്ടി നിന്നു. ഒന്നും ചെയ്യാനില്ല. എല്ലാം മറ്റുള്ളവർ ഏറ്റെടുത്തിരിക്കുകയാണ്.

ശങ്കരിയമ്മയും കുഞ്ഞേടത്തിയും തമ്മിലുള്ള വർത്തമാനം തുടരുന്നു. പ്രതാപത്തിന്റെ നിഴലിൽ വളർന്ന്, നഷ്ടപ്പെട്ടുപോയ സൗഭാഗ്യത്തിന്റെ കഥകൾ; പെങ്ങച്ചത്തിന്റെ കഥകൾ; അന്തസ്സിന്റെയും ആഭിജാത്യത്തിന്റെയും കഥകൾ.

കുട്ടികൃഷ്ണൻ അടുപ്പിനരികിൽനിന്നും വിയർത്തൊലിച്ച ശരീരവുമായി അടുക്കളവാതില്ക്കൽ വന്നു.

“ആ കടുകുപാത്രം ഒന്നുവേണായിരുന്നു.”

കലവറയിൽ കടന്ന്, പലകപ്പുറത്തുനിന്നും കടുകുപാത്രമെടുത്ത് കൊടുക്കുമ്പോൾ കുട്ടികൃഷ്ണനും സഹതാപത്തിന്റെ മുഖംമൂടിയണിഞ്ഞ് നോക്കി. ആ നോട്ടത്തിലും പാവം എന്ന വാക്കുണ്ടായിരുന്നു.

അടുപ്പുകളിൽ കനൽ എരിയുകയാണ്. എല്ലാം ഒരുങ്ങിക്കഴിഞ്ഞു. ഇനി കനലുകൾ സ്വയം ചൂടാറും. കാലത്തു നോക്കിയാൽ തണുത്ത കരിക്കട്ടകൾ കാണാം.

നാഗസ്വരത്തിന്റെ ശബ്ദം ഒരു സിനിമാപ്പാട്ടിന്റെ രീതിയിലേക്കു മാറിയിരിക്കുന്നു.

കുഞ്ചുനായരും അച്ഛനും കൂടെ നിറപറ താങ്ങിപ്പിടിച്ചു മുറ്റത്തേക്കിറങ്ങി.

സമയം ഇഴയുന്നു.

തങ്കം ഇപ്പോഴും കണ്ണാടിക്കു മുമ്പിലാണ്. ഇതേവരെ എത്തി നോക്കിയിട്ടില്ല. അവൾ ഒരുങ്ങിയത് തനിക്കു കാണണ്ടേ? അച്ഛനും താനും കൂടെയാണ് അപ്പുക്കുട്ടിയുടെ തുണിക്കടയിൽനിന്നും അവൾക്കു വേണ്ട സാരിയും ജാക്കറ്റും തെരഞ്ഞെടുത്തത്.

ഏട്ടത്തിക്കു ദുഃഖമില്ലെന്നു നാട്ടുകാരറിയട്ടെ.

എവിടെവെച്ചും ആർക്കും തരാവുന്ന വിലകുറഞ്ഞ വസ്തുവുണ്ടല്ലോ, സഹതാപം, അതിനെ താൻ ഭയക്കുന്നു. അതിന്റെ മുമ്പിൽ തളരുന്നു.

ഇവിടെ നില്ക്കുന്നതു തെറ്റാണ്. തങ്കത്തിനെ ചെന്നു കാണാം.

ഇടനാഴിയിലൂടെ നടന്നു. വാതിൽ പാതി ചാരിവെച്ചിട്ടുണ്ട്. തുറന്നപ്പോൾ പാർവ്വതിയും സുമയും തിരിഞ്ഞുനോക്കി.

തങ്കം തിരിഞ്ഞില്ല. അകത്തേക്കു വരുന്നവരെ അവൾക്കു കണ്ണാടിയിലൂടെ കാണാം.

തങ്കം മുഖം താഴ്ത്തി. തലയിൽ മുല്ലപ്പൂക്കൾ ചന്ദ്രക്കലയുടെ ആകൃതിയിൽ തിരുകിവെച്ചിരിക്കുന്നു.

പാർവ്വതി ചിരിച്ചു:

"ഏട്ടത്തിയെ ഒരുക്കേണ്ട അനിയത്തിയാണ്."

ചിരി സഹിക്കവയ്യാതായപ്പോൾ സുമം വായ് പൊത്തി. തങ്കം തലയുയർത്തിയില്ല.

മാരിക്കൊളുന്തിന്റെ മണം മൂക്കിൽ കയറി. ചുമരിൽ തൂക്കിയിട്ടുള്ള കലണ്ടറിലേക്ക് അല്പനേരം നോക്കിനിന്നു.

നിമിഷങ്ങളുടെ കുതിച്ചൊഴുക്ക്

പാർവ്വതി ചുമലിൽ കൈവെച്ചു ചെവിയിൽ പറഞ്ഞു:

"അച്ഛനോടു പ്രതിഷേധം അറിയിക്കണം."

ചിരിക്കാൻ തീരെ കഴിഞ്ഞില്ല. മുഖം താഴ്ത്തി നില്ക്കുമ്പോൾ അതിനേക്കാൾ അസഹ്യമായ വേദന.

"ഞാൻ പോട്ടെ... സമയമായി."

വാതിൽകടന്ന് പഴയപടി ചാരി. മുറ്റത്തു തിരക്കു വർദ്ധിച്ചിരിക്കുന്നു.

നാഗസ്വരം പെട്ടെന്നു നിന്നു.

വാതില്ക്കൽനിന്നും മാറി ജനവാതിലിലൂടെ നോക്കി. പടിക്കൽ കാർ എത്തിക്കഴിഞ്ഞിരിക്കുന്നു. വരന്റെ പാർട്ടി.

പെട്ടെന്നു പടിക്കൽനിന്നും നാഗസ്വരവും തകിലും ഉച്ചത്തിൽ ശബ്ദിച്ചു.

കാവേരിയമ്മ താലത്തിൽ മഞ്ഞൾവെള്ളവും തിരിയും കൊണ്ടോടി.

–വരവേല്പ്.

കോലായിലിരുന്നവർ എഴുന്നേറ്റ് മുറ്റത്തിറങ്ങി നിന്നു. ഇടനാഴിയിൽ തിരക്കു വർദ്ധിച്ചു. ദേഹണ്ഡക്കാർ വാഴയിലകൾക്കിടയിലൂടെ മുറ്റത്തേക്കു നോക്കി.

നടുവിൽ, ശബ്ദങ്ങളുടെ താളലയത്തിൽ, ഇളകിയ മുടിയും നെറ്റിയിൽ ചന്ദനപ്പൊട്ടുമായി തല അല്പം താഴ്ത്തി നടന്നുവരുന്നതാരാണ്?

–ബാലചന്ദ്രൻ!

വാതിലിന്റെ മറപറ്റി നിന്നു. അനുജത്തിയുടെ ഭർത്താവ്. ഇന്നുമുതൽ തന്റെ അനുജൻ.

നാലഞ്ചു വയസ്സിനു ബാലചന്ദ്രൻ തന്നേക്കാൾ മൂത്തവനാണെങ്കിലും ഏട്ടത്തിയെന്നേ വിളിക്കൂ.

സ്ത്രീകൾ പരസ്പരം കുശുകുശുക്കുന്നു കുട്ടികൾ അത്ഭുതത്തോടെ ഒരു വിചിത്രജീവിയെ എന്നപോലെ വരന്റെ മുഖത്തേക്കു തുറിച്ചുനോക്കി നില്ക്കുകയാണ്.

അച്ഛനും രാമൻനായരും രണ്ടാം മുണ്ട് അരയിൽക്കെട്ടി വരനെ പുൽപ്പായയിൽ പിടിച്ചിരുത്തി.

പടിക്കൽവെച്ചു വരന്റെ കാൽ കഴുകാൻ കൊണ്ടുപോയ ഓട്ടുകിണ്ടിയുമായി കാവേരിയമ്മ വന്നു.

തൊട്ടടുത്തെത്തിയപ്പോൾ അവർ മുഖമുയർത്തി നോക്കി. പെട്ടെന്ന് ഒന്നും പറയാതെ തല താഴ്ത്തി അടുക്കളയിലേക്കു പോവുകയും ചെയ്തു.

എന്തിനാണിങ്ങനെ ഇവരൊക്കെ നോക്കുന്നത്?

വാദ്യഘോഷങ്ങളുടെ ശബ്ദത്തിൽ ചെവിയടഞ്ഞു പോകുന്നു.

കാവേരിയമ്മ തിരിച്ചുവന്നു കവിളിൽ വിരലമർത്തി ചുമരും ചാരി നിന്നു. നിഴലുകൾക്കിടയിൽ അല്പം വെളിച്ചം അവരുടെ മുഖത്തും വീണിരുന്നു. ആ കണ്ണുകൾ സജലങ്ങളാണോ?

അയൽക്കാരി എന്നതിൽ കവിഞ്ഞ് യാതൊരു ബന്ധവുമില്ലാത്ത സ്ത്രീ. ഇവരുടെ കണ്ണുകൾ നനയുന്നതെന്തിനാണ്?

മുഹൂർത്തം അടുത്തുകഴിഞ്ഞിരിക്കുന്നു. ഇനി ഏതാനും നിമിഷ ങ്ങൾക്കകം തങ്കത്തിന്റെ കഴുത്തിൽ താലി വീഴുന്നു.

മുറ്റത്തു പെട്രോമാക്സിന്റെ വെളിച്ചത്തിൽ നിഴലുകൾ കൂടിപ്പിണ യുന്നു. വേർപെടുന്നു. തെങ്ങിൻതടം വരെ വെളിച്ചമുണ്ട്. അതിനപ്പുറം വടക്കുന്നിയിലെ വാഴത്തോപ്പാണ്. ബന്ധം മുക്കാലും അറ്റുപോയ ഉണ ങ്ങിയ വാഴക്കൈകൾ കാറ്റിലാടുന്നു.

വരൻ നിലത്തുനോക്കിയിരുന്നു സ്വപ്നം കാണുകയാണ്. ആ മുഖം വല്ലാതെ വിയർത്തിരിക്കുന്നു. ആ വിയർപ്പ് പുറത്തുള്ള ചൂടിൽനിന്നുണ്ടാ യതല്ല. അകത്തുള്ള ചൂട്!

തങ്കത്തിനെ ആനയിക്കേണ്ട സമയമായി. താൻ തൊട്ടുപുറകെ വേണ്ടതാണ്.

വയ്യ, ആ ജോലി കാവേരിയമ്മ ഏറ്റെടുത്തിരിക്കുന്നു.

വാതിൽ കരഞ്ഞു. തിരിഞ്ഞുനോക്കി.

സ്ത്രീകൾ വഴിമാറി.

വെളുത്തുതുടുത്ത കാലടികൾ നീങ്ങുന്നു. മുഖം കുനിച്ചിട്ടുണ്ട്.

നിമിഷങ്ങൾ ധൃതി പിടിച്ചോടുകയാണ്. സംഭ്രാന്തി പൗഡറിട്ടു മിനു ക്കിയ ആ മുഖത്തു സ്ഥാനം പിടിച്ചിരിക്കുന്നു.

ചവിട്ടുപടികൾ ഇറങ്ങി. കൈത്തണ്ടകൾ വിറയ്ക്കുന്നു. പാർവ്വതി ചുമലിൽ പിടിച്ചിട്ടുണ്ട്.

തങ്കം താഴെ വീഴുമോ? അതോ താനാണോ വീഴുന്നത്?

വാദ്യഘോഷങ്ങൾ കൂടുതൽ ഉച്ചത്തിൽ മുഴങ്ങി. പന്തലിൽ ആൾക്കൂട്ടം വർദ്ധിച്ചു. ഉണ്ണിനായർ തൊഴുത്തിനരികിലുള്ള മൺതിട്ടിൽ കയറിനിന്നെത്തിനോക്കുകയാണ്.

കുട്ടികൾ ശ്വാസമടക്കിപ്പിടിച്ചുകൊണ്ടു നില്ക്കുന്നു.

തങ്കം ഒരിളം കാറ്റുപോലെ നീങ്ങുകയാണ്. ബാലചന്ദ്രന്റെ വിരലു കൾ പായയിൽ അവ്യക്തരേഖകൾ വരയ്ക്കുകയാണ്.

കത്തുന്ന നിലവിളിക്കിന്റെ നാളം ഇടയ്ക്കൊന്നു ഞെളിഞ്ഞു. അകത്തു കടക്കാൻ പുറത്തു പരുങ്ങിനില്ക്കുന്ന ഇരുട്ടിനെ കണ്ടിട്ടാ വണം.

തങ്കം പായയിൽ ചമ്രം പടിഞ്ഞിരുന്നു

ദീപനാളത്തിന്റെയും പെട്രോമാക്സിന്റെയും ഇടകലർന്ന വെളിച്ചത്തിൽ ആ മുഖം വ്യക്തമായി കണ്ടു– പൂർവ്വാധികം ചുവന്നു തുടുത്തിരിക്കുന്നു.

ഈ ഇരിപ്പു കാണാനുള്ള യോഗം അമ്മയ്ക്കുണ്ടായില്ല.

തന്റെ കണ്ണുകൾ നിറയുന്നുണ്ടോ? പെറുക്കിക്കൂട്ടിയ ധൈര്യം ചിതറിത്തെറിക്കുന്നു. നിറയ്ക്കുന്തോറും ചോർന്നു പോവുന്ന ഓട്ടപ്പാത്രം.

അച്ഛനെവിടെ?

മുളംതൂണിന്നരികെ, തളർന്ന മുഖത്തോടെ, സർവ്വവും നഷ്ടപ്പെട്ട രീതിയിലുള്ള ആ നില്പ്!

വരാൻപോകുന്ന നിമിഷങ്ങളെ എതിരിടാനുള്ള കഴിവു തനിക്കുണ്ടാവുമോ?

വലിയകത്തു ചെന്നു നിന്നാലോ? ജനലിലൂടെ എല്ലാം വ്യക്തമായി കാണാം.

കാലടികൾ നീങ്ങി.

ശങ്കരിയമ്മ പുറത്തുകൈവെച്ചു:

"എല്ലാറ്റിനും ഒരു സമയണ്ട്."

തൊണ്ട ഇടറി. ശബ്ദം പുറത്തുവരുന്നില്ല. വലിയകത്തു കടന്നു.

തണുത്ത മരയഴികളിൽ പിടിച്ചുനിന്നു.

ശങ്കരിയമ്മയും തന്നെ നോവിച്ചു. കണ്ണുകൾ ഇത്ര ക്ഷണം നിറഞ്ഞുകഴിഞ്ഞോ? തുടച്ചില്ലെങ്കിൽ അതു കവിളിലേക്കൊഴുകും.

സാരിത്തുമ്പുയർത്തി തുടച്ചു.

തകിലും നാഗസ്വരവും വാശിയോടെ പിടഞ്ഞു.

നിറഞ്ഞ മിഴികളുയർത്തി നോക്കി.

അതാ ബന്ധം കുറിക്കുന്നു. താലിയുടെ കെട്ടുമുറുകി.

തിരിഞ്ഞുനിന്നു. ശരീരം വിയർത്തിരിക്കുന്നു. സാരിത്തുമ്പുകൊണ്ടു മുഖം അമർത്തിത്തുടച്ചു. ആരെങ്കിലും ഇതുകണ്ടാൽ..

പുറത്തു കാലടികൾ പെരുകി.

പുറത്തു കടന്നു.

കുഞ്ഞേടത്തി മുഖത്തേക്കു നോക്കി. മങ്ങിയ ഇരുട്ടായതുകൊണ്ട് ഈറൻകണ്ണുകൾ കണ്ടിരിക്കാനിടയില്ല.

"ലക്ഷ്മിക്കുട്ടി ഇവിടൊന്ന് അടിച്ചുവാര്."

മാധവിയമ്മയുടെ ശബ്ദമാണ്. സദ്യക്ക് ഇല വെക്കാൻ നേരമായി.

കോണിപ്പടിച്ചുവട്ടിലേക്കു മാറിയപ്പോൾ കാവേരിയമ്മ നിറഞ്ഞ കണ്ണുകൾ തുടച്ച് മുന്നിലൂടെ കടന്നുപോയി.

പെട്ടെന്നവർ തിരിച്ചുവന്നു. ചുമലിൽ കൈവച്ചു.

"മോളല്പനേരം ചെന്നു കിടക്ക്."

വിക്കിവിക്കിയാണ് പറഞ്ഞത്.

"എനിക്കൊന്നുമില്ല, വല്യേമ്മേ."

അവർ ആരോടെന്നില്ലാതെ പിറുപിറുത്തു:

“മൂത്തതിരിക്കുമ്പോ, എളേതിന്റെ എവടേം നടത്താറില്ല.”

ഇനി ഇവിടെ നിന്നാൽ തളർന്നു വീഴും.

വിറയ്ക്കുന്ന കാലടികൾ ഉയർത്തിവെച്ചു കോണിപ്പടികൾ കയറി. ഓരോ അടിവെപ്പിലും കാൽ തെറ്റി വീഴുമോ എന്നു സംശയിച്ചു.

മുകളിൽ കത്തിച്ചുവച്ച റാന്തലിന്റെ പ്രകാശത്തിൽ ഒഴിഞ്ഞ കട്ടിൽ കണ്ടു.

കമിഴ്ന്നു വീണു. തലയിണയിൽ കവിളമർത്തി. കണ്ണുകൾ നിറഞ്ഞൊഴുകുന്നു.

താഴെ പാത്രങ്ങൾ കൂട്ടിമുട്ടുന്ന ശബ്ദം.

സഹതാപത്തിന്റെ വാൾമുനയേറ്റു രക്തം ഒഴുകുന്നു.

ഒരല്പം കിടക്കട്ടെ. ഇളകിമറിഞ്ഞ ഈ കടലൊന്നു ശാന്തമാവട്ടെ.

പ്രിയപ്പെട്ട തങ്കം.

ഏട്ടത്തിക്കു ദുഃഖമില്ല. എല്ലാവരും ഏടത്തിയെ നിർബ്ബന്ധിപ്പിക്കുന്നു.

നീ ദുഃഖിച്ചേ തീരൂ.

ആറ്

പുലർച്ചയ്ക്കാണ് നഗരത്തിൽ തിരിച്ചെത്തിയത്. കഴിഞ്ഞ പതിനഞ്ചു ദിവസങ്ങൾക്കിടയിൽ പലതും മാറിയിട്ടുണ്ടെന്നു കരുതി. ഒന്നുമില്ല.

ക്രിസ്തുമസ് അവധി കഴിഞ്ഞ് എല്ലാവരും തിരിച്ചെത്തിയിരിക്കുന്നു.

പലർക്കും പലതും അറിയാനുണ്ട്. ചിലർക്ക് അനിയത്തിയുടെയും ഭർത്താവിന്റെയും ഫോട്ടോ കാണണം. മറ്റു ചിലർക്ക് വരന്റെ ഉദ്യോഗ ക്കാര്യങ്ങളാണറിയേണ്ടത്.

ഓരോ വാക്കിലും ഭയം തൂങ്ങിക്കിടക്കുന്നു. ഓരോ നോട്ടവും തന്നെ തളർത്താനുള്ളതാണ്. ഇവിടെ തിരിച്ചെത്തുമ്പോൾ ആശ്വാസം കിട്ടുമെന്നു കരുതി. സഹതാപം ഇവിടെയും മൗനമായി സഞ്ചരിക്കുന്നു.

തനിക്കു മാറ്റമൊന്നുമില്ല. അനുജത്തിക്കു പറ്റിയ ഒരു വിവാഹാലോചന വന്നു; അതു നടത്തി. അതിൽ കൂടുതലൊന്നും നടന്നിട്ടില്ല.

എന്നിട്ടും മറ്റുള്ളവർ വിശ്വസിക്കുന്നു;

താൻ നീറുകയാണ്. അനുജത്തിയുടെ വിവാഹം തന്നെ വളരെയധികം വേദനിപ്പിച്ചിട്ടുണ്ട്. അനുജത്തിക്കു വേണ്ടി ഏട്ടത്തി വഴിമാറിക്കൊടുത്തിരിക്കുന്നു.

ശുദ്ധമായ പൊള്ളത്തരം.

സ്വയം ചിന്തിച്ച് ചില തീരുമാനങ്ങളിലെത്തിയിട്ടുണ്ട്. അതനുസരിച്ച് താൻ നീങ്ങുന്നു.

പക്ഷേ, ഒരല്പം വേദനയോടെതന്നെ ഒരുകാര്യം ചിന്തിക്കേണ്ടി വരുന്നു.

തങ്കം യാത്രയാവുമ്പോൾ അച്ഛൻ കരഞ്ഞു; താൻ കരഞ്ഞു. എന്നിട്ടും എന്തേ അവൾ ഒരുതുള്ളി കണ്ണീർ പൊഴിക്കാതിരുന്നത്? സാര

മില്ല. അതു മറക്കുക. അവൾ ആ പ്രകൃതക്കാരിയാണ്. പക്ഷേ, ഈയവസരത്തിൽ അഭിനയിക്കുകയെങ്കിലും ചെയ്തില്ലെങ്കിൽ ചുറ്റും നില്ക്കുന്നവർക്കെന്തു തോന്നും? വിവാഹം കഴിഞ്ഞതോടെ അവൾ മറ്റുള്ളവരെ മറക്കാൻ തുടങ്ങുകയാണോ?–

ആ അദ്ധ്യായം മറിച്ചുതള്ളുക.

ഹോസ്റ്റലിൽ സംസാരിക്കുമ്പോഴൊക്കെ വാക്കുകളിൽ ഉത്സാഹം കുത്തിത്തിരുകി. പണ്ടില്ലാത്ത ഒരു സന്തോഷം കൈവന്നിരിക്കുന്നു എന്ന മട്ടിൽ നടന്നു.

പല്ലുതേച്ചു വന്നപ്പോൾ ഒരു പൊതി നീട്ടിക്കൊണ്ട് അന്നമ്മ പറഞ്ഞു:

"കുഴലപ്പം... ക്രിസ്തുമസിന്റെ വക."

പൊതി തുറന്ന് ഒരെണ്ണമെടുത്തു ചവയ്ക്കുമ്പോൾ അന്നമ്മ ചോദിച്ചു.

"എവിടെ ഇറങ്ങി, വിജയൻ?"

മിക്കവാറും മറന്നുകഴിഞ്ഞ ഒരു സംഗതി. അന്നമ്മയ്ക്കതിൽ പ്രത്യേക താല്പര്യമുണ്ടാവാൻ കാരണമെന്താണ്?

ജനലിനരികിൽനിന്നും സോപ്പുപെട്ടിയെടുത്തു വളരെ നിസ്സാരഭാവത്തിൽ പറഞ്ഞു:

"ഞാൻ ഉറങ്ങുകയായിരുന്നു."

തോർത്തെടുത്തു പുറത്തു കടന്നപ്പോൾ അന്നമ്മയുടെ ചിരി കേട്ടു. തിരിഞ്ഞു നോക്കിയില്ല.

ഓഫീസിലേക്കു പോകുമ്പോൾ അന്നമ്മ പറഞ്ഞു:

"വോളിബോൾ കോച്ചിങ് തുടങ്ങിയിട്ടുണ്ട്... ഞാൻ ചേർന്നു."

ഓഫീസിൽ സ്പോർട്സിനു പ്രാധാന്യം വർദ്ധിച്ചുവരികയാണ്.

ചീഫ് കൺട്രോളർ കളികളിൽ വലിയ താല്പര്യമുള്ളവനാണത്രെ. റെക്കാർഡിനടുത്തുകിടക്കുന്ന സ്ഥലം അദ്ദേഹം വന്നശേഷമാണ് വോളിബോൾ ഗ്രൗണ്ടാക്കിയത്.

സ്റ്റോർറൂമിനടുത്തുള്ള സ്ഥലവും പണ്ട് പാഴ്ച്ചെടികൾ പടർന്നുകിടക്കുകയായിരുന്നു. ഇന്നവിടം ടെന്നീസ് കോർട്ടാണ്. വൈകുന്നേരം ഓഫീസർമാർ കളിക്കുന്നതു കാണാം.

സ്പോർട്സ് ക്വോട്ടയിൽ നാലഞ്ചുപേര് എടുത്തിട്ടുണ്ട്. അവർക്കാർക്കും വേണ്ടത്ര വിദ്യാഭ്യാസമില്ല. മൂന്നുമാസത്തേക്കാണെടുത്തിരിക്കുന്നത്. നല്ല കളിയാണെങ്കിൽ തുടരാൻ സമ്മതിക്കും.

അന്നമ്മ പറഞ്ഞു.

"ഒരു മണിക്കൂർ കളിച്ചുകഴിയുമ്പോഴേക്കും വിയർക്കും.. അതുകൊണ്ട് കാലത്തു കുളിക്കാറില്ല. വൈകുന്നേരം കുളിച്ചാൽ സുഖമായി ഉറങ്ങാം."

അന്നമ്മ ഇടയ്ക്ക് വളരെ രഹസ്യമായി മറ്റൊരു കാര്യം കൂടി പറഞ്ഞു:

"കൺട്രോളറുണ്ടാക്കുന്ന ക്ലബ്ബുകളിൽ ചേർന്നാൽ പെട്ടെന്നു പ്രൊമോഷൻ കിട്ടും."

"ആരുപറഞ്ഞു?"

"മാത്യൂസ് ഓഫീസർ."

ചിരി വന്നു. ഡിപ്പാർട്ടുമെന്റൽ പ്രൊമോഷനുകൾ ക്ലബ്ബുകളിൽക്കൂടിയാണോ? അതു പറഞ്ഞുനടക്കുന്നത് കൺട്രോളറുടെ കീഴിലുള്ള ഒരു ഓഫീസർ.

മുകളിൽ എവിടെയോ ആണ് മാത്യു സഖറിയാസിന്റെ മുറി. ഇറങ്ങിവരുന്നത് കണ്ടിട്ടുണ്ട്. എപ്പോഴും മുറുക്കിക്കൊണ്ടു നടക്കുന്നു. ഇടയ്ക്കിടെ കഷണ്ടിത്തല ഉഴിയുന്നു.

മാത്യൂസ് ഓഫീസർ ചീഫ് കൺട്രോളറുടെ സ്വന്തമാണെന്നു പറയുന്നതിൽ വല്ല സത്യവുമുണ്ടോ? അന്നമ്മയോടു ചോദിച്ചപ്പോൾ അവൾ പറഞ്ഞു:

"അദ്ദേഹത്തിന്റെ സഹോദരിയുടെ ഭർത്താവിന്റെ അനുജനാണ്."

ബന്ധം അകന്നതല്ല. സ്പോർട്സ് ഓഫീസറായി മാത്യൂസിനെത്തന്നെ നിയമിക്കാനുള്ള കാരണങ്ങളിൽ ഒന്നായിരിക്കാം ഇത്.

സെക്ഷനിൽ ചെന്നപ്പോൾ സൂപ്രണ്ട് വിളിച്ചു പറഞ്ഞു:

"അർജന്റ് പേപ്പേഴ്സ് ധാരാളമുണ്ട്.."

കസേരയിൽച്ചെന്നിരുന്ന് മേശവലിപ്പുതുറന്നപ്പോൾ പച്ചക്കടലാസിൽ പൊതിഞ്ഞ രണ്ടു ചോക്ലേറ്റു കണ്ടു.

തൊട്ടപ്പുറത്തു റാക്കിൽനിന്നും ഫയൽ തിരഞ്ഞുകൊണ്ടിരുന്ന മാധവനോടു ചോദിച്ചു.

"ഏതുവകയ്ക്കാണ് ചോക്ലേറ്റ്?"

"രാമകൃഷ്ണൻസാറിനു സെലക്ഷൻഗ്രേഡു കിട്ടി.. ബ്ലോക് സെക്ഷനിലേക്കു ട്രാൻസ്ഫറായി."

രാമകൃഷ്ണനു സെലക്ഷൻ ഗ്രേഡു കിട്ടിയിരിക്കുന്നു. എൺപതു രൂപയോളം കൂടുതൽ വാങ്ങാം. കൂടുതൽ പ്രാധാന്യമർഹിക്കുന്ന സെക്ഷനിലേക്കു മാറ്റിയിരിക്കുന്നു.

ആശ്വാസം പൊടിയുന്നു. സ്വന്തം നാട്ടുകാരിയോടുള്ള സ്നേഹം ഇനി കുറച്ചു കുറയും. ഗോമതിയുടെ ചരിത്രം ആവർത്തിക്കുകയില്ല.

"പകരം ആരാണ്?"

"വാസവൻ പിള്ള."

മേശപ്പുറത്തു ഫയലുകൾ കൂടിക്കിടന്നിരുന്നു. അർജന്റ് ഫ്ളാഗ് കുത്തിയവ മാത്രം പ്രത്യേകം മാറ്റി.

കീബോർഡിൽ വിരലുകൾ വേഗതയോടെ സഞ്ചരിച്ചു. ഉച്ചയാവുമ്പോഴേക്കും കുറെയൊക്കെ തീർക്കണം.

ഏകാഗ്രതയോടെ നീങ്ങുകയായിരുന്നു.

"ചോക്ലേറ്റു കിട്ടിയില്ലേ?"

തിരിഞ്ഞു നോക്കി.

രാമകൃഷ്ണൻ. വീണ്ടും താടി വളർന്നിരിക്കുന്നു.

ഫോർമാലിറ്റി ഉപേക്ഷിക്കാൻ വയ്യ. മുഖത്തേക്കു നോക്കാതെയാണു പറഞ്ഞത്.

"കൺഗ്രാജുലേഷൻസ്."

"താങ്ക് യൂ... എന്നു വന്നു?"

"ഇന്നു പുലർച്ചെ."

"അച്ഛനു സുഖമല്ലേ?"

"അതേ... രാമകൃഷ്ണനെ അന്വേഷിച്ചതായി പറയാൻ പറഞ്ഞു."

നുണയല്ല. അച്ഛൻ അന്വേഷിച്ചു. പാവപ്പെട്ട ഒരു ചെറുപ്പക്കാരൻ എന്നാണ് അച്ഛന്റെ അഭിപ്രായം. അന്നമ്മ പറഞ്ഞ കഥകൾ അറിയാത്ത കാലത്തോളം അച്ഛന്റെ കണ്ണിൽ രാമകൃഷ്ണൻ എന്ന ചെറുപ്പക്കാരൻ പാവം തന്നെയാണ്.

അന്നമ്മ വാതില്ക്കൽവന്നു കാപ്പികുടിക്കാൻ വിളിച്ചപ്പോൾ, ഒരാശ്വാസത്തോടെ എഴുന്നേറ്റു. മറ്റെന്തോ ചോദിക്കാനുള്ള ഭാവത്തിൽ നില്ക്കുകയാണ് രാമകൃഷ്ണൻ. അതു ശ്രദ്ധിച്ചില്ല.

പുറത്തു കടന്നപ്പോൾ അന്നമ്മ ചോദിച്ചു:

"ഇയാൾക്കു പ്രൊമോഷൻ കിട്ടിയല്ലോ?"

"ഉവ്വ്."

"പിന്നെന്തിനാ പഴേ സെക്ഷനിൽ കിടന്നു തിരിയണത്?"

"ആർക്കറിയാം?"

കാന്റീനിലേക്കുനടന്നു. ചുമരിൽ പുതിയതായി കുമ്മായം തേച്ചിരിക്കുന്നു.

കാപ്പികുടി കഴിഞ്ഞ് നേരേ ക്ലബ്ബിലേക്കാണു പോയത്. തങ്കത്തിന്റെ എഴുത്തുണ്ടാവും. ചെന്നെത്തിയ ഉടൻ കത്തയക്കാൻ പറഞ്ഞിരുന്നു. അവൾ അതോർക്കുമോ ആവോ? അച്ഛന്റെ മനസ്സിൽ മറ്റാരോടും പറയാൻ പറ്റാത്ത ഒരു വേദനയുണ്ട്. അതവൾ ഉണ്ടാക്കിയതാണ്. യാത്ര പറയുമ്പോൾ കണ്ണു നനഞ്ഞില്ല.

ട്രേയിലിട്ടിരുന്ന കത്തുകളെടുത്തു നോക്കി. ഒന്നുമില്ല. നാളെ വരുമായിരിക്കും.

ശിപായി ഖാദർ മെയിൽ വരുമ്പോൾ സ്ത്രീകൾക്കുള്ള കത്തുകൾ പ്രത്യേകം എടുത്തുവെക്കുന്നു. പണ്ടതു പതിവുണ്ടായിരുന്നില്ല. നോട്ടീസ് ബോർഡിനടുത്തുള്ള കൂട്ടിൽ ഒരുമിച്ചു നിരത്തിവെക്കും. അക്കാലത്താണ്, മോളി എന്ന പെൺകുട്ടിക്ക് ആരോ അയച്ച ഒരു പ്രണയലേഖനം ഏതോ ഒരു വിരുതൻ പിടിച്ചു. ഒരു കവറിങ് ലെറ്ററോടുകൂടി ആ കത്തിന്റെ ഓരോ കോപ്പി അവൾക്കും കാമുകനും അയച്ചുകൊടുക്കുകയുണ്ടായത്രേ.

മുകളിലത്തെ നിലയിൽ ഇപ്പോഴും ആ പെൺകുട്ടിയിരുന്നു ടൈപ്പു ചെയ്യുന്നു.

അനന്തലക്ഷ്മി കടന്നുവന്നു ട്രേയിലെ കത്തുകൾ എടുത്തുനോക്കി.

അവൾ തിരിച്ചുപോയി. നനച്ചു നിറംമങ്ങിയ സാരിയാണിവൾ ചുറ്റി

യിരിക്കുന്നത്. കാലത്ത് എട്ടുമണിക്കു വന്നു തയ്യൽ പഠിക്കാൻ തുടങ്ങുന്നു.

മൂക്കുത്തിയണിഞ്ഞ, ആ കറുത്ത മുഖം ആകർഷകമല്ല. തല താഴ്ത്തി ഒരുവശം ചെരിഞ്ഞുള്ള നടത്തവും ആരേയും ആകർഷിക്കില്ല.

ഒരുപക്ഷേ, ഈ കാരണങ്ങൾകൊണ്ടാവാം അവൾ ഒറ്റപ്പെടുന്നത്. ഹോസ്റ്റലിൽ ഇന്നേവരെ ആരും ലക്ഷ്മിയെപ്പറ്റി പറയുന്നതു കേട്ടിട്ടില്ല.

പുരുഷന്മാരുടെ ദൃഷ്ടികൾ തടഞ്ഞുനിർത്താനുള്ള സൗന്ദര്യമില്ലാത്തതിനാൽ അവൾക്കു ശുദ്ധവായു ശ്വസിക്കാം. അപവാദങ്ങളും പരാതികളും അവളിൽ തട്ടുമ്പോൾ തകർന്നുപോകുന്നു.

മിസിസ്സ് നായർ കടന്നുവന്നു. മങ്ങിയ ഒരു ചിരിയോടെയാണവർ ചോദിച്ചത്.

“എന്നു വന്നു?”

“ഇന്നു കാലത്ത്.”

“യാത്ര സുഖമായിരുന്നോ?”

“ഉം.”

അവർ അന്നമ്മയുടെ മുഖത്തേക്കു നോക്കി. അന്നമ്മ ചുമരിൽ നഖം കൊണ്ടു വരയ്ക്കുകയാണ്.

“പോകാം.”

ഉതിർന്നുവീണ സാരി നേരെയാക്കി നടക്കാൻ തുടങ്ങിയപ്പോൾ മിസിസ്സ് റഞ്ഞു.

“നോട്ടീസ് കണ്ടോ?”

“ഇല്ല.”

പുറത്തു ചുമരിൽ തൂക്കിയ നോട്ടീസ് ബോർഡിൽ ഒട്ടിച്ചു വെച്ചിട്ടുള്ള ടൈപ്പു ചെയ്ത നോട്ടീസ് വായിച്ചു.

വരുന്ന ഞായറാഴ്ച കോവളത്തേക്ക് ഒരു ഉല്ലാസയാത്ര പോകുന്നു. പിക്നിക് മാനേജർ മാത്യൂസാണ്.

സംശയം മറ്റൊന്നായിരുന്നു. ലേഡീസ് ക്ലബ്ബിന്റെ പിക്നിക്ക് മാനേജർ മാത്യൂസാവാൻ കാരണം?

മിസിസ്സ് നായർ തൊട്ടുപുറകെ നില്ക്കുന്നുണ്ടായിരുന്നു. അവരോടു ചോദിച്ചു.

“മാത്യൂസിന് ഇതിലെന്തു കാര്യം?”

അവർ ചുറ്റും നോക്കി വായ പൊത്തിക്കാണിച്ചു പറഞ്ഞു:

“ശൂ... പതുക്കെ കേൾക്കണ്ട.. ഓഫീസറാണ്. ബസും മറ്റും അങ്ങേരു വിചാരിച്ചാൽ കൺസഷൻ റേറ്റിനു കിട്ടും.”

ഒന്നു മൂളി. ഈ ഓഫീസിനെക്കുറിച്ച് കുറേയൊക്കെ താനും മനസ്സിലാക്കിയിരിക്കുന്നു.

“അന്നമ്മ വരൂ.”

നടന്നു. നാലഞ്ചടി വെച്ചശേഷം തിരിഞ്ഞുനോക്കി.

മിസിസ്സ് നായർ പതുക്കെ നടന്നുവരുന്നു.

വാകമരത്തിന്റെ തടിച്ച വേരു ചാടിക്കടന്ന്, ഇടുങ്ങിയ വരാന്തയിലെത്തിയപ്പോൾ ഒരറ്റത്തുനിന്നും വിജയൻ നടന്നുവരുന്നതു കണ്ടു.

അടുത്തെത്തിയപ്പോൾ ചിരിക്കാതിരിക്കാൻ കഴിഞ്ഞില്ല. മുഖത്തേക്കു നോക്കാതെ കൈത്തണ്ടയിൽ ഉഴിഞ്ഞുകൊണ്ടാണ് വിജയൻ ചോദിച്ചത്:

“എന്നു വന്നു?”

“ഇന്ന്.”

മിസിസ്സ് നായർ തൊട്ടരികിലൂടെ നടന്നുപോയി.

നടന്നു. ശരീരം വിയർക്കുന്നുണ്ടായിരുന്നു.

അന്നമ്മ ചോദിച്ചു:

“വിജയനെ നേരത്തെ പരിചയമുണ്ടോ?”

ഇല്ലെന്നു പറഞ്ഞാലോ? വേണ്ട. സത്യം പറയാം. എന്തിനാണ് ഒളിച്ചുകളി?

“ഒമ്പതിൽ പഠിക്കുമ്പോൾ മൂന്നുമാസം ടീച്ചറായി ഞങ്ങളുടെ സ്കൂളിലുണ്ടായിരുന്നു. എംപ്ലായ്മെന്റീന്നു വെച്ചതാണ്.”

അന്നമ്മ മൂളി. അകം വിറയ്ക്കുന്നു. ഒരു തീപ്പൊരിമതി. അതു പടർന്നുപിടിക്കും. അണയ്ക്കാൻ പറ്റാത്ത വിധത്തിൽ.

താനൊരു സ്ത്രീയാണ്. ആ ബോധത്തോടെ, അച്ഛൻ പറഞ്ഞ വാക്കുകൾ ഉരുവിട്ടു പഠിച്ച്, ഓരോ അടിയും താൻ നീങ്ങുന്നു. തനിക്കൊരിക്കലും തെറ്റുപറ്റില്ല. ഈ തന്റേടം കാത്തുസൂക്ഷിക്കുക. മനസ്സാക്ഷിയെ വഞ്ചിക്കാതിരിക്കുക അത്രയും മതി തനിക്കു രക്ഷപ്പെടാൻ.

സെക്ഷനിൽ ചെന്നിരുന്ന് ഒരുപാടുനേരം ആലോചിച്ചു. മനസ്സിന്റെ ചുരുൾ നിവരുന്നില്ല. അന്നമ്മ ഒന്നും പറയാതെയാണ് സെക്ഷനിലേക്കു പോയത്. സംശയം ഇപ്പോൾ അവളുടെ മനസ്സിൽ എട്ടുകാലിവല പണിയുകയായിരിക്കും.

ചിരിക്കലും കുശലം ചോദിക്കലും നടക്കുമ്പോഴാണ് മിസിസ്സ് നായർ കടന്നുപോയത്. അവരുടെ മനസ്സിലും എന്തെങ്കിലും കണക്കുകൂട്ടലുകൾ നടക്കുന്നുണ്ടാവുമോ?

താനൊരു കുറ്റവും ചെയ്തിട്ടില്ല. ആ മനുഷ്യൻ നിരപരാധിയാണ്.

ടൈപ്പിങ്ങിൽ ശ്രദ്ധ പതിപ്പിച്ചു.

ഏറെനേരം കഴിഞ്ഞപ്പോൾ അല്പം ഒരാശ്വാസം കിട്ടി. അപ്പോഴാണ് വിഡ്ഢിത്തരത്തെക്കുറിച്ചോർത്തത്.

ആവശ്യമില്ലാതെ പലതും ചിന്തിച്ചു. അന്നമ്മയ്ക്കും മിസിസ്സ് നായർക്കും യാതൊന്നും തോന്നിയിട്ടുണ്ടാവില്ല.

ക്ലോക്കിന്റെ സൂചി തിരിഞ്ഞ് സമയം ഒന്നാവാൻ പോകുന്നു. എത്ര പെട്ടെന്നാണ് സമയം പോയത്.

എഴുന്നേറ്റു. ഡൈനിങ് ഹാളിൽ തിരക്കു കൂടുന്നതിനുമുമ്പേ ചെല്ലണം. ഇല്ലെങ്കിൽ വലിയ ബുദ്ധിമുട്ടാണ്.

അന്നമ്മ വരുമ്പോൾ ഒന്നര കഴിയും. രണ്ടു ബാച്ചായിട്ടാണ് ഗംഗാധരൻ ചോറു കൊണ്ടുവരുന്നത്.

ഡൈനിങ് ഹാളിൽ പരമ്പുതട്ടികയ്ക്കിപ്പുറത്തിരുന്ന്, ടിഫിൻകാരിയർ തുറക്കുമ്പോഴാണ് ശ്രദ്ധിച്ചത്. അപ്പുറത്തിരിക്കുന്നവരിൽ ആരോ തന്റെ പേരു പറയുന്നു.

ചെവി കൂർപ്പിച്ചു.

വിശാലത്തിന്റെ സെക്ഷനിലുള്ള സരോജത്തിന്റെ ശബ്ദമാണ്.

"സ്റ്റേഷനറിയിലെ വിജയൻ... ഒരുമിച്ചായിരുന്നു യാത്ര.... മിണ്ടാപ്പൂച്ചയാണ്."

ശിരസ്സു തരിക്കുന്നു. പിന്നീടൊന്നും കേൾക്കാൻ വയ്യാതായി. ഉരുളുകൾ ഇറങ്ങുന്നില്ല. ടിഫിൻകാരിയർ പഴയ പടി അടച്ചുവെച്ചു. വാഷ്ബേസിനിൽ കൈകഴുകി പരമ്പുതട്ടികയ്ക്കപ്പുറത്തിരിക്കുന്നവരെ നോക്കി.

വിജയലക്ഷ്മിയുടെ മുഖം മങ്ങി. സരോജം പെട്ടെന്നു വർത്തമാനം മാറ്റി.

"യാതൊരു സ്റ്റേഷനറിയും ഇപ്പോൾ സപ്ലൈ ഇല്ല."

അവിടെ നിന്നും മാറി.

ഇഷ്ടമുള്ളതു പറയട്ടെ. ആ തീ പടരട്ടെ. അതിന്റെ ചൂടിലൊന്നും തന്റെ മനഃശക്തി വെന്തുരുകാൻ പോകുന്നില്ല.

ഒരേ ബസിൽ അവിചാരിതമായി യാത്ര ചെയ്യേണ്ടി വന്നതു രണ്ടു പേരുടെയും കുറ്റമല്ല. അതിന്റെ പശ്ചാത്തലത്തിൽ പടർന്നു പൊന്തിയ കഥകളുടെ വിത്തുകൾ കുഴിച്ചിട്ടതാരാണ്? അന്നമ്മയല്ലാതെ മറ്റാരെങ്കിലും അവിടെ ഉണ്ടായിരുന്നോ? താൻ ശ്രദ്ധിച്ചില്ല. ആരെങ്കിലും കണ്ടിരിക്കും. അന്നമ്മ ഒരിക്കലും തന്നെപ്പറ്റി പറയില്ല. അതുറപ്പാണ്. പാവം പെൺകുട്ടി!

പുറത്തുകടന്ന് തൂണിൽ ചാരി നിന്നു. അന്നമ്മ വരട്ടെ.

കാർഷെഡ്ഡിനടുത്തുള്ള ആൽമരത്തിന്റെ ഇലകൾ വിറയ്ക്കുന്നു. തണുത്ത കാറ്റ് നെറ്റിയിൽ പതിയുമ്പോൾ കുളിർമ്മ. നെറ്റി വിയർത്തുകഴിഞ്ഞോ?

അന്നമ്മ വന്നു.

"അന്നമ്മേ!"

"എന്താ!"

അവൾ അരികിലേക്കു നീങ്ങിനിന്നു

"എന്തൊക്കെയാണ് ഓരോരുത്തർ പറയുന്നത്! ഞാനും വിജയനും ഒരുമിച്ചു പോയതും മറ്റുമായി കഥകളുണ്ടായിരിക്കുന്നു."

അന്നമ്മ നെറ്റിചുളിച്ചു. പെട്ടെന്ന് എന്തോ ആലോചിച്ചു കണ്ടുപിടിച്ചതുപോലെ പറഞ്ഞു:

"അന്ന് രാമകൃഷ്ണൻ സ്റ്റോപ്പിലുണ്ടായിരുന്നു. ബസ് പോയശേഷമാണ് ഞാൻ കണ്ടത്. അന്നുതന്നെ വിശാലത്തിനോടതു പറയുകയും ചെയ്തു. അവൻ സ്വന്തം കൈയിൽനിന്നും പലതും ചോർത്തി ഓഫീസിൽ ഇറക്കിയതാവും."

വിശാലം ലൈബ്രറിഹാളിൽനിന്നും പുസ്തകമെടുത്തു വരുന്നതു

കണ്ടപ്പോൾ അന്നമ്മ വിളിച്ചു.

"വിശാലം, ഇവിടെ വാ.."

വിശാലം വന്നു. അന്നമ്മ ചുറ്റും നോക്കി. പതുക്കെയാണു സംസാരം തുടങ്ങിയത്:

"ഞാൻ അന്നു പറഞ്ഞില്ലേ... രാമകൃഷ്ണൻ ബസ്സ്റ്റോപ്പിലുണ്ടായിരുന്ന വിവരം."

വിശാലം തലയാട്ടി. പുസ്തകത്തിന്റെ താളുകൾ മറിച്ച് ഗൗരവത്തോടെ പറഞ്ഞു:

"ഞങ്ങളുടെ സെക്ഷനിൽ വേറെ പലതും പറയുന്നു.

"എന്താത്?"

"ഞാൻ പറഞ്ഞാൽ എന്നോട് ദേഷ്യപ്പെടോ?"

"ഇല്ല. പറയൂ."

ഒരല്പനേരം വിശാലം നിശ്ശബ്ദതപാലിച്ചു. അതിനു ശേഷം മുഖം കുനിച്ചു പറഞ്ഞു:

"നിങ്ങൾ കോട്ടയം ടീ ബിയിൽ ഒരു ദിവസം ഹാൾട്ടു ചെയ്തു എന്നുപോലും പറയുന്നു... കഴുതകൾ."

രക്തസംക്രമണം നിലച്ചതായി തോന്നി. ആകെ ഒരു മരവിപ്പ്. മൂളൽ ചെവിയിൽ മുഴങ്ങുന്നു. താൻ എവിടെയാണു നില്ക്കുന്നത്?

വിശാലം പുറത്തു തട്ടി പറഞ്ഞു:

"ആരോ എന്തോ പറയട്ടെ... നമുക്കെന്തുവേണം."

അന്നമ്മ ആശ്വസിപ്പിച്ചു.

"വായയ്ക്കു വേലികെട്ടാൻ നമ്മളെക്കൊണ്ടാവില്ല. ആ രാമകൃഷ്ണനില്ലേ അവനായിരിക്കും ഇതു പരത്തിയത്.. ചെറ്റ!"

വിശാലം പോയി.

അന്നമ്മയും വീണ്ടും പറഞ്ഞു:

"ധൈര്യമായിരിക്ക്. ഇവിടെ ആർക്കും എന്തും പറയാം. അതൊന്നും ശ്രദ്ധിക്കരുത്."

അന്നമ്മയും ഡൈനിങ് ഹാളിലേക്കു പോയി.

മുന്നിൽ കുഴിഞ്ഞ രണ്ടു കണ്ണുകളും അല്പം വളർന്ന താടിയും തെളിഞ്ഞുവരികയായിരുന്നു.

–ദുഷ്ടൻ

തന്നെക്കുറിച്ചപവാദം പറഞ്ഞുപരത്തിയിട്ട് അയാൾക്കെന്തുകിട്ടാനാണ്. നാട്ടുകാരിയിൽനിന്നും പ്രതീക്ഷിച്ചതുപോലൊന്നും കിട്ടാതായപ്പോൾ ഉടലെടുത്ത പ്രതികാരത്തിന്റെ കൂരമ്പുകളാണോ അവ. പറഞ്ഞു നടക്കാൻ അവകാശപ്പെടാൻ ആ മനുഷ്യൻ കൊതിക്കുന്നുണ്ടോ.

എത്ര സൂക്ഷിച്ചാണ് മുന്നോട്ടു നീങ്ങിയിരുന്നത്. എന്നിട്ടും തടഞ്ഞു വീണിരിക്കുന്നു.

വരാന്തയിലൂടെ നടന്നു.

ധൈര്യത്തിന്റെ തുള്ളികൾ ഇറ്റിറ്റുവീഴുന്നു. ആർക്കു വേണമെങ്കിലും

തന്നെപ്പറ്റി പറയാം. തനിക്കൊന്നുമില്ല. കളങ്കമില്ലാത്ത ഒരു മനസ്സാക്ഷിയുണ്ടല്ലോ കൈമുതലായി.

വളവു തിരിഞ്ഞ് സൈക്കിൾസ്റ്റാന്റിനരികിലെത്തിയപ്പോൾ ആ മുഖം കണ്ടു.

– വിജയൻ

ഹൃദയമിടിപ്പു വർദ്ധിച്ചു.

"വാസന്തി!"

"എന്താ?"

"ഓഫീസിൽ എന്തൊക്കെയോ പറയുന്നു."

ശബ്ദം ഇടറിയിരുന്നു. ചുറ്റും ശ്രദ്ധിക്കാതെ മുഖം താഴ്ത്തിപ്പറഞ്ഞു:

"ഞാനിപ്പോൾ കേട്ടു."

"എനിക്കതിലൊന്നുമില്ല... ഞാൻ കാരണം വാസന്തിക്കു കൂടി ചീത്തപ്പേരു കിട്ടുന്നതിലാണ് സങ്കടം."

നിശ്ശബ്ദത.

ഒടുവിൽ, വളരെ പാടുപെട്ടാണെങ്കിലും പറഞ്ഞൊപ്പിച്ചു:

"എനിക്കൊന്നുമില്ല."

വിജയൻ പതുക്കെ നടന്നുമറഞ്ഞു.

സെക്ഷനിൽ ചെന്നു ടൈപ്പ് റൈറ്ററിൽ കവിളമർത്തി ചെരിഞ്ഞിരുന്നു. ഈ ഇരിപ്പു ശരിയല്ല. ഇനിയും മനസ്സു വേദനിക്കും.

നിവർന്നിരുന്ന്, ഫയൽ തുറന്നുവച്ച് ടൈപ്പ് ചെയ്തു തുടങ്ങി.

കോപ്പറേറ്റീവ് സ്റ്റോറിൽനിന്നും പായ്ക്കറ്റുറവ വാങ്ങി മാറത്തടക്കിപ്പിടിച്ച് പഴയ കെട്ടിടത്തിലേക്കുപോകുന്ന അനന്തലക്ഷ്മി ജനവാതില്ക്കലെത്തിയപ്പോൾ മുഖത്തു നോക്കി ചിരിച്ചു.

നിമിഷങ്ങളുടെ ഒഴുക്കിൽ, ടൈപ്പ് റൈറ്ററിന്റെ താളലയത്തിൽ മറ്റൊന്നാണ് മനസ്സിലുദിച്ചത്.

ഒരു അനന്തലക്ഷ്മിയായി ജനിച്ചിരുന്നുവെങ്കിൽ....

ഏഴ്

മനസ്സ് ആകെ ഇളകിമറിഞ്ഞിരിക്കുകയാണ്. തീരം കാണാത്ത വേദനകൾ ആർത്തലയ്ക്കുന്നു. ഉറക്കം കിട്ടാൻ വളരെനേരം കിടക്കയിൽ തിരിഞ്ഞും മറിഞ്ഞും കിടക്കണം.

ഓഫീസിനകത്തു കടന്നാൽ പിന്നെ ഓരോ അടിവെപ്പിലും ഭയമാണ്. അപവാദം ഒരു വിഷസർപ്പം പോലെ ഇവിടെ ഇഴയുന്നു; സെക്ഷനിൽനിന്നു സെക്ഷനിലേക്ക്. എപ്പോൾ വേണമെങ്കിലും അതിനു പത്തി വിടർത്താം, ചീറ്റിക്കൊത്തുകയും ചെയ്യാം.

അന്നമ്മ വോളിബോൾ പ്രാക്ടീസു ചെയ്യുന്നതുകൊണ്ട് മിക്കവാറും വൈകുന്നേരം ഒറ്റയ്ക്കാണു മടങ്ങുന്നത്. ആരെയും കൂട്ടുപിടിക്കാൻ തോന്നുന്നില്ല.

അഞ്ചുമണി കഴിഞ്ഞാൽ ലേഡീസ് ക്ലബ്ബിൽ ചെന്ന് ഉടുപ്പു മാറ്റി മഞ്ഞ ഗൗണിട്ട് അന്നമ്മ ഗ്രൗണ്ടിലേക്കോടുന്നു. മുട്ടുവരെ ഇറക്കമുള്ള ഗൗണിട്ടു പെൺകുട്ടികൾ കളിക്കുന്നതു കാണാൻ ആണുങ്ങളാണ് കൂടുതൽ. അതിന്റെ പുറകിലുള്ള, സ്പോട്സിലുള്ള സ്പിരിറ്റിനെപ്പറ്റി അന്നമ്മയ്ക്കും മറ്റു കളിക്കാർക്കുമറിയാം. എന്നിട്ടും അവർ ലജ്ജയില്ലാതെ ചാടുന്നു.

ഗ്രൗണ്ടിനരികെ, മതിലിന്റെ നിഴലിൽ കസേരയിട്ട് മാത്യൂസ് എന്നും ഇരിപ്പുണ്ടാവും. കറുത്ത് ഉയരം കൂടിയ സൂപ്രണ്ട് കൃഷ്ണസ്വാമിയാണ് കോച്ചിങ് കൊടുക്കുന്നത്.

ചീഫ് കൺട്രോളർ പി എയുമായി ഒരിക്കൽ കളി നോക്കാൻ വന്നു. അന്നു മാത്യൂസ് ഇരിക്കാറുള്ള കസേരയിൽ ചീഫ് കൺട്രോളർ ഇരുന്നു. പത്തു മിനിറ്റ് കളി കണ്ടശേഷം തിരിച്ചുപോവുകയും ചെയ്തു.

അന്നമ്മയുടെ നിർബ്ബന്ധപ്രകാരം ഒരിക്കൽ അല്പനേരം ആ കളി

നോക്കിനിന്നു. ബോറടി തുടങ്ങിയപ്പോൾ അന്നമ്മയോടു ചോദിക്കാതെ തന്നെ തിരിച്ചു നടന്നു.

അപ്പോഴാണ് വരാന്തയിൽവച്ചു രാമകൃഷ്ണനെ കണ്ടത്. മുഖത്തു നോക്കി ചിരിച്ചതു ശ്രദ്ധിക്കാതെ നടന്നുപോയി.

അവന്റെ ചിരി!

അപവാദം വിതച്ചുനടന്നിട്ടെന്തു നേടാനാണ്? എല്ലാം ഒരു ദിവസം ചോദിക്കണമെന്നുണ്ട്. കുഴിഞ്ഞ കണ്ണുകളിൽ ക്രൂരതയുടെ സിംഹങ്ങൾ ഉറങ്ങുന്നു.

മനസ്സിന്റെ സ്വസ്ഥത ചോർന്നുപൊയ്ക്കൊണ്ടിരിക്കുകയാണ്. ഓരോ നിമിഷവും വാർത്ത പരക്കുന്നു, ചെവിയിൽനിന്നും ചെവിയിലേക്ക്.

വിജയനെ ഇടയ്ക്ക് കാണാറുണ്ട്. മങ്ങിയ ഒരു പുഞ്ചിരിയോടെ കടന്നുപോവുകയേ ഉള്ളൂ.

പാവപ്പെട്ട ആ മനുഷ്യൻ ഈ പാപഭാരം ചുമക്കുന്നു. ബസിൽ വെച്ച് ഒരക്ഷരം ഉരിയാടാതെ തലയാട്ടി യാത്ര ചോദിച്ചിറങ്ങിപ്പോയ ആ മനുഷ്യനെപ്പറ്റിയാണോ ഈ കഥകൾ.

–കോട്ടയം ടി ബിയിൽ തങ്ങിയത്രെ!

ഓ, അതൊക്കെ എന്തിനു വീണ്ടും ആലോചിച്ചു? സ്വന്തം മനസ്സാക്ഷിയുടെ മുറ്റം വൃത്തിയാക്കിവെക്കാനുള്ള തിടുക്കത്തിൽ മുങ്ങുക.

ഇന്നലെയാണ് അച്ഛന്റെ കത്തുവന്നത്. വാതത്തിന്റെ ശല്യം കുറേശ്ശെ തുടങ്ങിയിരിക്കുന്നു. അധികമൊന്നും പുറത്തിറങ്ങാറില്ല. കാവേരിയമ്മയാണ് ആഹാരമുണ്ടാക്കിക്കൊടുക്കുന്നത്.

തങ്കത്തിന്റെ മറുപടി പലപ്പോഴും വൈകാറുണ്ട്. അച്ഛന്റെ കത്തിനെങ്കിലും മുറയ്ക്ക് മറുപടി അയക്കണമെന്ന് എല്ലാ കത്തിലും എഴുതുന്നു. വിവാഹം കഴിഞ്ഞിട്ടു മാസം രണ്ടായി. ബാലചന്ദ്രൻ ലീവെടുത്തു കമ്പനിവക കാറിൽ തങ്കത്തിനെയും കൂട്ടി സ്ഥലം കാണാൻ ചുറ്റിനടക്കുകയാണത്രേ.

ഒന്നാംതീയതി അച്ഛന്റെ പേർക്കയക്കുന്ന അമ്പതുരൂപയിൽ ഇരുപതുരൂപ കുറിയടയ്ക്കണം. കല്യാണത്തിനു വിചാരിച്ചതിൽ കൂടുതൽ ചെലവായി. അച്ഛനു കിട്ടുന്ന പെൻഷൻ മരുന്നിനും ആട്ടിൻപാലിനും മാത്രം തികയും.

അച്ഛന് ഇന്നലെ രാത്രി മറുപടിയെഴുതി.

അധികം ഇറങ്ങിനടക്കരുത്. കുഴമ്പും മറ്റും ശരിക്കുപുരട്ടണം. കത്തെഴുതിത്തീർന്നപ്പോൾ എന്തുകൊണ്ടാണെന്നറിയില്ല കണ്ണുകൾ നിറഞ്ഞു.

അവസാനത്തെ വാചകവും കുറിച്ചു;

എന്നെക്കുറിച്ചൊരിക്കലും വ്യസനിക്കരുത്.

താഴെയുള്ളവളെ പറഞ്ഞയച്ച് ഏട്ടത്തിയെ നിർത്തിയിരിക്കുന്നു എന്ന വേദന അച്ഛനെ സദാ അലട്ടുന്നുണ്ട്. തങ്കത്തിന്റെ വിവാഹം കഴിഞ്ഞതിന്റെ പിറ്റേന്നുമുതൽ തനിക്കതു മനസ്സിലാവാൻ തുടങ്ങിയിരിക്കുന്നു.

ഒന്നും ചോദിക്കാതെതന്നെ, തങ്കത്തിനെ യാത്രയാക്കിയ ദിവസം സന്ധ്യക്ക്, കോലായിലെ ചുമരും ചാരിയിരുന്ന് അച്ഛൻ പറഞ്ഞു:

“ഞാൻ വല്യേ തെറ്റാണു ചെയ്തത്.”

അതിനുത്തരംപറയാതെ രംഗത്തിനു പിരിമുറുക്കം ഉണ്ടാവരുതെന്നു കരുതി മനപ്പൂർവ്വം മറ്റൊരു വിഷയത്തിലേക്കു സംസാരം മാറ്റി.

മകൾക്കുണ്ടെന്ന് അച്ഛനും നാട്ടുകാരും വിശ്വസിക്കുന്ന വേദന ഒരിക്കലും തന്റെ ഹൃദയത്തെ തീണ്ടിയിട്ടില്ല. ഇല്ലെന്ന് എത്രതവണ പറഞ്ഞാലും അവർക്ക് ബോദ്ധ്യമാവില്ല. എല്ലാവർക്കും ഒന്നേ പറയാനുള്ളൂ.

–എല്ലാവരും ഇതുതന്നെയാണ് പറയുക. അല്ലാതെ എനിക്കുവേദനയുണ്ട്, വിഷമമുണ്ട് എന്നൊന്നും ആരും തുറന്നുപറയില്ല.

പലതും ഓർക്കാതിരുന്നാൽ സ്വസ്ഥത കിട്ടുമെന്നു വ്യാമോഹിച്ചു. പക്ഷേ, ആ ഒരവസ്ഥയാണ് ഏറ്റവും വിഷമകരമായി തോന്നിയത്.

അന്നമ്മയോടു സംസാരിക്കുന്നതുപോലും കുറഞ്ഞു.

സെക്ഷനിൽ തന്നെപ്പറ്റിയുള്ള കഥകൾ എല്ലാവർക്കുമറിയാം. പക്ഷേ, ആരും അറിഞ്ഞതായി ഭാവിക്കാറില്ല.

ലേഡീസ് ക്ലബ്ബിൽ കത്തുണ്ടോ എന്നു നോക്കാൻമാത്രമേ പോകാറുള്ളൂ. കാണുന്നവർ മുഖത്തുനോക്കി ചിരിക്കുന്നു. ആ ചിരിയുടെ പിന്നിൽ ഫാസ്റ്റ് പാസഞ്ചറിന്റെ വേഗതയും കോട്ടയം ടി ബിയിലെ ചുമരുകളും പതിയിരിപ്പുണ്ടെന്നു തോന്നും.

ഡൈനിങ് ഹാളിൽ ആരോടും ഒരക്ഷരം മിണ്ടാതെയാണ് ഊണു കഴിച്ചെഴുന്നേറ്റു പോരുന്നത്.

ഒരുജീവിതം തകരുന്നതു ശ്രദ്ധിക്കാനാരുമില്ല. എല്ലാവരും തകർക്കാനേ മുന്നോട്ടു വരുന്നുള്ളൂ.

ഏകാന്തതയിൽ സ്വസ്ഥതയുണ്ട്. താൻ സ്വയം ദുഃഖത്തെ നനച്ചു വളർത്തുകയാണ്.

ഒരു ഉച്ചയ്ക്ക് അന്നമ്മ ഡൈനിങ് ഹാളിൽവെച്ചു പറഞ്ഞു:

“അടുത്ത ആഴ്ച ഞാൻ വീട്ടിൽ പോകുന്നു.”

“എന്താ വിശേഷം?”

“ഒന്നുമില്ല.. അച്ഛനു കാണണമത്രെ. സെക്കന്റ് സാറ്റർഡേയാണല്ലോ.”

“ബസിനോ ട്രെയിനിനോ?”

“തീർച്ചപ്പെടുത്തിയില്ല.”

രാത്രി ഊണുകഴിക്കാനിരുന്നപ്പോൾ മേശയുടെ അറ്റത്ത് ഇടതുകൈ കവിളമർത്തി സംഭ്രാന്തികലർന്ന മുഖത്തോടെ ഇരിക്കുന്ന പെൺകുട്ടിയെ ചൂണ്ടിക്കാട്ടി അന്നമ്മ വിശാലത്തിനോടു ചോദിച്ചു:

“പുതിയതാണോ?”

“അതെ.”

ചുരുണ്ട മുടി തോളിലേക്കിട്ട് ചുറ്റും നോക്കി അവൾ കഞ്ഞികുടിക്കുകയാണ്. പരിഭ്രമം മിഴികളിൽ തൂങ്ങിനില്ക്കുന്നു. പരിചയമില്ലാത്ത

മുഖങ്ങളും അപരിചിതമായ സ്ഥലവും അവളെ ആകെ അമ്പരപ്പിച്ചിട്ടുണ്ട്.

താൻ കയറിവന്നപ്പോഴും ഇങ്ങനെയൊക്കെയായിരുന്നു. ഇപ്പോൾ ഹോസ്റ്റലിന്റെ ഓരോ മുക്കും മൂലയും തന്നെ കണ്ടാൽ ചിരിക്കുന്നു.

കൈകഴുകി മുകളിലേക്കു കയറി. അന്നമ്മ ഏറെനേരം താഴെ നിന്നു വർത്തമാനം പറഞ്ഞശേഷമാണ് മുകളിലേക്കു കയറിയത്.

അന്നമ്മ വിളിച്ചു:

"വാസന്തീ!"

ടെറസിന്റെ മൂലയിലേക്കു നീങ്ങി. വക്കിൽ ഇരുന്നു.

"എന്താ?"

ചുറ്റും കണ്ണോടിച്ചുകൊണ്ട് അന്നമ്മ പറഞ്ഞുതുടങ്ങി:

"നേരത്തെ ഡൈനിങ് ഹാളില് ഒരു പുതിയ കുട്ടിയെ കണ്ടില്ലേ?"

"ഉം"

"അവൾ നമ്മുടെ ഓഫീസിലാണ്."

"പുതിയ റിക്രൂട്ടാണോ?"

"അതെ."

അല്പനേരം മൗനം പാലിച്ചശേഷം അന്നമ്മ കുറേക്കൂടി സ്വരം താഴ്ത്തി പറഞ്ഞു.

"നീയറിഞ്ഞോ?"

"എന്താ?"

"അവളില്ലേ... ജഗദമ്മാന്നാ പേര്... ഡൈവേഴ്സ് കഴിഞ്ഞതാത്രേ."

അത്ഭുതം തോന്നി. ആ പെൺകുട്ടി ഈ ഹോസ്റ്റലിൽ വന്നുകയറിയത് ഇന്നാണ്. അപ്പോഴേക്കും അവളുടെ ചരിത്രം പുറത്തു വന്നുകഴിഞ്ഞിരിക്കുന്നു. ഈ വിവരങ്ങളൊക്കെ ഇത്ര പെട്ടെന്ന് അന്നമ്മ അറിയുന്നതെങ്ങനെ?

"അന്നമ്മേ!"

"ഉം."

"നീ എവിടന്നാ ഇതൊക്കെ അറിയണത്?"

"അത്..അത്.. അവളുടെ ഒരു കൂട്ടുകാരി സെക്രട്ടേറിയറ്റിലുണ്ട്. അവൾ വിശാലത്തിനോടു പറഞ്ഞതാണ്. കല്യാണം കഴിഞ്ഞ മൂന്നാം ദിവസം ഇവൾ അവനെ ഉപേക്ഷിച്ചത്രെ?"

അന്നമ്മ വാ പൊത്തി ചിരിച്ചുതുടങ്ങി. ആ ചിരി തനിക്കിഷ്ടപ്പെടുന്നുണ്ടോ?

"അന്നമ്മേ!"

"ഉം"

"നീ ഇനിമേലിലെങ്കിലും ഇതാരോടും പറഞ്ഞുനടക്കരുത്.. ആ കുട്ടിക്ക് മോശമാണ്."

അന്നമ്മ മൂളുന്നതു കേട്ടില്ല. ഇഷ്ടപ്പെടാത്തതുകൊണ്ടാണോ? ഇത്ര ക്ഷണം പിണങ്ങിയോ?

"നീ പിണങ്ങിയോ?"

അതിന് അന്നമ്മ ഉത്തരം പറഞ്ഞില്ല. ചുമലിൽ പിടിച്ചുകുലുക്കി. മുഖം പിടിച്ചു തിരിച്ചു. നിറഞ്ഞ കണ്ണുകൾ!

“കഷ്ടം. കരയുന്നോ? തമാശയ്ക്കു പറഞ്ഞതല്ലേ..”

അന്നമ്മ പതുക്കെ നടന്നു. മുറിക്കകത്തേക്കുപോയി. കിടക്ക തട്ടിക്കുടഞ്ഞു വിരിച്ചു കമഴ്ന്നു കിടന്നു.

സമയം ഒമ്പതു കഴിഞ്ഞിരിക്കുന്നു. എത്രനേരം ഇവിടെ നില്ക്കും.

മുറിക്കകത്തു കടന്നു വാതിലടച്ചു. കിടക്ക വിരിച്ചു. ലൈറ്റണച്ചു. കൈ മടക്കി തലയ്ക്കടിയിൽ വെച്ചുകിടന്നു.

മനസ്സ് വീണ്ടും ചുളിയുകയാണ്. എല്ലാ പെൺകുട്ടികൾക്കും കഥയുണ്ട്. പറഞ്ഞുനടക്കുന്നതും അവർ തന്നെയാണ്. പരസ്പരം വിഴുങ്ങുന്നു.

കാലത്തെഴുന്നേറ്റപ്പോൾ അന്നമ്മ എഴുന്നേറ്റു ചുമരും ചാരിയിരിക്കുന്നതു കണ്ടു.

“എന്നോടു പിണങ്ങിയോ?”

അന്നമ്മ ജനലിലൂടെ പുറത്തേക്കു നോക്കിക്കൊണ്ടു പറഞ്ഞു:

“എനിക്കാരോടും പിണക്കമില്ല... ഞാനിതൊന്നും ഉണ്ടാക്കിപ്പറയുന്നതല്ല. മറ്റുള്ളവർ പറയുന്നതു കേട്ടു പറയുന്നു എന്നു മാത്രം. വാസന്തിക്കിഷ്ടമില്ലെങ്കിൽ ഞാൻ പറയുന്നില്ല.”

നിശ്ശബ്ദത പെരുകി. നിമിഷങ്ങൾ കഴിഞ്ഞപ്പോൾ അസഹ്യമായി തോന്നി. എഴുന്നേറ്റ് വാതിൽ തുറന്നു. ആരോടെന്നില്ലാതെ പറഞ്ഞു:

“ഈ വാള് ഒരിക്കൽ നമ്മുടെ തലയിലും വീഴും.”

അന്നമ്മ ഒന്നും പറഞ്ഞില്ല.

ആഫീസിൽ പോകുമ്പോഴും അന്നമ്മയുടെ പരിഭവം വിട്ടുമാറിയിരുന്നില്ല. ചോദിച്ചതിനുത്തരം പറയും. അത്ര മാത്രം.

പക്ഷേ, ഉച്ചയ്ക്ക് ഊണുകഴിക്കാൻ വന്നപ്പോൾ പഴയ മുഖമല്ല കണ്ടത്.

അപ്പോൾ, അവളുടെ കൈത്തണ്ടയിൽ നോവാതെ നുള്ളി ചോദിച്ചു.

“ഗൗരവം പോയോ?”

ചിരിച്ചുകൊണ്ട്, കൂടെ നടക്കുമ്പോൾ പക്വതയെത്തിയ ഒരു സ്ത്രീയെപ്പോലെ അന്നമ്മയെ ഉപദേശിച്ചു:

“മറ്റുള്ളവരെക്കുറിച്ചധികം സംസാരിക്കാതിരിക്കുക... സ്വന്തമായി ചിന്തിക്കാൻ തന്നെ ധാരാളമുണ്ടല്ലോ.”

ഒടുവിൽ അന്നമ്മയെ പ്രീതിപ്പെടുത്താൻ വേണ്ടി ചോദിച്ചു:

“എന്നാ വീട്ടിൽ പോകുന്നത്?”

ഉത്സാഹം പെട്ടെന്നു തിരിച്ചുകിട്ടിയതുപോലെ അവൾ പറഞ്ഞു:

“അടുത്താഴ്ച.”

വൈകുന്നേരം ഒറ്റയ്ക്കു മടങ്ങി. അന്നമ്മ വോളിബാൾ കളിക്കുകയാണ്.

പാവം തോന്നുന്നു. അവൾ മനഃപൂർവ്വമായിരിക്കുകയില്ല പറഞ്ഞു

നടക്കുന്നത്. മനസ്സിനു കട്ടിയില്ലാത്ത ഒരുപാവം പെൺകുട്ടി. ഇന്നലെ അവളെ കരയിപ്പിച്ചു.

സന്ധ്യക്ക് ടെറസിൽ അങ്ങോട്ടുമിങ്ങോട്ടും നടക്കുകയായിരുന്നു. അന്നമ്മ വന്നിട്ടുണ്ട്. ആരുടെയോ മുറിയിലിരുന്ന് വാചകം തകർക്കുകയാണ്.

സംസാരിക്കാതെ ഒരു നിമിഷമെങ്കിലും വെറുതെ ഇരിക്കാൻ ആ പെൺകുട്ടിക്കു കഴിയുന്നില്ലല്ലോ!

സുന്ദരിയമ്മ *ഗീത*ക്ലാസും കഴിഞ്ഞുവന്നു. പതിവുപോലെ മുഖത്തേക്കു നോക്കി അവർ ചിരിച്ചു.

മുറിയുടെ വാതിൽ തുറന്ന് തിരിഞ്ഞുനിന്ന് അവർ വിളിച്ചു:

"വാസന്തീ ഒന്നിവിടെ വരൂ."

ജിജ്ഞാസയോടെ വാതിൽ കർട്ടൻ പിടിച്ചുനിന്നു. വസ്ത്രം മാറുന്നതിനിടയിൽ അവർ കട്ടിൽ ചൂണ്ടിക്കാട്ടി പറഞ്ഞു:

"ഇരിക്കൂ."

അകത്തു കടന്ന് കട്ടിലിൽ ഇരുന്നു.

വിളിച്ചതെന്തിനാണെന്നറിയാൻ മനസ്സു വെമ്പുകയായിരുന്നു.

സുന്ദരിയമ്മ കട്ടിലിനരികിലേക്കു കസേര നീക്കിയിട്ടു. ചുറ്റും നോക്കി. ആരുമില്ലെന്നു ബോദ്ധ്യമായപ്പോൾ സ്വരം താഴ്ത്തി പറഞ്ഞു:

"ഞാനൊരു കാര്യം ചോദിക്കട്ടെ... എന്നോടൊന്നും തോന്നരുത്.."

"ഇല്ല."

എന്താണെന്നറിയാം. ചോദിക്കട്ടെ. ഉള്ളുതുറന്നു പറയാം. സുന്ദരിയമ്മയെ മറ്റുള്ളവരെപ്പോലെ കണക്കാക്കാൻ പറ്റില്ല.

സുന്ദരിയമ്മ തുടർന്നു:

"ആഫീസിൽവച്ച് രാധയാണ് എന്നോടു പറഞ്ഞത്... അവരും ആരോ പറയുന്നതു കേട്ടതാണത്രെ."

"എന്താ?"

"ആ സ്റ്റേഷനറീലിരിക്കണ വിജയനെ വാസന്തിക്കു പരിചയമുണ്ടോ?"

മുഖം പെട്ടെന്നു മങ്ങി. കണ്ണിൽ ജലം പൊടിഞ്ഞു. ഇടർച്ചയോടെയാണ് പറഞ്ഞുതുടങ്ങിയത്.

"എല്ലാം ഞാൻ കേട്ടു... എന്റെ സ്കൂളിൽ മൂന്നുമാസം ടീച്ചറായിരുന്നിട്ടുണ്ട്. അന്ന് വീട്ടിൽ പോകുമ്പോൾ മുൻസീറ്റിലുണ്ടായിരുന്നു. ഇതാണ് സംഭവം... എന്തൊക്കെയാണ് എന്നെപ്പറ്റി മറ്റുള്ളവർ പറഞ്ഞുണ്ടാക്കുന്നത്."

ഉറക്കെ പൊട്ടിക്കരയണമെന്നു തോന്നിത്തുടങ്ങി. തൊണ്ട ഇടറി. സാരിത്തുമ്പുകൊണ്ടു കണ്ണീരൊപ്പി.

സുന്ദരിയമ്മ കൈപ്പടമെടുത്ത് സ്വന്തം മടിയിൽ വെച്ചുഴിഞ്ഞു.

"ഇതിലിത്ര വിഷമിക്കാനൊന്നൂല്യാ.. ഇതു പെണ്ണുങ്ങടേം ആണുങ്ങടേം ഒരുസ്വഭാവമാണ്... മാറ്റാൻ വെഷമമാണുതാനും.

പെട്ടെന്നു സംസാരം നിർത്തി എന്തോ ആലോചിക്കുന്നതുപോലെ സുന്ദരിയമ്മ പുറത്തേക്കു നോക്കി.

നിറഞ്ഞ കണ്ണുകൾ ഉയർത്തി അവരുടെ മുഖത്തേക്കു നോക്കിയിരുന്നു.

സുന്ദരിയമ്മ തുടർന്നു:

"ഞാൻ വിളിച്ചത് ഇതിനല്ല... അതു പറയുന്നതിനു മുമ്പു ഇതു ചോദിച്ചു എന്നു മാത്രം."

ഇനിയുമുണ്ടോ? എന്താണത്?

സുന്ദരിയമ്മ എഴുന്നേറ്റ് മുറിയിലെ ലൈറ്റിട്ടു വീണ്ടും കസേരയിൽ വന്നിരുന്നു.

"വാസന്തി ആരോടും പറയരുത്."

"ഇല്ല."

"വിവാഹം കഴിച്ച് ഒരു കുടുംബമായി ഇവിടെ കഴിഞ്ഞുകൂടേ?"

കിടക്കവിരിയിലെ ചുവന്ന പൂക്കളിൽ വിരലോടിച്ചിരുന്നതേയുള്ളൂ.

സുന്ദരിയമ്മ തുടർന്നു:

"നമ്മുടെ ആഫീസിലുള്ള ഒരാള്ക്ക് അല്പം താല്പര്യമുണ്ട്."

മുഖം താഴ്ത്തി ഇരുന്നതേയുള്ളൂ.

സംശയം പുളയുന്നു. ആരാണ് ആ മനുഷ്യൻ.

ലജ്ജയോടെയാണെങ്കിലും ചോദിച്ചു:

"ആരാണ്?"

"അതിരിക്കട്ടെ... സമ്മതമാണോ?"

ഒരല്പനേരം ആലോചിച്ചശേഷം പറഞ്ഞു:

"എല്ലാം അച്ഛനാണ് തീരുമാനിക്കേണ്ടത്."

"അച്ഛനിഷ്ടമാണെങ്കിൽ വാസന്തി സമ്മതിക്കുമോ?"

"ആളാരാണെന്നു പറയൂ."

സുന്ദരിയമ്മ നെറ്റി ചുളിച്ചു. സ്വരം വീണ്ടും നേർത്തു.

"ആരോടും പറയരുത്."

"ഇല്ല."

"രാമകൃഷ്ണനെ അറിയില്ലേ.. വാസന്തിയുടെ തൊട്ടടുത്ത സീറ്റിലുണ്ടായിരുന്ന ആൾ... ഇപ്പോൾ ഞങ്ങളുടെ സെക്ഷനിലാണ്... ഒരു പാവമാണ്."

വെറുപ്പിന്റെ ആവരണമിട്ടുകൊണ്ടുമാത്രം ഓർക്കാൻ കഴിയുന്ന ഒരു മനുഷ്യരൂപം.

–ദുഷ്ടൻ

"എനിക്കിപ്പോൾ വിവാഹം വേണ്ട."

സുന്ദരിയമ്മയുടെ മുഖത്തേക്കു നോക്കിയില്ല. പാവമാണത്രേ. വിഷപ്പല്ലുകൾ സുന്ദരിയമ്മ കണ്ടിട്ടില്ല.

"ശരി... എന്നോടു ചോദിക്കാൻ പറഞ്ഞു. ചോദിച്ചു. ഇതു മറ്റാരും അറിയരുത്."

"ഇല്ല."

കിടക്കയിൽനിന്നും എഴുന്നേറ്റു. സുന്ദരിയമ്മ പുറകേയുണ്ടായിരുന്നു. വാതില്ക്കലെത്തിയപ്പോൾ അവർ പറഞ്ഞു;

"വല്ലവരും വല്ലതുമൊക്കെ പറയുമെന്നു കരുതി കുട്ടി വിഷമിക്കൊന്നും വേണ്ട.. മോളിലൊരുത്തനില്ലേ?"

ഇരുട്ടിന്റെ കട്ടി വർദ്ധിച്ചിരിക്കുന്നു. റോഡിൽ വിളക്കുമരങ്ങൾ കുനിഞ്ഞുനിന്നു പ്രകാശം ചൊരിയുന്നു.

സ്വന്തം മുറിയിലേക്കു നടന്നു. ലൈറ്റിട്ടില്ല. വെളിച്ചത്തേക്കാൾ ഇരുട്ടിനോടാണിപ്പോൾ സ്നേഹം.

കിടന്നു. അന്നമ്മ ഏതോ മുറിയിലിരുന്ന് ഇപ്പോഴും സൊള്ളുകയാണ്. ഒന്നുമാത്രം മനസ്സിലാവുന്നില്ല.

ഒരേസമയത്ത് അപവാദങ്ങൾ പറഞ്ഞുനടക്കുകയും ഒപ്പംതന്നെ വിവാഹം ആലോചിക്കുകയും ചെയ്യുന്നതിന്റെ പിന്നിലുള്ള മനഃശാസ്ത്രം.

മനഃശാസ്ത്രവും ഒന്നുമല്ല. മറ്റൊരു വല എറിഞ്ഞു നോക്കുകയാണ്.

ഒരു വിനോദത്തിനുവേണ്ടി. ഒരു സ്ത്രീയുടെ ഹൃദയത്തെ പന്താടുന്നു എന്നതിൽക്കവിഞ്ഞ യാതൊരു ഉദ്ദേശ്യവുമുണ്ടാവില്ല.

അല്ലെങ്കിൽ ഇതൊരു പരീക്ഷണമായിരിക്കും. താനും വിജയനും തമ്മിൽ ഉണ്ടെന്നു പറയുന്ന ബന്ധത്തിന്റെ അളവു നോക്കാനുള്ള പാഴ്ശ്രമം.

വഴി തെറ്റിയിട്ടില്ല. വെളിച്ചമുള്ള വഴിയിലൂടെയാണു യാത്ര. ഇനിയൊരിക്കലും ഇടറി വീഴുകയില്ല.

തീർച്ച.

എട്ട്

കാലത്ത് ഒമ്പതിനുള്ള ഫാസ്റ്റിന് അന്നമ്മ വീട്ടിലേക്കു പോകുന്നു. തിങ്കളാഴ്ച കാലത്തേ അവൾ തിരിച്ചെത്തുകയുള്ളൂ. ഇന്നും നാളെയും ഒഴിവാണ്.

അന്നമ്മ വളരെ നേരത്തെ എഴുന്നേറ്റു. തലേന്നു രാത്രി അവളുറങ്ങിയതുതന്നെ വളരെ വൈകിയിട്ടാണ്. രാത്രി എന്തോ നിലത്തുവീഴുന്ന ശബ്ദംകേട്ട് ലൈറ്റിട്ടു നോക്കി. അന്നമ്മ അപ്പോഴും കണ്ണു തുറന്നു കിടക്കുകയായിരുന്നു. യാത്രയുടെ തലേദിവസം ഉറക്കംവരാത്ത പതിവ് തനിക്കു മാത്രമല്ല, അന്നമ്മയ്ക്കുമുണ്ട്.

ഉറക്കക്ഷീണത്താൽ, പുലർച്ചെ ചുമരിൽ തലചായ്ച്ചിരിക്കുന്നതു കണ്ടപ്പോൾ ചോദിച്ചു:

"നീയെന്താ രാത്രി ഉറങ്ങാത്തത്?"

അവൾ ഒന്നുമില്ലെന്നു തലയാട്ടി. ജനലിലൂടെ പുറത്തേക്കു നോക്കിയിരുന്നു.

ഈ സ്വഭാവം അവൾക്കു പതിവില്ലാത്തതാണ്. ഉണരുമ്പോഴും ചിരിക്കുന്ന ഈ പെൺകുട്ടിക്കെന്തുപറ്റി?

തലയണയിൽ കവിളമർത്തി കിടന്നുകൊണ്ട് ആലോചിച്ചു. ഇന്നു വീട്ടിലേക്കു പോകുന്നതുകൊണ്ടാണോ? വാസ്തവത്തിൽ സന്തോഷിക്കുകയല്ലേ വേണ്ടത്.

അന്നമ്മ ജനൽക്കമ്പികളിൽ മുഖം അമർത്തി.

ഇളംവെയിൽ ഭൂമിയിൽ പരന്നു. താഴ്വരയിലെ കുടിലുകൾ പുകതുപ്പിത്തുടങ്ങി.

"അന്നമ്മേ!"

അന്നമ്മ തിരിഞ്ഞുനോക്കി. മുഖത്തിന് മുമ്പിലത്തേക്കാൾ വാട്ടമുണ്ട്.

"എന്താ നിനക്കു സുഖമില്ലേ?"

അവൾ കൃത്രിമമായി ചിരിച്ചു. കട്ടിലിൽനിന്ന് എഴുന്നേറ്റു. അഴിഞ്ഞു കിടന്നിരുന്ന മുടി വാരിക്കെട്ടി. വീണ്ടും ചിരിക്കാൻ ശ്രമിച്ചു.

"ഇന്നലെ ഉറങ്ങാത്തതിന്റെ ക്ഷീണമാണ്."

വിരൽത്തുമ്പുകളിൽ പറ്റിനിന്നിരുന്ന രോമത്തെ കുടഞ്ഞുകളഞ്ഞുകൊണ്ട് അന്നമ്മ തുടർന്നു:

"എന്തൊരു ഉഷ്ണം!"

അതു നുണയാണ്. സമനിരപ്പിൽനിന്നും ഉയർന്ന ഒരു പ്രദേശത്ത് കെട്ടിപ്പടുത്തിട്ടുള്ള ഈ ഹോസ്റ്റലിലെ മുകളിലത്തെ നിലയിൽ ഇരുപത്തിനാലു മണിക്കൂറും നല്ല കാറ്റു കിട്ടും. പോരെങ്കിൽ അന്നമ്മ കിടക്കുന്നതു ജനലോരത്തുമാണ്.

ബ്രഷും പേസ്റ്റുമായി പുറത്തിറങ്ങിയ അന്നമ്മയോടു പറഞ്ഞു:

"രണ്ടാഴ്ച അവധിയെടുത്ത് വീട്ടിൽ ചെന്നിരിക്കൂ... ഈ രണ്ടു ദിവസം കൊണ്ടെന്തു കിട്ടാനാണ്?"

അന്നമ്മ പറഞ്ഞു:

"ബോറടിക്കും കൂടുതലായാൽ."

അവൾ പല്ലു തേച്ചുതുടങ്ങി.

താഴെനിന്നു പൊട്ടിച്ചിരിയും വർത്തമാനവും കേൾക്കാനുണ്ട്. വിശാലമാണോ മൂളിപ്പാട്ടു പാടുന്നത്?

അന്നമ്മ താഴേക്കു പോയി.

പുറത്തു വെയിലിന്റെ നിറം കൂടിവരുന്നു. സമയം ഏഴു കഴിഞ്ഞിട്ടുണ്ടാവും. ഉദയം വളരെ നേരത്തെയാണ്.

കട്ടിലിൽ എഴുന്നേറ്റിരുന്നു മുടിവാരിക്കെട്ടി.

എഴുന്നേറ്റ് വാതില്ക്കൽ ചെന്നുനിന്നു.

അടുക്കളച്ചായ്പ്പിനപ്പുറത്തുള്ള തകരഷെഡ്ഡിനരികെ ചാരത്തിൽ കറുത്ത നായ കിടന്നുറങ്ങുന്നു. ആ നായയും ഈ ഹോസ്റ്റലിലെ ഒരന്തേവാസിയാണ്. ഊണിന്റെ സമയമായാൽ അതു പൈപ്പിൻചുവട്ടിൽ വന്നു നില്ക്കും.

കാർത്ത്യായനി വന്നു കൈയിലുണ്ടായിരുന്ന കടലാസുതുണ്ടു നീട്ടി പറഞ്ഞു:

"തിങ്കളാഴ്ച ഈ കടലാസൊന്നു നിങ്ങടെ ഓഫീസീന്നു പോയോന്നു നോക്കോ?"

"മേശപ്പുറത്തു വെച്ചോളൂ."

പൗഡർടിന്നിനു താഴെ കടലാസുവെച്ച് കാർത്ത്യായനി പറഞ്ഞു:

"നിങ്ങടെ ഡി എ കൂട്ടുന്ന കാര്യം പേപ്പറിലുണ്ട്.. അരിയേഴ്സ് കിട്ടും."

ഇന്നലെ ഓഫീസിലും പറയുന്നതുകേട്ടു. ഏഴോ എട്ടോ രൂപ കൂടുമ്പോൾ സാധനവില ഇരട്ടിയാവുന്നു.

അയ്യപ്പൻനായർ പറയുന്നതുപോലെ കിട്ടുന്നതു വാങ്ങുക. അങ്ങോട്ടുകൊടുക്കുക. ഒരു മീഡിയേറ്റർ മാത്രം.

"എവിടെ അന്നമ്മ?"

കാർത്ത്യായനി ചോദിച്ചു.

"താഴേണ്ട്."

കാർത്ത്യായനി താഴേക്കിറങ്ങിപ്പോയി.

അന്നമ്മ നനഞ്ഞ മുഖത്തോടെ കയറിവന്നു. തോർത്തെടുത്തു മുഖം തുടച്ചു.

ജനലരികിൽനിന്നും എണ്ണക്കുപ്പിയെടുത്തു. എണ്ണതേച്ചു സോപ്പുപെട്ടിയുമായി അവൾ താഴേക്കിറങ്ങിപ്പോയി.

കസേരയിൽ ഇരുന്ന് കട്ടിലിൽ കാൽ ഉയർത്തിവെച്ചു.

അന്നമ്മ പോയാൽ രണ്ടു ദിവസം വല്ലാതെ മുഷിയും. ആ കുട്ടി എപ്പോഴും എന്തെങ്കിലും സംസാരിച്ചിരിക്കുന്നതു കൊണ്ടു സമയം പോവുന്നതറിയില്ല.

എന്തെങ്കിലും വായിക്കാമെന്നുവച്ചാൽ അതിനും പറ്റുന്നില്ല. ഏഴെട്ടു പേജ് തീരുമ്പോഴേക്കും ഉറക്കംവരുന്നു.

പകലുറങ്ങിയാൽ രാത്രി ഉറക്കം കിട്ടില്ല. രാത്രി ഉറങ്ങാൻ കഴിയാത്തതാണ് ഏറ്റവും വലിയ വിഷമമായി തോന്നിയിട്ടുള്ളത്. പകൽ എത്ര ശ്രമിച്ചാലും ഉറങ്ങാതിരിക്കാനും കഴിയില്ല.

ചെയ്യാൻ യാതൊരു ജോലിയുമില്ല. എത്രനേരം വെറുതെയിരിക്കും?

പല്ലു തേക്കണം.

പേസ്റ്റും ബ്രഷുമായി പുറത്തുകടന്നു. ടെറസിൽ നടന്നുകൊണ്ടു പല്ലുതേച്ചു.

വേപ്പുമരത്തിന്റെ ചുവട്ടിൽ കുന്തിച്ചിരുന്ന് ഉമിക്കരികൊണ്ടു പല്ലു തേക്കുകയാണ് ജഗദമ്മ. പാവം കുട്ടി. കയറിവന്നിട്ട് അധികദിവസമായിട്ടില്ല. പഴയ ചരിത്രം പലയിടത്തും പരന്നു. ഇപ്പോൾ ഹോസ്റ്റലിൽ ഉള്ള എല്ലാവർക്കും ജഗദമ്മയുടെ ചരിത്രം അറിയാം. എല്ലാവരും അറിഞ്ഞു കൂടെന്നമട്ടിലാണ് അവളോടു പെരുമാറുന്നത്.

കൈ രണ്ടും ശരീരത്തോടു ചേർത്തുവെച്ച് ഭയപ്പാടോടെ നടക്കുന്ന ആ പെൺകുട്ടി വിവാഹമോചനം നേടിയവളാണെന്നു വിശ്വസിക്കാൻ കഴിയുന്നില്ല. അവളുടെ മാനസികാവസ്ഥ ഇപ്പോൾ എങ്ങനെയായിരിക്കും? നടത്തത്തിലും സംസാരത്തിലും ഉള്ള ഒതുക്കം കാണുമ്പോൾ സഹതാപം തോന്നുന്നു. ഇവൾക്ക് ഈ ഗതി വന്നല്ലോ!

സുന്ദരിയമ്മ ഇലച്ചീന്തിൽ പൂവും പ്രസാദവുമായി വന്നു.

"ഇന്ന് ഏകാദശിയാണ്."

സുന്ദരിയമ്മ മുറിക്കകത്തേക്കു പോയി.

പേസ്റ്റിന്റെ പത താഴേക്കു തുപ്പി.

സുന്ദരിയമ്മ ഏകാദശിയും വാവും ഓർത്തുവെക്കുന്നു. നാട്ടിലാവുമ്പോൾ എല്ലാം ഓർമ്മിക്കാൻ കഴിയുന്നു. ഇന്നതൊക്കെ മറന്നമട്ടിലാണ്. പുഴവെള്ളത്തിനു പകരം ക്ലോറിൻ കലർന്ന കുഴൽവെള്ളത്തിലാണു

കുളി. പത്മനാഭസ്വാമിക്ഷേത്രത്തിന്റെ പുറംമോടി കണ്ടതല്ലാതെ അകം ചുറ്റി കണ്ടിട്ടില്ല.

താഴേക്കിറങ്ങി മുഖം കഴുകി തിരിച്ചുവരുമ്പോഴേക്കും അന്നമ്മ കുളി കഴിഞ്ഞെത്തിയിരുന്നു. അവൾ കണ്ണാടിയുടെ മുമ്പിൽനിന്നു തല വേർപെടുത്തുകയാണ്.

തോർത്തെടുത്തു മുഖം തുടച്ചു കട്ടിലിൽ ഇരുന്നു.

അന്നമ്മ ചോദിച്ചു:

"വാസന്തി കുളിക്കുന്നില്ലേ?"

"വൈകിട്ടേള്ളൂ."

അന്നമ്മ എയർബാഗ് നിറച്ചു. വളരെയൊന്നുമില്ല. രണ്ടു സാരിയും ജാക്കറ്റും മാത്രം. രണ്ടുദിവസത്തെ താമസത്തിനല്ലേ?

"കാപ്പി കുടിക്കാം."

കാപ്പി കുടിച്ചു തിരിച്ചെത്തുമ്പോഴേക്കും സമയം എട്ടു കഴിഞ്ഞിരുന്നു.

അന്നമ്മ നെറ്റിയിൽ ചുവന്ന പൊട്ടുതൊട്ട് മുടി രണ്ടായി പിന്നി മടക്കിക്കെട്ടി.

കുടയും എയർബാഗുമെടുത്ത് അവൾ പുറത്തുകടക്കുമ്പോൾ ചോദിച്ചു.

"ഞാൻ വരണോ?"

"ഏയ്... ആരും വേണ്ട."

അവൾ മേട്രന്റെ മുറിയിൽ ചെന്നു വരാന്തയിൽ കാത്തുനിന്നു.

അന്നമ്മ വന്നപ്പോൾ വീണ്ടും ചോദിച്ചു.

"വേണമെങ്കിൽ ഞാൻ കൂടെ വരാം. ബസ് സ്റ്റാന്റുവരെ."

"വേണ്ട... പകലല്ലേ? എന്നെ ആരും പിടിച്ചു തിന്നില്ല."

അന്നമ്മ ചിരിച്ചുകൊണ്ടു പടിയിറങ്ങി. കുടകൊണ്ടു മയിലാഞ്ചിച്ചെടികളെ തല്ലി സാവധാനം നടന്നു ഗെയ്റ്റു കടന്നു മറഞ്ഞു.

ഇനി തിരിച്ചു മുറിയിൽച്ചെല്ലുക: അത്രതന്നെ. തിങ്കളാഴ്ച അന്നമ്മ വരുന്നതുവരെ മുഷിഞ്ഞിരിക്കേണ്ടിവരും.

മുകളിലേക്കു കയറി.

ആകെ ഒരു ശൂന്യത.

വെയിൽ ടെറസിലേക്കു കയറിത്തുടങ്ങി. കാറ്റ് ശക്തിയായി വീശുന്നു.

വാതിൽചാരി കട്ടിലിൽ കിടന്നു. മേശപ്പുറത്ത് പകുതി വായിച്ചു മടക്കിവെച്ചിരുന്ന പുസ്തകം കൈയിലെടുത്തു.

ഒരാഴ്ചയായി ലൈബ്രറിയിൽനിന്നും എടുത്തിട്ട്. നൂറുപേജുപോലും ഇതേവരെ വായിച്ചുതീർന്നിട്ടില്ല. വല്ലാത്ത മടി.

മാക്സിംഗോർക്കിയുടെ *അമ്മ*. പണ്ടൊരിക്കൽ വായിച്ചിട്ടുള്ളതാണ്. എന്നിട്ടും ആവർത്തിക്കാൻ തോന്നുന്നു.

പേജുകൾ മറിഞ്ഞുതുടങ്ങി. കൺപോളകൾ പതുക്കെ കനംവെച്ചു.

പുസ്തകം മടക്കി മേശപ്പുറത്തു വെച്ചു. കൈപ്പത്തി കൂട്ടി കവിളിൽച്ചേർത്തുവെച്ച് ഉറങ്ങി.

വാതില്ക്കൽ തട്ടുകേട്ടാണുണർന്നത്. സുന്ദരിയമ്മ ജനലിനരികിലേക്കു നീങ്ങിനിന്നു പറഞ്ഞു:

"സമയം ഒന്നര കഴിഞ്ഞു.... ഉണ്ണാറായില്ലേ?"

എഴുന്നേറ്റു. നീണ്ട ഉറക്കം.

ഊണു കഴിഞ്ഞു വീണ്ടും കട്ടിലിൽ വന്നു കിടന്നു. പുസ്തകമെടുക്കുമ്പോൾ തീരുമാനിച്ചു:

ഇനി ഉറങ്ങില്ല. ഈ പുസ്തകം ഇന്നുതന്നെ വായിച്ചു തീർക്കണം.

ചെരിഞ്ഞുകിടന്നു. വായിച്ചു. ചുമൽ വേദനിക്കുമ്പോൾ മലർന്നു കിടന്നു. പേജുകൾ മറിഞ്ഞു.

സൂര്യൻ പടിഞ്ഞാട്ടു ചെരിഞ്ഞു.

ചാരിവെച്ചിരുന്ന വാതിൽ; അടുക്കളക്കാരി കൃഷ്ണമ്മ കടന്നുവന്നു.

"ഒറങ്ങാണോ?"

"അല്ല."

അവരുടെ കൈയിൽ കാപ്പിഗ്ലാസുണ്ട്. ഇതു പതിവില്ലാത്തതാണല്ലോ. ആർക്കും കാപ്പി മുറിയിൽ കൊണ്ടു ചെന്നു കൊടുക്കാറില്ല. അതു ചോദിക്കുകയും ചെയ്തു.

"എന്താ പതിവില്ലാതെ?"

ഗ്ലാസ് കൈയിൽ തന്നുകൊണ്ട് അവർ പറഞ്ഞു:

"ഒന്നുമില്ല."

അവരുടെ വീർത്ത കവിളുകളിൽ അവിടവിടെയായി കരിപുരണ്ടിരുന്നു. ചിരിക്കുമ്പോൾ പുഴുക്കുത്തുവീണ പല്ലുകൾ വ്യക്തമായി കാണാം. പുകയേറ്റു നിറംമങ്ങിയ ഉടുമുണ്ടിന്റെ തുമ്പുയർത്തി അവർ മുഖം തുടച്ചു.

കാപ്പി ഒറ്റവലിക്കകത്താക്കി ഗ്ലാസു തിരികെ കൊടുത്തിട്ടും അവർ പോയില്ല.

"എന്താ കൃഷ്ണമ്മേ?"

"ഞാൻ ഒരു കാര്യം ചോദിക്കാൻ വന്നതായിരുന്നു."

"പറയൂ."

"എന്റെ മകൾക്ക് ഒരു സാരി തരണം. ഒമ്പതിൽ പഠിക്കുന്നു. നാളെ പാട്ടിനു സമ്മാനം വാങ്ങാൻ സ്റ്റേജിൽ കയറണം... എല്ലാം കീറിയതാ. ഒരെണ്ണം തന്നാൽ അലക്കി തിരിച്ചുതരാം. ജാക്കറ്റുണ്ട്."

അവരുടെ ശബ്ദം അവസാനം ഇടറിത്തുടങ്ങി.

"അച്ഛനില്ലേ?"

"അങ്ങേരുപോയിട്ട് ഏഴെട്ടുകൊല്ലമായി. ആപ്പറേഷൻ ചെയ്തുകെടക്കുമ്പളാ മരിച്ചത്... കൊള്ളി ഉന്തി കിട്ടിയ ചക്രം കൊണ്ടാ എന്റെ മോളെ പഠിപ്പിക്കണത്."

എഴുന്നേറ്റു പെട്ടി തുറന്നു. കീറിയത് ഒന്നുരണ്ടെണ്ണമുണ്ട്. അത്

കൊടുത്തിട്ടു കാര്യമില്ലല്ലോ. കൊടുക്കുന്നത് ഉപകാരത്തിനാവട്ടെ.

ഉള്ളിൽ നീരൊഴുകുന്നു. ആ നീരിന് ദയ എന്നു പേരിടാം.

നീലപ്പൂക്കളുടെ ചിത്രങ്ങളുള്ള ഇളം പച്ച സാരി പുറത്തെടുത്തു. കട്ടിലിനടിയിൽനിന്നും പേപ്പറെടുത്തു പൊതിയാൻ ഭാവിക്കുമ്പോഴേക്കും അവർ തടഞ്ഞു പറഞ്ഞു:

"ഞാൻ പൊതിഞ്ഞോളാം."

പൊതിഞ്ഞശേഷം അവർ കക്ഷത്തിൽ വെച്ചു.

പെട്ടി അടച്ചു വീണ്ടും കട്ടിലിൽ ഇരുന്നു. ദയയുടെ അർത്ഥം പൂർണ്ണമാക്കാൻ മറ്റൊരുവാക്കു കൂടി വേണം.

"തിരിച്ചുതരണ്ട. പാട്ടുകാരിയായ മകൾക്ക് എന്റെ വകയായിരിക്കട്ടെ."

നന്ദി ആ കണ്ണുകളിൽ പുറത്തുചാടാൻ വേണ്ടി പിടയുകയാണ്.

അവർ പോയി, കണ്ണുതുടച്ചുകൊണ്ട്.

എന്തിനാണവർ കരയുന്നത്? ആഗ്രഹിച്ചതു ലഭിച്ചതുകൊണ്ടാണോ? അതോ ഇരക്കേണ്ടിവന്നതിലുള്ള സങ്കടമാണോ?

കിടക്കയിൽ മലർന്നു കിടന്നു.

പലതും ചിന്താമണ്ഡലത്തിലൂടെ ഒഴുകി. വാലും തലയുമില്ലാത്ത ചിന്തകൾ.

രാത്രി ചപ്പാത്തി തിന്നുമ്പോൾ കൃഷ്ണമ്മയുടെ മുഖത്തേക്കു നോക്കിയില്ല.

കുറേനേരം ടെറസിൽ നടന്നു. പകലുറക്കം കാരണമാണെന്നു തോന്നുന്നു, ആകെ ഒരു മ്ലാനത.

വിശാലം കയറിവന്നു.

"എന്താ ആലോചിച്ചുനടക്കണത്?"

"ഒന്നുമില്ല... പകൽ ഒരുപാടുറങ്ങി."

വിശാലം ടെറസിന്റെ വക്കുപിടിച്ചു നിന്നു.

"വാസന്തീ."

"എന്താ?"

"ഞാനൊന്നു ചോദിക്കട്ടെ."

"ചോദിക്കൂ."

"വിജയനെ വാസന്തി നേരത്തേ അറിയ്യോ?"

മനസ്സിടിപ്പു കൂടി. ഓർക്കാപ്പുറത്തു കിട്ടുന്ന പ്രഹരം. യാതൊരു സങ്കോചവുമില്ലാതെയാണ് വിശാലം ചോദിക്കുന്നത്.

ഉള്ളതു തുറന്നുപറയാം. മനസ്സാക്ഷിയെ വഞ്ചിക്കരുത്. മറ്റുള്ളവർ ആവശ്യംപോലെ വളച്ചൊടിക്കട്ടെ.

"എന്റെ സ്കൂളിൽ മൂന്നുമാസം ടീച്ചറായിരുന്നിട്ടുണ്ട്... ആ പരിചയം മാത്രം."

വിശാലം പുഞ്ചിരിച്ചു, എന്നെ പറഞ്ഞു കബളിപ്പിക്കാൻ നോക്കണ്ട എന്ന ഭാവമാണോ?

നിലത്തു കാൽവിരൽ ഉരച്ചുകൊണ്ടു നില്ക്കുന്ന വിശാലം പറഞ്ഞു:

"ഈ പ്രേമവും മണ്ണാങ്കട്ടയുമൊന്നും എനിക്കു വിശ്വാസമില്ല... ഇവിടെ കുറേയെണ്ണമുണ്ട്... വാസന്തി പാവാണെന്നെനിക്കറിയാം."

വിശാലം എന്നെ വിശ്വസിച്ചിരിക്കുന്നു. വിശാലവും അന്നമ്മയും മാത്രമേ തനിക്കൊരു കൂട്ടായുള്ളൂ. മറ്റുള്ളവരൊക്കെ താനില്ലാത്തപ്പോൾ തന്നെപ്പറ്റി പറയുന്നവരാണ്.

വിശാലം ശബ്ദം താഴ്ത്തി പറഞ്ഞു:

"വാസന്തി അറിഞ്ഞോ?"

"എന്താ?"

"ഫുഡ് സെക്ഷനിലെ ഹേമയില്ലേ? ആ ശശിക്കുട്ടനെ വളച്ചു കല്യാണവും നടത്തി."

"ഉം.."

"ഇന്നായിരുന്നത്രേ കല്യാണം."

ഹേമയെ അറിയാം. കറുത്ത് ഉയരം കൂടിയ ഒരു പെൺകുട്ടി. പെൺകുട്ടിയെന്നു വിളിക്കാമോ? കണ്ടാൽ ഒരു മുപ്പതു വയസ്സു പ്രായം തോന്നിക്കും.

"ശശിക്കുട്ടനെ അറിയില്ലേ... ഫുട്ബാൾ കളിക്കാരൻ.. ജനറൽ സെക്ഷനിലെ.."

"അറിയാം."

ഓർക്കുന്നു. ഒരുദിവസം കണ്ടതാണ്. അവർ രണ്ടുപേരും പോർട്ടിക്കോവിൽനിന്നു സംസാരിക്കുന്നത്. ആ ബന്ധം വിവാഹത്തിൽ കലാശിച്ചു. വളരെ നന്നായി.

"തമാശ അതല്ല."

വിശാലം പറഞ്ഞു:

"ശശിക്കുട്ടനു കളക്ടറാഫീസിലെ ഒരു പെണ്ണുമായി ലപ്പുണ്ട്. അവളെ ഇന്നലെ ഓവർബ്രിഡ്ജിൽവെച്ചു കണ്ടു.. കുന്തംകൊണ്ടു കുത്തിയാൽപോലും ഒരുതുള്ളി ചോര ആ മുഖത്തുനിന്നും കിട്ടില്ല."

വിശാലം പൊട്ടിച്ചിരിച്ചു, കൂടെ ഒരു തമിഴ്പാട്ടും പാടി.

"പോനാൽ പോകട്ടും പോടാ."

വിഷയം മാറ്റുകയാണ് നല്ലത് എന്ന് തോന്നി.

വിശാലം ചിരി നിർത്തിയപ്പോൾ ചോദിച്ചു:

"വിശാലം എന്താ കല്യാണം കഴിക്കാത്തത്?"

അവൾ ലജ്ജിച്ചു തലതാഴ്ത്തുമെന്നു കരുതി. ഒന്നുമുണ്ടായില്ല. പഴയ ആവേശത്തോടെതന്നെ വിശാലം പറഞ്ഞു:

"അണ്ണൻ ആന്തമാനിൽനിന്നു വന്നശേഷമേ ആലോചനയുള്ളൂ.."

"ആന്തമാനിൽ എന്താ ജോലി?"

"നേവീല്."

"അപ്പോ, ഇവിടെ ഇടയ്ക്കിടെ വരുന്ന ആളാരാണ്?"

"അതെന്റെ കുഞ്ഞമ്മേടെ മോൻ.."

വിശാലം തുറന്നുകിടന്നിരുന്ന തന്റെ മുറിയിലേക്കു നടന്നു. മേശയ്ക്കരികിൽ ചെന്നുനിന്നു പുസ്തകം നിവർത്തി നോക്കി.

"ഞാൻ പോട്ടെ."

ഒരു മൂളിപ്പാട്ടോടെ അവൾ താഴേക്കിറങ്ങിപ്പോയി.

കിടക്കാം, സമയം പത്താവാൻ പോകുന്നു.

വാതിലടച്ച് ലൈറ്റണച്ചു കിടന്നു.

വെയിൽ മുഖത്തടിച്ചപ്പോഴാണ് ഉണർന്നത്.

പല്ലുതേക്കാൻ താഴേക്കിറങ്ങിച്ചെന്നപ്പോൾ പങ്കജം ചോദിച്ചു:

"വാസന്തി സിനിമയ്ക്കു വരുന്നോ?"

ഇല്ലെന്നു തലയാട്ടി. പണ്ടും അതിന് താല്പര്യമില്ല.

"ഞങ്ങൾ പോകുന്നു."

"ഏതു സിനിമയ്ക്കാ."

"*ചെമ്മീനിന്*.. വരുന്നോ. മോണിങ്ഷോയ്ക്കാണ്."

"ഏതു മീനിനായാലും ഞാനില്ല."

പങ്കജം ചിരിച്ചു.

കുളി കഴിഞ്ഞ് ഈറൻതല വേർപെടുത്തിക്കൊണ്ടു ടെറസ്സിൽ നടക്കുമ്പോൾ, മുറിക്കകത്തിരുന്നു പുസ്തകത്തിന്റെ കീറിയ പേജൊട്ടിക്കുന്ന സുന്ദരിയമ്മ ചോദിച്ചു:

"വാസന്തി സിനിമയ്ക്കു പോണില്ലേ?"

"ഇല്ല."

"ഉം.. എന്താ?"

"എനിക്കിഷ്ടമല്ല."

സുന്ദരിയമ്മ ചിരിച്ചു:

"ഞാൻ സിനിമ കണ്ടിട്ട് ഇരുപത്തിയഞ്ചു കൊല്ലായി.."

അവർ തുടർന്നുപറഞ്ഞു:

"അന്നു ഭക്തിപ്പടങ്ങളേ കാണൂ... ഇന്നത്തെ വാൾപോസ്റ്ററുകൾ കണ്ടില്ലേ. വഴിതെറ്റിക്കാൻ മാത്രം. നമ്മളെപ്പോലുള്ളവർക്കൊന്നും പറ്റിയതല്ല സിനിമ."

മുടി അറ്റം കെട്ടി. സുന്ദരിയമ്മ ഉപയോഗിച്ച നമ്മൾ എന്ന പദത്തിന്റെ അർത്ഥവ്യാപ്തി അവസാനിക്കുന്നതെവിടെയാണ്? അവർക്കോ തനിക്കോ അതറിയില്ല.

കാപ്പി കുടിക്കുമ്പോഴും ചർച്ച സിനിമയെപ്പറ്റിത്തന്നെ. പ്രഭാവതി നടീനടന്മാരുടെ പേരുവിവരങ്ങൾ മറ്റുള്ളവർക്കു പറഞ്ഞുകൊടുക്കുകയാണ്.

ഒമ്പതുമണിക്ക് കലപില ശബ്ദമുണ്ടാക്കി എല്ലാവരും പോയി. ഉത്സവം കഴിഞ്ഞ പൂരപ്പറമ്പിലെ ഏകാന്തത.

കുറച്ചു നനച്ചിടാനുണ്ട്.

തുണിയും സോപ്പുമെടുത്തു താഴേക്കിറങ്ങി.

മേട്രൻ വളരെ നേരത്തെതന്നെ സമാജം ആഫീസിലേക്കു പോയിരിക്കുന്നു.

ഇപ്പോൾ ഇവിടെ അടുക്കളക്കാരി കൃഷ്ണമ്മയും താനും സുന്ദരിയമ്മയും മാത്രമേയുള്ളൂ.

ഒരാൾകൂടിയുണ്ട്. ഗംഗാധരൻ. അവൻ പാളയം മാർക്കറ്റിൽ മീൻ വാങ്ങാൻ പോയിരിക്കുന്നു.

സാരിയിൽ സോപ്പിട്ടുവെച്ചു.

ഗെയ്റ്റു കടന്ന് ആരോ ഒരാൾ വരുന്നതു കണ്ടപ്പോൾ കൈ കഴുകി സാരിയിൽ തുടച്ചു.

പാന്റിട്ട ഒരു ചെറുപ്പക്കാരൻ.

"എന്താ?"

ചവിട്ടുപടിയിൽ കാൽ വച്ചുകൊണ്ട് അയാൾ പറഞ്ഞു:

"അന്നമ്മയെ കാണണം."

"അവൾ ഇന്നലെ കാലത്തു വീട്ടിലേക്കു പോയല്ലോ."

"ഏ... അവിടെ വന്നില്ലല്ലോ... ഞാൻ വീട്ടിൽ നിന്നാണ് വരുന്നത്. അവളുടെ ബ്രദറാണ്."

ഉള്ളുകിടന്നു പിടഞ്ഞു. ശനിയാഴ്ച കാലത്ത് ഒമ്പതുമണിക്കു പുറപ്പെട്ടുപോയ അന്നമ്മ ഞായറാഴ്ചയായിട്ടും വീട്ടിലെത്തിയില്ലെന്നോ? അഞ്ചുമണിക്കൂർ കൊണ്ടെത്താവുന്ന ദൂരമേയുള്ളൂ.

ചെറുപ്പക്കാരൻ പരിഭ്രമിച്ചു നില്ക്കുകയാണ്.

"എന്താ പേര്?"

"ജോർജ്."

താളം തെറ്റിയതാണ്. എവിടെയോ സാരമായ തകരാറുണ്ട്. ബസ്സ്റ്റാന്റിലേക്കുപോലും വരണ്ടെന്നു പറഞ്ഞു രണ്ടുതവണ. അതിന്റെ പിന്നിൽ പലതും തനിക്ക് ഊഹിച്ചെടുക്കാം.

അന്നമ്മയുടെ സഹോദരനാണ്. അയാൾ ആകെ വിയർത്തുകഴിഞ്ഞിരിക്കുന്നു. എന്താണ് മാർഗ്ഗം. ബുദ്ധിയുടെ വക്കിൽ എന്തോ ഒന്നു പിടഞ്ഞു.

"നിങ്ങൾ പറയുന്നതു സെക്രട്ടേറിയറ്റിൽ ജോലിയുള്ള അന്നമ്മയല്ലേ?"

"അല്ല.. ചീഫ് കൺട്രോളർ ഓഫീസിലെ."

"ആ... ആ അന്നമ്മയാണോ.. അവർ ഇവിടെയുണ്ട്.... ഇന്നു കാലത്ത് ഓഫീസിലെ ലേഡീസ് ക്ലബ്ബ് വക ഒരു പിക്കിനിക്കിന് കോവളം വരെ പോയിരിക്കുകയാണ്... വൈകുന്നേരം വരും."

ചെറുപ്പക്കാരന്റെ മുഖത്തു ചോരയോട്ടമുണ്ടായി. ആശ്വാസത്തിന്റെ നിഴല്പാടുകൾ ഇളകി. അയാൾ പറഞ്ഞു:

"ഞാൻ പേടിച്ചുപോയി."

"ഈ അന്നമ്മയെക്കുറിച്ചു പേടിക്കാനൊന്നുമില്ല... പാവം കുട്ടിയാണവൾ."

മനസ്സാക്ഷിക്കു നിരക്കാത്തതാണ്. അന്നമ്മ പോയതെവിടേക്കാണ്.

"നാളെ കാലത്തു വരൂ... കാണാം."

"വരാം.... അന്നമ്മ വന്നാൽ നാളെത്തന്നെ വീട്ടിലേക്കു പോകാൻ തയ്യാറായിരിക്കാൻ പറയണം. അത്യാവശ്യമാണ്... അച്ഛൻ പറഞ്ഞയച്ച താണ്... വിവരം അവൾക്കറിയാം. ഞാൻ അടുത്തയാഴ്ച വരുമെന്നാണെ ഴുതിയിരുന്നത്. സാരമില്ല.. ഇതു പറഞ്ഞാൽ മതി.. ഞാൻ കാലത്ത് എട്ട രയ്ക്കു വരാം... ശരി... നിങ്ങൾ ഏതാഫീസിലാണ്?"

ഒരു നിമിഷം ആലോചിച്ചു. നുണയ്ക്കു പല രൂപങ്ങളുണ്ട്. സത്യ ത്തിന് ഒന്നേയുള്ളൂ.

"സെക്രട്ടേറിയറ്റില്."

തൊഴുത്, പാന്റിന്റെ പോക്കറ്റിൽ കൈകൾ തിരുകി ചരലുകളെ കര യിപ്പിച്ചുകൊണ്ട് അയാൾ നടന്നുപോയി.

കിതപ്പോടെ മുകളിലേക്കു കയറി. സുന്ദരിയമ്മ പുറത്തുവന്നു ചോദിച്ചു:

"ആരാത്?"

"ഏതോ ഒരാൾ."

വാതില്ക്കൽ കൈയും കെട്ടി നിന്നു. ഒരു നാടകം അഭിനയിച്ചു തീർന്നിരിക്കുന്നു, ജീവിതത്തിൽ ആദ്യമായി.

പക്ഷേ...

തനിക്കുപോലും കണ്ടെത്താൻ കഴിയാത്ത മറ്റൊരു ചോദ്യം അവ ശേഷിക്കുന്നു.

എവിടേക്കാണ് അന്നമ്മ പോയിരിക്കുന്നത്?

ഒൻപത്

അച്ഛന്റെ കത്തു വന്നു. കാലിനു വേദന ദിവസം പ്രതി കൂടുന്നു. കുഴമ്പു പുരട്ടിയിട്ടൊന്നും കുറവില്ല.

തങ്കം പോയതുമുതൽ കാവേരിയമ്മയാണ് ആഹാരം പാകം ചെയ്യുന്നത്. അവരുടെ വീട്ടിൽ അധികം അംഗങ്ങളില്ലാത്തതുകൊണ്ട് അവർക്ക് സമയം കിട്ടുന്നു.

തങ്കത്തിന്റെ കത്തു വന്നു. അവളുടെ വിശേഷങ്ങളാണ് കൂടുതൽ. അവസാനം ഒരുവാക്കെഴുതി ചേർത്തിട്ടുണ്ട്. അച്ഛന്റെ സുഖക്കേടിനു കുറവുണ്ടോ?

അവളെ കുറ്റംപറഞ്ഞിട്ടു കാര്യമില്ല. വളരെയധികം ലാളിച്ചുവളർത്തി. അതിന്റെ ഫലം.

രാത്രി ഉറക്കം വന്നില്ല. തിരിഞ്ഞും മറിഞ്ഞും കിടന്നുനോക്കി. രക്ഷയില്ല.

തൊട്ടപ്പുറത്ത് അന്നമ്മയുടെ ഒഴിഞ്ഞ കട്ടിൽ. പുറത്തു കാറ്റുപതുങ്ങി നടക്കുന്ന ശബ്ദം.

അച്ഛൻ തട്ടിട്ട വലിയയകത്തു കിടക്കുകയാവും. രാത്രി വെള്ളം ദാഹിച്ചാൽ എടുത്തുകൊടുക്കാൻ പോലും ആരുമില്ല. കാവേരിയമ്മ അയൽപക്കത്തുള്ളതുകൊണ്ടാണ് സമയത്തിനാഹാരം കിട്ടുന്നത്.

അച്ഛൻ ഒറ്റപ്പെടുകയാണോ? മുപ്പത്തിയഞ്ചുകൊല്ലം കാക്കിക്കുപ്പായം ചുമന്ന് രണ്ടു മക്കളെ വളർത്തി. ഒരുത്തിക്ക് ഉദ്യോഗമായി. മറ്റൊരുത്തി വിവാഹം കഴിഞ്ഞതോടെ പലതും മറന്നമട്ടിലാണ്.

തങ്കത്തിനെ വീട്ടിൽ വന്നിരിക്കാൻ പറയുന്നതും ശരിയല്ല. വിവാഹം കഴിഞ്ഞു മൂന്നുനാലു മാസമാവുന്നതേയുള്ളു. ബാലചന്ദ്രനു ലീവു കിട്ടാനും പ്രയാസമാണ്.

ഒന്നാംതീയതി പെൻഷൻ വാങ്ങാൻ കാവിന്റെ മുമ്പിൽനിന്നും ബസ് കയറി താലൂക്കാഫീസിലേക്കുപോകുന്നു. പിന്നീടൊന്നിനും പുറത്തിറങ്ങാറില്ലത്രെ.

എവിടെയെങ്കിലും കാൽതെറ്റി വീണാൽ പിന്നെ എഴുന്നേല്ക്കില്ല.

എന്താണൊരു പോംവഴി. ഈ നഗരത്തിൽ അച്ഛൻ വന്നു താമസിക്കുമോ.

അച്ഛൻ വരില്ല. ആ വീടും പറമ്പും ഉപേക്ഷിച്ച് അച്ഛനൊരിക്കലും വരില്ല.

ലീവെടുത്തു വീട്ടിൽ ചെന്നിരിക്കാമെന്നുവെച്ചാൽ എത്രദിവസം ഇരിക്കും. ആറുമാസത്തെ പ്രൊബേഷൻ പിരീയഡു കഴിയുന്നതുവരെ വളരെ മര്യാദയ്ക്കു കഴിയണം. അനാവശ്യമായി ലീവെടുക്കരുത്. തൊട്ടതിനൊക്കെ ടെമ്പററിയാണെന്ന് ഓർമ്മിപ്പിക്കുന്ന സ്വഭാവം സൂപ്രണ്ടു സ്വാമിയിൽ കടന്നുകൂടിയിരിക്കുന്നു.

ഓരോ ദിവസം കഴിയുന്തോറും ഓഫീസിനോടുള്ള വെറുപ്പു വർദ്ധിച്ചുവരികയാണ്. എല്ലാറ്റിനോടും കഠിനമായ വെറുപ്പ്. ഉള്ളുതുറന്നു സംസാരിക്കാൻപോലും ഒരു കൂട്ടില്ലാതായി.

സുന്ദരിയമ്മമാത്രം ഇടയ്ക്കിടെ ആശ്വാസം പകരുന്നു. അവരുമായി സംസാരിച്ചിരിക്കുമ്പോൾ മനസ്സിന്റെ കനക്കൂടുതൽ അനുഭവപ്പെടുന്നില്ല.

ഓഫീസിലെ ചുമരുകളും മൊസെക്കിട്ട നിലവും മൂടുപടം ധരിച്ച മനുഷ്യരും എല്ലാം തന്റെ ശത്രുക്കളാണോ?

ഒറ്റയ്ക്കാണ് പോകുന്നതും വരുന്നതും. അന്നമ്മ പോയതോടെ ഒരു സ്നേഹിതയും നഷ്ടപ്പെട്ടു. ഇനി മറ്റൊന്നിനോടിണങ്ങിച്ചേരാൻ വയ്യ.

അപവാദം ഒരു കാട്ടുമൃഗത്തെപ്പോലെ ഓഫീസിനകത്ത് യഥേഷ്ടം സഞ്ചരിക്കുന്നു. അതിന്റെ കൂടു തുറന്നുവിട്ട അന്നമ്മ സ്വസ്ഥയായിക്കഴിയുന്നു.

വിജയനെ ഇടയ്ക്കു കാണാറുണ്ട്. ചുറ്റും നോക്കി ഒഴിഞ്ഞുമാറാൻ അദ്ദേഹവും ആത്മാർത്ഥമായി ശ്രമിക്കുന്നു. ആ മനുഷ്യനെപ്പറ്റിയാണ് പലതും പറഞ്ഞുനടക്കുന്നത്.

സ്റ്റേഷനറിറൂം വഴി സഞ്ചരിക്കാറില്ല. ആവശ്യമുള്ളപ്പോൾപ്പോലും ഒഴിഞ്ഞു മാറുന്നു.

ഇടയ്ക്കിടെ ധൈര്യം കുത്തിച്ചെലുത്താൻ വൃഥാ ശ്രമം നടത്തുന്നു. ആര് എന്തുവേണമെങ്കിലും പറയട്ടെ. പക്ഷേ, തന്റെ മനസ്സ് ഒരു ഓട്ടപ്പാത്രമാണ്. ഒന്നും തങ്ങിനില്ക്കുന്നില്ല. ഇവിടെ മാത്രമല്ല മറ്റു ഹോസ്റ്റലുകളിലും തന്റെ പേരു പരന്നിരിക്കുന്നു. വിലാസിനിയാണതു പറഞ്ഞത്. അവളുടെ ഒരുകൂട്ടുകാരിയെ അന്വേഷിച്ചുചെന്നപ്പോൾ അവിടത്തെ ഒരു അന്തേവാസി തന്റെ പേരു ചോദിച്ചുവത്രെ. വിലാസിനി കാര്യമന്വേഷിച്ചപ്പോൾ ചിരിച്ചുകൊണ്ട് അവർ ഫാസ്റ്റ് പാസഞ്ചറിന്റെ കഥ ഓർമ്മപ്പെടുത്തി.

ഇന്നലെ വൈകുന്നേരമാണ് വിലാസിനി അതുപറഞ്ഞത്. വളരെ

വിഷമിച്ചു അവൾ പറയാൻ.

ഉന്തിയ പല്ലുകൾ മേൽച്ചുണ്ടുകൊണ്ട് മറച്ചു അവളും ആശ്വസിപ്പിച്ചു:

"ആരോ എന്തോ പറയട്ടെ നമുക്കെന്താ.. അവരുടെ നാവു തളരുമ്പോൾ നിർത്തും."

ഹോസ്റ്റലിൽ എല്ലാവർക്കുമറിയാം. താൻ ഇല്ലാത്തപ്പോൾ അവർ തന്നെക്കുറിച്ചു സംസാരിക്കുന്നുണ്ടെന്നും അറിയാൻ കഴിഞ്ഞു. വേലക്കാരി കൃഷ്ണമ്മയാണിതു പറഞ്ഞത്.

ചെവികളും നാവുകളും അതിനു മറ്റൊരു രൂപം കൊടുത്തിരിക്കുകയാണ്.

–വിജയൻ തന്നെ വിവാഹം കഴിക്കാൻ പോകുന്നുവത്രേ!

ലേഡീസ് ക്ലബ്ബിൽവെച്ച് വിജയലക്ഷ്മി സൂസിയോടു സംശയം ചോദിക്കുന്നത് വിശാലം കേട്ടതാണ്. വിശാലമാണു വന്നുപറഞ്ഞത്.

ഒടുവിൽ വിശാലവും ചോദിച്ചു:

"സത്യം വല്ലതുമുണ്ടോ?"

കണ്ണുകൾ നിറഞ്ഞതു കണ്ടപ്പോൾ വിശാലം തലതാഴ്ത്തി ഇറങ്ങിപ്പോയി. ഒരു മറുപടിയും തനിക്കു പറയാനായില്ല.

അന്നമ്മ അറിയാതെ കുത്തിയിട്ട വിത്ത് അവൾക്കൂഹിക്കാൻ കഴിയാത്തവിധത്തിൽ വളർന്നുപടർന്നു പന്തലിച്ചു കഴിഞ്ഞു. ഇനി വെട്ടിമാറ്റാൻ പറ്റില്ല.

ഒറ്റയ്ക്കിരുന്നു മുഷിഞ്ഞു.

വൈകുന്നേരം പലരും മരച്ചോട്ടിലും കുന്നിൻചെരുവിലും ചെന്നിരിക്കും.

ടെറസിൽ വെറുതെ അങ്ങോട്ടുമിങ്ങോട്ടും നടക്കും.

ഓഫീസും ഹോസ്റ്റലും അവയെ തമ്മിൽ യോജിപ്പിക്കുന്ന ടാറിട്ട റോഡും മാത്രമായിത്തീർന്നിരിക്കുന്നു തന്റെ ലോകം.

ക്യാന്റീനിലേക്കു പോകുന്നതും വരുന്നതും ഒറ്റയ്ക്കാണ്. പരിചയമുള്ളവർ അന്നമ്മയെക്കുറിച്ചു ചോദിക്കുന്നു.

ഒരുദിവസം ലേഡീസ് ക്ലബ്ബിൽനിന്നും കത്തുണ്ടോ എന്നു നോക്കിക്കൊണ്ടിരിക്കുമ്പോൾ മിസിസ്സ് നായരും സൂസി ഫെർണാണ്ടസും കയറിവന്നു. തൊട്ടരികിൽനിന്നു കത്തു തിരയുമ്പോൾ മിസിസ്സ് നായർ പറഞ്ഞു:

"വാസന്തി ക്ലബ്ബിലെ ഒരു കമ്മിറ്റിമെമ്പറാവണം... മാത്യൂസ് ഓഫീസർ ഇന്നലെ വാസന്തിയെപ്പറ്റി പറഞ്ഞു... സ്പോർട്സിൽ താല്പര്യമുണ്ടോ?"

"ഇല്ല."

പിന്നീട് ആദ്യം ചോദിച്ചതിനുത്തരം പറഞ്ഞു:

"എനിക്ക് ഈവക കാര്യങ്ങളിൽ തീരെ താല്പര്യമില്ല."

മിസിസ്സ് നായർ ചുറ്റും കണ്ണോടിച്ചു. സൂസി ഫെർണാണ്ടസിനെ നോക്കി.

"മാത്യൂസ് വിചാരിച്ചാൽ പ്രൊമോഷനൊക്കെ പെട്ടെന്നു കിട്ടും."

സൂസി ഫെർണാണ്ടസ് ശരിവെച്ചു:

"ഒഫ്കോഴ്സ്."

മിസിസ്സ് നായരുടെ മുഖത്തേക്കൊന്നു തുറിച്ചുനോക്കി. അതിനുള്ള ശരിയായ മറുപടി നാവിൻതുമ്പിലുണ്ട്. പറഞ്ഞില്ല, പറഞ്ഞുശീലിച്ചിട്ടില്ല. ഒരു പാവത്തെപ്പോലെ നിന്നു.

മിസിസ്സ് നായർ തുടരുകയാണ്.

"എന്റെ ഹസിനു ട്രാൻസ്ഫർ വാങ്ങിക്കൊടുത്തതദ്ദേഹമാണ്. സ്നേഹമുള്ള മനുഷ്യൻ."

ഉള്ളിൽ ചിരി പരന്നു. ഒരു സ്ത്രീ ഇതു പറയുമ്പോൾ മറ്റൊരു സ്ത്രീക്കു സ്വാഭാവികമായി തോന്നുന്നതു മാത്രമേ തനിക്കും തോന്നിയുള്ളൂ.

മിസിസ്സ് നായർ ഇതു പറഞ്ഞുനടക്കുന്നുണ്ടല്ലോ? ഇത്ര വിഡ്ഢിയാണോ ഇവർ!

മിസിസ്സ് നായർ പുറത്തു തട്ടിക്കൊണ്ടു പറഞ്ഞു:

"തിങ്ക് ഇറ്റ് ഓവർ!"

ടൈപ്പ് റൈറ്ററിന്റെ മുമ്പിലിരിക്കുമ്പോൾ മാത്യൂസ് എന്ന ഓഫീസറായിരുന്നു മനസ്സിൽ. തന്നെ പരിചയമില്ലാത്ത ആ മനുഷ്യന് എങ്ങനെയാണു തന്നെപ്പറ്റി നല്ല അഭിപ്രായമുണ്ടായത്.

ഹോസ്റ്റലിൽ പറഞ്ഞുകേട്ട ഒരു പഴയ കഥയുടെ ചരടുവലിക്കുമ്പോൾ മാത്യൂസ് സഖറിയാസ് എന്നു പേരുള്ള ഓഫീസറുടെ വികൃതമായ, ഹീനമായ ഒരു ചിത്രമാണ് തന്റെ മുന്നിൽ.

ഇദ്ദേഹത്തിന്റെകൂടെ കുന്നംകുളത്തേക്കു വോളിബാൾ കളിക്കാൻ പോയ വനിതകളിൽ ഒരുവളെപ്പറ്റിയുള്ള കഥയ്ക്ക് ഇന്നും ജീവനുണ്ട്. ആ പെൺകുട്ടിക്കതിഷ്ടമായിരുന്നുവത്രെ. മുകളിലത്തെ നിലയിൽ മൂന്നു കൊല്ലംകൊണ്ടു യു ഡി കേഡറിലേക്കു പ്രൊമോഷൻ വാങ്ങി ഇന്നും അന്തസ്സോടെ അവൾ ജീവിക്കുന്നു.

ഈ കഥകളൊക്കെ താൻ വിശ്വസിക്കുന്നതെന്തിനാണ്? ഇവിടെ നേരും നുണയും തിരിച്ചറിയാൻ പ്രയാസമാണ്. ഒരേനിറമുള്ള കുപ്പായങ്ങൾ. ആർക്കും അതു പാകമാവുകയും ചെയ്യും.

ഈ ഓഫീസിൽ രണ്ടുകൂട്ടർക്കു സുഖമായി ജീവിക്കാം. സുന്ദരിയമ്മമാർക്കും അനന്തലക്ഷ്മിമാർക്കും.

എല്ലാവർക്കുമുണ്ട് കഥകൾ. വിശാലം, കാർത്ത്യായനി, ജഗദമ്മ, അന്നമ്മ, ഞെട്ടിപ്പിക്കുന്ന കഥകൾ, രഹസ്യത്തിന്റെ അഴിയാത്ത കുടുക്കുകൾ. അവരൊക്കെ തന്റേടത്തോടെ നടക്കുന്നു.

ഒന്നരക്കൊല്ലം പഴക്കമുള്ള ഒരു പ്രണയകഥ അന്നമ്മ വളരെ ഭംഗിയായി കൈകാര്യംചെയ്തു. അവസാനം അല്പം പാളിപ്പോയി. അതുകൊണ്ടവൾക്കു നഷ്ടമൊന്നുമുണ്ടായില്ല.

അവൾ സമുദായത്തിന്റെ മുഖത്തു നോക്കി നിശ്ശബ്ദമായി ഗർജ്ജിച്ചു.

– നിങ്ങൾ പടുത്തുയർത്തിയ മതിലിനും ഒരു മറവുണ്ട്.

കുറേനാൾ കഴിയുമ്പോൾ അന്നമ്മയും തന്നെ മറന്നു തുടങ്ങും. ഭാര്യയായി, അമ്മയായി, ചുമതലാബോധമുള്ള ഒരു കുടുംബസ്ഥയായി അവൾ ജീവിക്കും.

വെള്ളിയാഴ്ചയാണ് അന്നമ്മയുടെ പാഴ്സൽ വന്നത്. ശിപായി ഖാദറെ ഏല്പിച്ചാൽ അയാൾ വിതരണം ചെയ്യും എന്ന കുറിപ്പുമുണ്ടായിരുന്നു.

കൊടുക്കേണ്ടവരുടെ പേരൊക്കെ അതിൽ എഴുതി വെച്ചിട്ടുണ്ട്. ഹോസ്റ്റലിൽ മറ്റ് ഓഫീസുകളിൽ ജോലി നോക്കുന്നവരുടെ കവറുകൾ മാറ്റി ബാക്കിയുള്ളവ ഒരുമിച്ചു കെട്ടി ജനറൽ വിങ്ങിലെ ഖാദറെ ഏല്പിച്ചു.

ഖാദർ സീലടിക്കുകയായിരുന്നു. പൊതി വാങ്ങി മഞ്ഞപ്പല്ലുകൾ പുറത്തുകാട്ടി ചിരിച്ചുകൊണ്ട് ഖാദർ പറഞ്ഞു:

"നേരത്തെ പറഞ്ഞില്ലല്ലോ കല്യാണക്കാര്യം?"

അന്നമ്മയ്ക്കു വേണ്ടി നുണ പറഞ്ഞു:

"അച്ഛന് വിവാഹം കഴിച്ചു കാണണമത്രെ... അതാണ് ഇത്രപെട്ടെന്നു നടത്തുന്നത്."

തിരിഞ്ഞുനടക്കാൻ മുതിർന്നപ്പോൾ ഖാദർ വിളിച്ചു:

"വാസന്തിസാറെ!"

"ഉം?"

"വാച്ചു വല്ലതും വേണേല് ഞമ്മളോടു പറഞ്ഞാ മതി... നല്ല രസികൻ സാധനംണ്ട്."

"ഇപ്പോൾ വേണ്ട."

രക്ഷപ്പെടാൻ ശ്രമിക്കുകയായിരുന്നു. കൈത്തണ്ടയിൽ കെട്ടാനൊരു വാച്ച് ആവശ്യമാണ്; വരട്ടെ. ഇനിയും സമയമുണ്ട്.

ഖാദർ ഉപകാരിയാണ്. സീറ്റ് റിസർവ്വ് ചെയ്യാനും വേണമെങ്കിൽ യാത്രയാക്കാനും മൂപ്പരുണ്ടാവും. ആരെക്കണ്ടാലും ആവശ്യത്തിൽ കവിഞ്ഞ ഭവ്യത നടിക്കും എന്ന ഒരു തകരാറേ ഉള്ളൂ.

അന്നമ്മയുടെ കല്യാണത്തിന്റെ തലേദിവസം കല്യാണിയമ്മ വന്നു ചോദിച്ചു.

"എന്തെങ്കിലും ലിസ്റ്റിടുന്നുണ്ടെങ്കിൽ എന്റെ പേരു കൂടി ചേർത്തോളൂ."

സമ്മാനത്തിനുവേണ്ടി കാശു പിരിക്കരുതെന്ന് അന്നമ്മ പ്രത്യേകം എഴുതിയിട്ടുണ്ട്.

കല്യാണിയമ്മ പോയപ്പോൾ കണ്ണൂർക്കാരൻ കൃഷ്ണദാസ് പറഞ്ഞു:

"ഇവിടെ ഇതൊരു പതിവാണ്."

തനിക്കു സമ്മാനിക്കാൻ എന്താണുള്ളത്? ഏറ്റവും വലിയത് സമ്മാനിച്ചുകഴിഞ്ഞു. അവളുടെ നിലനില്പു തന്നെ തന്റെ കൈയിലായിരുന്നല്ലോ. അന്നമ്മ ഒരിക്കലും അതു മറക്കില്ല.

ഹോസ്റ്റലിലുള്ളവർ അത്ഭുതപ്പെട്ടു; അച്ഛനു സുഖമില്ലെന്നു പറഞ്ഞു യാത്രചോദിച്ചിറങ്ങിപ്പോയ പതിനഞ്ചാം ദിവസം കൈയിൽ കിട്ടുന്നതു ക്ഷണപ്പത്രിക!

അവരോടും നുണ പറഞ്ഞു:

"രോഗിയായ അച്ഛന്റെ ആഗ്രഹം!"

രാത്രി കട്ടിലിൽ ഉറക്കം വരാതെ കണ്ണടച്ചു കിടക്കുമ്പോൾ, മന്ത്രകോടിയണിഞ്ഞ അന്നമ്മ കട്ടിലിൽ വന്നിരിക്കുന്നതായി തോന്നി. നാളെ പള്ളിയിലേക്കു പോകുമ്പോൾ കന്യാകുമാരിയിലെ സായാഹ്നങ്ങൾ ഓർക്കുമോ ആവോ?

നാളെ ഈ നേരത്ത് മധുവിധു ആരംഭിക്കുന്നു.

ബോംബെയിലേക്കു വണ്ടി കയറിയ കാമുകൻ ചുംബിച്ച കവിളിൽ ഭർത്താവിന്റെ ചുണ്ടുകൾ അമരുമ്പോൾ...

നാളെ കാലത്ത് അന്നമ്മയ്ക്ക് ഒരു ആശംസ അയക്കണം.

–നിന്റെ ദാമ്പത്യജീവിതത്തിന് ഭാവുകങ്ങൾ നേരുന്നു.

പൊള്ളയായ വാക്കുകൾ!

ഇഷ്ടപ്പെട്ട ഒരു പാട്ടുപോലെ കാണാപ്പാഠമാക്കിയ അന്നമ്മയ്ക്കെന്തിനാണ് തന്റെ ആശംസകൾ.

ഫോർമാലിറ്റിക്കുവേണ്ടി, അതു ഉപേക്ഷിക്കാൻ വയ്യല്ലോ.

കാലത്ത് അല്പം നേരത്തേ ഇറങ്ങി.

കമ്പിയടിക്കണം.

ഉച്ചയ്ക്കു മുമ്പു അന്നമ്മയ്ക്കതു കിട്ടും.

മുമ്പിൽ കൂടിക്കിടക്കുന്ന ടെലഗ്രാം മാറ്ററുകളിൽനിന്നും തന്റേതു മാത്രം തെരഞ്ഞെടുത്ത് അവൾ വായിക്കുമോ?

കമ്പിയാപ്പീസിന്റെ കൗണ്ടറിൽ തിരക്കുണ്ടായിരുന്നില്ല. ഫോറം വാങ്ങി അഡ്രസും നമ്പർ എട്ടും എഴുതി. ഒറ്റരൂപയും നീട്ടി.

"പ്ലീസ്, പേന."

പുറകിൽ നിന്നായിരുന്നു. തിരിഞ്ഞു നോക്കിയപ്പോൾ വിജയൻ.

"പേനയെടുക്കാൻ മറന്നു."

പേന വാങ്ങിക്കൊണ്ട് വിജയൻ ചോദിച്ചു:

"അന്നമ്മയ്ക്കല്ലേ?"

"അതെ."

പരിഭ്രമിക്കുന്നതെന്തിനാണ്? ഇതു കമ്പിയാപ്പീസാണ്. ആർക്കും വരാം.

പേന തിരികെ തന്നു.

"താങ്ക്സ്."

സിമന്റുസ്ലാബിൽ മുട്ടുകളൂന്നി റസീറ്റിനു വേണ്ടി കാത്തുനില്ക്കുമ്പോൾ ഉള്ളു പിടയുകയായിരുന്നു.

ആരെങ്കിലും ഇതു കണ്ടാൽ...

റസീറ്റു വാങ്ങി തിരിഞ്ഞപ്പോൾ, ആകെ തളർന്നു.

– മിസിസ്സ് നായരും ചന്ദ്രികാദേവിയും

മുഖത്തേക്കു നോക്കാതെ അവർ കൗണ്ടറിന്നടുത്തേക്കു നീങ്ങി.

"പോട്ടെ."

വിജയൻ പറഞ്ഞു:

"എസ്."

സീറ്റിൽ ചെന്നിരുന്നു ഫാനിന്റെ കാറ്റിൽ മുങ്ങി. വിയർപ്പു വറ്റി.

കീബോർഡിൽ വിരലുകൾ മഴക്കുന്നു. മിസിസ്സ് നായരും ചന്ദ്രികാ ദേവിയും വരുമ്പോൾ കണ്ടത് താനും വിജയനും തൊട്ടടുത്തു നില്ക്കുന്നതാണ്.

ഇപ്പോൾ അവർ പരസ്പരം പറയുന്നുണ്ടാവും.

–'ചുമ്മാതല്ല ആളുകൾ അതുമിതും പറയുന്നത്.'

വീണ്ടും ധൈര്യം നിറയ്ക്കാൻ പാടുപെടുകയാണ്.

എന്തും വരട്ടെ തനിക്കൊരു മനസ്സാക്ഷിയുണ്ടല്ലോ!

പതിനൊന്നുമണിക്ക് ക്യാന്റീനിലേക്കു പോകുമ്പോൾ മിസിസ്സ് നായരെ കണ്ടു. യാതൊരു ഭാവവ്യത്യാസവുമില്ലാതെ അവർ പതിവു പോലെ ചിരിച്ചുകൊണ്ടു കടന്നുപോയി.

കാപ്പികുടി കഴിഞ്ഞു ലേഡീസ് ക്ലബ്ബിലേക്കു പോയി. അച്ഛന്റെ കത്തു വന്നിരിക്കുന്നു. അവിടെവെച്ചുതന്നെ പൊട്ടിച്ചുവായിച്ചു.

– അസുഖത്തിനു കുറവൊന്നുമില്ല. നിനക്കു ലീവു കിട്ടുമെങ്കിൽ ഒന്നു വന്നാൽ നന്ന്. പ്രത്യേകം ഒരു കാര്യം പറയാനാണ്.

കത്തു മടക്കി.

ഇന്നു ചൊവ്വാഴ്ചയാണ്. രണ്ടാം ശനിയാഴ്ച ഒഴിവാണ്. വെള്ളിയാഴ്ച വൈകുന്നേരത്തു പോകാം. എന്താണ് പ്രത്യേകകാര്യം. വളരെ അത്യാവശ്യമായിരിക്കുമോ? ആണെങ്കിൽ ആ വിധത്തിൽ എഴുതേണ്ടതല്ലേ.

വൈകുന്നേരം ഹോസ്റ്റലിലെത്തിയപ്പോൾ, വരാന്തയിൽവെച്ച് മേട്രൻ വിളിച്ചു:

"വാസന്തീ!"

അവർ മുറിക്കകത്തിരിക്കുകയായിരുന്നു. അകത്തു കടന്നുചെന്നു. സ്വീറ്റ്ഡ്രീം തലയണയിൽ തട്ടി അവർ പറഞ്ഞു:

"ഇരിക്കൂ."

ഇരുന്നു.

"എന്താ?"

അവർ ചുമരിലെ കലണ്ടറിലേക്കു നോക്കിയാണ് പറഞ്ഞുതുടങ്ങിയത്:

"ചിലതൊക്കെ കേൾക്കുന്നു; എനിക്കൊന്നും വിശ്വസിക്കാൻ പറ്റുന്നില്ല... അതുകൊണ്ടു നേരിട്ടുതന്നെ ചോദിക്കാമെന്നു കരുതി."

ഒന്നും മിണ്ടിയില്ല. ഉമിനീരു വറ്റുന്നു. കണ്ഠം ഇടറാനും കണ്ണു നിറയാനും ഇനി അധികം നേരം വേണ്ട!

“ചിന്മയ ഹോസ്റ്റലിൽ ചെന്നപ്പോൾ എന്നോടൊരാൾ പറഞ്ഞതാണ്..”

കണ്ണിൽ ഈർപ്പം പെരുകി. തള്ളവിരൽ നിലത്തുരച്ചു.

“എല്ലാം വെറുതെയാണ്... എന്നെ ജീവിക്കാൻ ആരും സമ്മതിക്കില്ല.”

മേട്രൻ പറഞ്ഞു:

“എനിക്കറിയാം... സാരമില്ല..”.

എഴുന്നേറ്റു മേട്രൻ വീണ്ടും ആശ്വസിപ്പിച്ചു:

“പോട്ടെ, വെറുതെ ചോദിച്ചതാണ്. സങ്കടപ്പെടരുത്.”

കോണിപ്പടി കയറുമ്പോൾ താഴെ വീഴുമെന്നു തോന്നി. ഇരുട്ടു ചുറ്റും വ്യാപിക്കുന്നു. പകൽ ഇത്ര പെട്ടെന്നവസാനിക്കുകയാണോ?

മുറി തുറന്നു.

സാരി മാറാതെതന്നെ കിടക്കയിൽ വീണു. തലയിണയിൽ മുഖമമർത്തി കരഞ്ഞു.

അവസാനും കണ്ണീരുവറ്റി. മലർന്നു കിടന്നു.

കണ്ണുകൾ ചുമരിലെ കലണ്ടറിൽ ചെന്നുപറ്റി.

–താൻ ക്രൂശിക്കപ്പെടുന്നു!

അന്നമ്മ ആ കലണ്ടർ കൊണ്ടുപോകാൻ മറന്നു.

കണ്ണടച്ചു കിടന്നപ്പോൾ അച്ഛന്റെ മുഖം തെളിഞ്ഞു. ഏഴുന്നേല്ക്കാൻ വയ്യാതെ കട്ടിലിൽ കിടക്കുകയാണോ?

നാളെത്തന്നെ നാട്ടിലേക്കു പോയാലെന്താ. നാലഞ്ചു ദിവസത്തെ കാഷ്വൽ ലീവെടുക്കാം.

അതാണ് നല്ലത്.

വീട്ടിൽ ആറേഴു ദിവസം ചെന്നിരിക്കുമ്പോൾ, ഇളകിമറിഞ്ഞുകിടക്കുന്ന ഈ മനസ്സിനല്പം ശാന്തത ലഭിക്കും.

പത്ത്

കാക്കകൾ കരയുന്നു. പൈപ്പിൽനിന്നും വെള്ളം കുത്തനെ നിലത്തുവീഴുന്ന ശബ്ദം. ആരോ പൈപ്പു തുറന്നിട്ടിരിക്കുകയാണ്.

ചെരിഞ്ഞുകിടന്നു. കണ്ണുതുറന്നു. ഇരുട്ടിന്റെ ചേല ജനൽപ്പടിയിൽനിന്നും ഉതിർന്നുവീണു തുടങ്ങി. പ്രഭാതത്തിന്റെ പിറവിയെ വിളിച്ചറിയിക്കാൻ രശ്മികൾ പാഞ്ഞെത്തി.

ഉറക്കത്തിന്റെ പിടിയിൽനിന്നും പൂർണ്ണമായും വിട്ടിട്ടില്ലാത്ത മനസ്സിൽ തലേന്നുണ്ടായ സംഭവങ്ങൾ കിടന്നു തുടിച്ചു.

–അന്നമ്മ!

തുരുതുരെ മുട്ടുകേട്ടു. മനസ്സു പൂർണ്ണമായും ഉണർന്നു. അന്നമ്മയായിരിക്കും. വീട്ടിൽനിന്നു മടങ്ങിയെത്തിയതാവും.

നിമിഷങ്ങൾക്കകം ഈ മുറിയിൽവെച്ച് ഒരു മഹാരഹസ്യത്തിന്റെ തിരശ്ശീല കീറപ്പെടുന്നു.

കട്ടിലിൽനിന്നും എഴുന്നേറ്റു. കാലടികൾ വിറയ്ക്കുന്നു. ശബ്ദം ഇടററുത്. വളരെ കരുതലോടെവേണം നീങ്ങാൻ. അന്നമ്മയുടെ മിടുക്കും തന്റേടവും ഇവിടെവെച്ചു തകരും. വാചാലയായ അവളെ ഊമയാക്കാനുള്ള കരുക്കൾ തന്റെ കൈയിലുണ്ട്.

വാതിൽ പതുക്കെ തുറന്നു.

മങ്ങിയ വെളിച്ചത്തിൽ അന്നമ്മ നില്ക്കുന്നു. ചിതറിക്കിടക്കുന്ന തലമുടിയും ചുവന്ന കണ്ണുകളും.

ഉറക്കക്കുറവു കാരണം അലങ്കോലപ്പെട്ട മുഖം.

അന്നമ്മ ചിരിച്ചു. അകത്തുകടന്ന് എയർബാഗ് മേശപ്പുറത്തുവച്ച് അവളുടെ കട്ടിലിൽ ചെന്നിരുന്നു.

"എത്രനേരമായി മുട്ടുന്നു.. എന്തുറക്കമാണ് വാസന്തിക്ക്!"

അന്നമ്മ വീണ്ടും ചിരിച്ചു.

സ്വന്തം കട്ടിലിൽ ചെന്നിരുന്നു. ഇനി ധാരാളം കരയാനുള്ള വകയുണ്ട്. ഇപ്പോൾ ഇഷ്ടംപോലെ അവൾ ചിരിക്കട്ടെ.

അന്നമ്മ ചുമരിൽ തലചായിച്ച് ഇടതുകാൽ മടക്കി കട്ടിലിൽ ഇരിക്കുകയാണ്. പഴയ പ്രസരിപ്പും ചൊടിയും മുഖത്തു വരുത്താൻ അവൾ ഓരോ നിമിഷവും പാടുപെടുകയാണ്!

"ട്രെയിനിനാണോ വന്നത്?"

"അല്ല... ഒന്നിനുള്ള ഫാസ്റ്റിനു നിട്ടിൽനിന്നും കയറി."

"ആരുണ്ടായിരുന്നു ബസു കയറ്റാൻ?"

"ബ്രദർ."

അന്നമ്മ കിടക്കയിൽ കിടന്നു.

"അച്ഛനും അമ്മയ്ക്കും സുഖമല്ലേ?"

"അതേ."

"ബ്രദറിനോ?"

"സുഖമാണ്... എല്ലാവരോടും വാസന്തിയെപ്പറ്റി പറഞ്ഞിട്ടുണ്ട്.... അടുത്തതവണ നിന്നെയും കൂട്ടിച്ചെല്ലാൻ പറഞ്ഞിരിക്കുന്നു."

പല്ലുകൾ ഞെരിഞ്ഞമർന്നു. എത്ര കലാപാടവത്തോടെയാണ് അവൾ നുണകൾ വിതയ്ക്കുന്നത്!

എങ്ങനെയാണു തുടങ്ങേണ്ടത്? അടുത്ത മുറികളിലൊന്നും ആരും ഉണർന്നിട്ടില്ല.

ഒമ്പതിന് അവളുടെ സഹോദരൻ ഇവിടെയെത്തും. അതിനുമുമ്പ് ഒരു കരയിൽ പറ്റണം.

മലർന്നുകിടന്നാലോചിച്ചു. എവിടേക്കാണവൾ പോയത്? സംശയം പലവഴിക്കും തിരിയുന്നു. യൗവനത്തിന്റെ അപക്വതയിൽ, അവിവേകതയിൽ എന്തെങ്കിലും പറ്റിപ്പോയാൽ...

ഹോസ്റ്റലിൽ മറ്റുള്ളവർ ആരും അറിയരുത്. താൻ കാരണം ഈ പെൺകുട്ടി നശിക്കുന്നത് തനിക്കിഷ്ടമല്ല. തെറ്റുകൾ ചെയ്തിട്ടുണ്ടെങ്കിൽ തിരുത്തുക; ആവർത്തിക്കാതിരിക്കുക.

"അന്നമ്മേ!"

വളരെപ്പതുക്കെയാണ് വിളിച്ചത്. അവൾ കേട്ടില്ലെന്നു തോന്നുന്നു. അല്പം ഉച്ചത്തിൽ വിളിച്ചു:

"അന്നമ്മേ!"

പെട്ടെന്നവൾ ഞെട്ടി എഴുന്നേറ്റു. ഉറക്കക്ഷീണം കൊണ്ടു മയങ്ങി, അല്പനേരം.

അവൾ എഴുന്നേറ്റിരുന്നു.

"എന്താ?"

"നീ വല്ലാതെ ക്ഷീണിച്ചിരിക്കുന്നു!"

അവൾ പരിഭ്രമത്തോടെ കൈത്തണ്ടയിലും ശരീരത്തിലും നോക്കി പാടുപെട്ടു ചിരിച്ചു.

"ഏയ്... എനിക്കൊരു ക്ഷീണവുമില്ല.... ഉറക്കമൊഴിച്ചതുകൊണ്ടു തോന്നുന്നതാണ്."

യാത്രാക്ഷീണമാണെന്നു വരുത്താനുള്ള ശ്രമം.

"അന്നമ്മേ!"

അവൾ പരിഭ്രമം കലർന്ന ശബ്ദത്തിൽ വിളികേട്ടു:

"എന്താ?"

സ്വന്തം ശരീരം വിറയ്ക്കുന്നു. നിയന്ത്രിക്കണം. പാളിപ്പോയാൽ എല്ലാം അപകടത്തിലാവും. ഒരു ജീവിതത്തെ വെട്ടിനുറുക്കുന്നതു തന്റെ കൈകൊണ്ടാവരുത്.

"എന്താ വാസന്തീ?"

തന്റെ നിശ്ശബ്ദതയിൽ അവൾക്ക് ഉൽക്കണ്ഠയുണ്ടായിരിക്കുന്നു. കുറ്റബോധം അവളുടെ മനസ്സിൽ ആർത്തിരമ്പുന്നുണ്ടാവണം.

സ്വരം പതിവിലും കൂടുതൽ മയപ്പെടുത്തി:

"അച്ഛനും അമ്മയ്ക്കും സുഖമാണ് അല്ലേ?"

"അതേ.. എന്താ?"

ഇമകൾ വെട്ടാതെ അന്നമ്മ മുഖത്തേക്കു തുറിച്ചുനോക്കുകയാണ്.

"എന്നെ വിഡ്ഢിയാക്കരുത്."

പെട്ടെന്ന് അന്നമ്മയുടെ മുഖം വിളർത്തു. അവൾ കിതയ്ക്കാൻ തുടങ്ങി. ശ്വാസം വലിക്കുന്നതും പുറത്തു വിടുന്നതും ശബ്ദത്തോടെയാണ്.

എഴുന്നേറ്റു അന്നമ്മയുടെ കട്ടിലിൽ ചെന്നിരുന്നു. കുനിഞ്ഞ മുഖം പിടിച്ചുയർത്തി. കണ്ണുകളിൽ ഈർപ്പത്തിന്റെ നനവ്!

"നീ എവിടേക്കാണു പോയത്?"

"................"

"നിന്റെ ബ്രദർ ഇന്നലെ കാലത്തിവിടെ വന്നിരുന്നു."

"അയ്യോ!....."

വായ് പൊത്തിപ്പിടിച്ചു.

"പതുക്കെ... ആരും അറിയരുത്... അറിഞ്ഞാൽ നിനക്കുതന്നെയാണു മോശം."

അന്നമ്മയുടെ മുഖത്തു രക്തമില്ലാതായി, കണ്ണുകൾ നിറയുകയും കവിയുകയും ചെയ്യുന്നു. തുടയ്ക്കാൻ കൈ ഉയർത്തിയപ്പോൾ പറഞ്ഞു:

"ഇനി കരഞ്ഞിട്ടൊരു ഫലവുമില്ല... നിന്നെ കൂട്ടിക്കൊണ്ടുപോകാൻ വന്നതാണ്."

അവൾ മുഖം പൊത്തി തേങ്ങിത്തുടങ്ങി.

മുറിയുടെ വാതിൽ തുറന്നു കിടക്കുന്നു. എഴുന്നേറ്റു അടച്ചു. ആരെങ്കിലും കണ്ടാൽ അതുമതി പെട്ടെന്നതു പടർന്നോളും.

അന്നമ്മയുടെ ചുമലിൽ കൈവച്ചു. തേങ്ങലിന്നിടയിലൂടെ അന്നമ്മ ചോദിച്ചു:

"നീയെന്തു പറഞ്ഞു?"

"ഞാൻ പറഞ്ഞതു പിന്നീടു പറയാം... നീ എവിടേക്കാണ് പോയത്."

അവൾ വീണ്ടും കരഞ്ഞുതുടങ്ങി.

"നീ മറ്റുള്ളവരെയും അറിയിക്കും."

പെട്ടെന്നു കരച്ചിൽ നിന്നു. കലങ്ങിയ കണ്ണുകളിൽ വെള്ളം വറ്റാതെ കിടന്നു. നെഞ്ചു വല്ലാതെ ഉയരുകയും താഴുകയും ചെയ്യുന്നു.

അന്നമ്മയുടെ കൈപ്പത്തിയെടുത്തു മടിയിൽ വച്ചു. വിരലുകളിൽ തലോടി, സ്നേഹവായ്പോടെ തന്നെ വിശ്വസിക്കാമെന്ന ഭാവത്തിൽ ചോദിച്ചു:

"നീ... എവിടെപ്പോയിരുന്നു?"

സാരിത്തലപ്പുയർത്തി അന്നമ്മ കണ്ണും പിന്നീട് മുഖവും തുടച്ചു. ആശ്വാസത്തിന്റെ നേരിയ രേഖകൾ തെളിയുന്നുണ്ടോ?

"എന്നെ വിശ്വസിക്കൂ... അന്നമ്മേ!"

ജനലിലൂടെ പുറത്തേക്കു നോക്കി അന്നമ്മ പറഞ്ഞു:

"ഞാൻ കന്യാകുമാരിക്കു പോയി."

"ഏ!"

"അതെ."

"ഒറ്റയ്ക്കോ?"

"അല്ല."

"പിന്നെ?"

"വേറൊരാളുണ്ടായിരുന്നു."

"ആരാണ്?"

"പറഞ്ഞാൽ വാസന്തിക്കറിയില്ല... റോക്കറ്റ് സ്റ്റേഷനിൽ ജോലിയുള്ള ഒരാൾ.."

കേൾക്കുന്നതു ശരിയാണോ? അന്നമ്മയല്ലേ ഇതു പറയുന്നത്.

"അന്നമ്മേ!"

"ഉം"

"നീ ചെയ്തതു ശരിയാണോ?"

"അതെ!"

ഞെട്ടിപ്പോയി. അവൾ കുറ്റം സമ്മതിക്കുന്നില്ല. ധിക്കാരമാണ്. അതിരുകവിഞ്ഞ തന്റേടം.

"നീ ധിക്കാരിയാണ്!"

"അല്ല, വാസന്തിക്കു പറഞ്ഞാൽ മനസ്സിലാവില്ല."

"അയാൾ നിന്നെ വിവാഹം കഴിക്കാൻ തയ്യാറാണോ?"

"അതെ."

"എങ്കിൽ അതു കഴിഞ്ഞിട്ടു മതിയായിരുന്നില്ലേ?"

അവൾ മുട്ടിൽ മുഖമമർത്തി വീണ്ടും തേങ്ങിത്തുടങ്ങി:

"ആ വിവാഹം നടക്കില്ല വാസന്തീ... നടത്തിയാലും സൈ്വരജീവിതം കിട്ടില്ല."

"എന്താ?"

"അയാൾ ക്രിസ്ത്യാനിയല്ല."

പാത അവിടെ അവസാനിക്കുന്നു. മുന്നിൽ ഉയർന്ന മതിൽക്കെട്ടാണ്. ഇടിച്ചുതകർക്കാൻ ഈ ശക്തി പോര. ആദർശങ്ങളുടെ ഒഴുക്കുപോലും ഇവിടെയെത്തുമ്പോൾ അമ്പരന്നുനില്ക്കുന്നു.

"അന്നമ്മേ!"

"ഉം..."

"നിനക്കു ചെറുപ്പമാണ്... വല്ലതും പറ്റിയാൽ?"

"സാരമില്ല... എന്റെ വിവാഹം ഈ മാസം നടക്കും.. ഏട്ടൻ അടുത്ത ആഴ്ച വരുമെന്നാണെഴുതിയിരുന്നത്... വിവാഹം ഉറപ്പിച്ചുകാണും."

അവൾ നെറ്റിയിൽ ഉഴിഞ്ഞു. ചുണ്ടുകൾ വിറച്ചു.

"അദ്ദേഹം ഇന്നുകാലത്ത് ബോംബേക്കു പോകുന്നു... ടെക്നിക്കൽ സ്റ്റഡിക്കുവേണ്ടി.. ഇനി ഞങ്ങളൊരിക്കലും കണ്ടുമുട്ടില്ല. ഇതവസാന ത്തേതായിരുന്നു."

"ഇതൊന്നും നേരത്തെ എന്നോടു പറയാത്തതെന്തായിരുന്നു?"

"മറ്റുള്ളവർ അറിയാതിരിക്കുന്നതാണ് നല്ലതെന്നു കരുതി."

"മറ്റുള്ളവരിൽ ഒരുത്തിയാണോ ഞാനും?"

അന്നമ്മ ഒന്നും മിണ്ടിയില്ല. പെട്ടെന്നു കരച്ചിലിന്റെ ശബ്ദംകൂടി. അവൾ മടിയിലേക്കു കമഴ്ന്നു വീണു. വിക്കിവിക്കി അവൾ പറഞ്ഞു:

"ഞാൻ നിന്നെ ഒരുപാട് ദ്രോഹിച്ചിട്ടുണ്ട്. കർത്താവെനിക്കൊരി ക്കലും മാപ്പു തരില്ല."

"എന്നെയോ? ഒരിക്കലുമില്ല."

"ഉവ്വ്.. നിന്നോടു മാത്രമല്ല മറ്റു പലരോടും ചെയ്തിട്ടുണ്ട്. ഒന്നും മനഃപൂർവ്വമായിരുന്നില്ല... പക്ഷേ."

"എന്താണ്? തുറന്നു പറയൂ."

അവൾ കാൽമുട്ടിൽ ഉഴിഞ്ഞു.

ഒരു കൊച്ചുകുട്ടിയെപ്പോലെ പറ്റിക്കിടക്കുകയാണ്.

അന്നമ്മ പറഞ്ഞു:

"നിന്നെക്കുറിച്ചുള്ള അപവാദം ഞാൻ ഉണ്ടാക്കിയതാണ്. ബസിൽ വിജയൻ ഉണ്ടായിരുന്ന വിവരം ഹോസ്റ്റലിൽ വന്നു പറഞ്ഞതും ഞാനാ ണ്.... ഇത്രയൊന്നും പ്രതീക്ഷിച്ചില്ല."

ഇടിവെട്ടേറ്റപോലെ തരിച്ചിരുന്നു. ആ സർപ്പത്തെ തുറന്നുവിട്ടത് അന്നമ്മയാണോ?

അന്നമ്മ ഇപ്പോൾ കരയുന്നില്ല. അവളുടെ മുഖം പിടിച്ചുയർത്തി. ദൃഷ്ടികൾ ആ മുഖത്തിനു നേരെ തിരിഞ്ഞു. ആ നോട്ടത്തിനു തീനാള ങ്ങളുടെ ചൂടുണ്ട്.

"അന്നമ്മേ എനിക്കു വേണമെങ്കിൽ വളരെ എളുപ്പത്തിൽ ഇതി നൊക്കെ പ്രതികാരം വീട്ടാം... പക്ഷേ, ഞാൻ അതു ചെയ്യുന്നില്ല. എന്നെ പ്പറ്റി എന്തൊക്കെ പറഞ്ഞാലും എനിക്കൊന്നുമില്ല."

അന്നമ്മ സ്തംഭിച്ചിരിക്കുകയാണ്. ഇപ്പോൾ തളർന്നു വീഴും എന്നു തോന്നി. പുറത്തു കൈവെച്ചു.

"ഭയപ്പെടേണ്ട... എന്റെ ഹൃദയത്തിനത്ര കട്ടിയില്ല... കോവളത്തേക്കു ലേഡീസ് ക്ലബ്ബ് വക പിക്നിക്കിനു പോയിരിക്കുന്നു എന്നാണ് പറ ഞ്ഞത്."

അവൾക്കു വിശ്വസിക്കാൻ കഴിഞ്ഞില്ലെന്ന് ആ നോട്ടത്തിൽനിന്നും വ്യക്തമായി.

"എന്നെ വിശ്വസിക്ക്... ആരും അറിഞ്ഞിട്ടില്ല... ഞാനല്ലാതെ... എല്ലാ വരും മോർണിങ് ഷോയ്ക്കു പോയിരിക്കുകയായിരുന്നു."

അന്നമ്മ ചൂണ്ടുവിരൽ കൊണ്ട് പിൻകഴുത്തിൽ ഉഴിഞ്ഞുകൊണ്ടി രുന്നു.

"ഒമ്പതിനു നിന്റെ ബ്രദർ വരും കൂട്ടിക്കൊണ്ടു പോകാൻ."

"മറ്റുള്ളവരോടെന്തു പറയും?"

അല്പനേരം ആലോചിച്ചു. വീണ്ടും നുണ കൂട്ടിച്ചേർക്കേണ്ടിയിരി ക്കുന്നു. ഇല്ലെങ്കിൽ ഒരുജീവിതം തകരും.

"അന്നമ്മേ!"

"എന്താ?"

"അച്ഛനു സുഖമില്ലെന്നും കൂടുതൽ അവധിക്കുവേണ്ടി ബ്രദറി നെയും കൂട്ടി വന്നതാണെന്നും പറഞ്ഞാൽ മതി."

പുറത്തു പ്രഭാതം പൂർണ്ണമായും വിടർന്നുകഴിഞ്ഞിരുന്നു.

അന്നമ്മ കട്ടിലിൽനിന്നും എഴുന്നേറ്റു. വേച്ചുവേച്ച് മേശയ്ക്കരികെ ചെന്നുനിന്ന് ബ്രഷും പേസ്റ്റുമെടുത്തു.

"വാസന്തീ!"

"എന്താ?"

"ഞാനിന്ന് ബ്രദറിന്റെ കൂടെപ്പോയാൽ തിരിച്ചുവരില്ല... വിവാഹം കഴിഞ്ഞയുടൻ മദ്രാസിലേക്കു പോകണം...."

വേദനയുടെ തുള്ളികൾ ഇറ്റിറ്റു വീഴുന്നു. ഇതു ശരിയാണോ? അന്നമ്മ ഇനി തിരിച്ചുവരില്ല.

ക്രിസ്ത്യാനിയല്ലാത്ത ആ ചെറുപ്പക്കാരൻ ഇപ്പോൾ ഏതെങ്കിലും

ഒരു കമ്പാർട്ടുമെന്റിലിരുന്ന്, നഷ്ടപ്പെട്ട കഴിഞ്ഞ ദിനങ്ങളുടെ ശേഷിച്ച മധുരം അയവിറക്കുകയായിരിക്കും.

അന്നമ്മ സൂട്ട്കേസ് തുറന്നു ടൊയിൻകൊണ്ടു കെട്ടിവെച്ചിട്ടുള്ള ഒരു കെട്ടു കത്തെടുത്തു നീട്ടി പറഞ്ഞു:

"ഈ കത്തുകളൊക്കെ അയാൾ അയച്ചതാണ്. ഇടയ്ക്കൊക്കെ ഓഫീസിലും വരുമായിരുന്നു. നീ കണ്ടിട്ടുണ്ടാവില്ല."

അന്നമ്മയുടെ കണ്ണുകൾ വീണ്ടും നനഞ്ഞു.

"എനിക്കു വായിക്കണ്ട... നിന്നെ എനിക്കു വിശ്വാസമാണ്."

"ഇത് അടുപ്പിലിട്ടു കത്തിക്ക്... എനിക്കതു ചെയ്യാൻ വയ്യ."

"എന്റെ പെട്ടിയിൽ വെക്ക്.. ഉച്ചയ്ക്കു കത്തിച്ചോളാം."

അന്നമ്മ കത്ത് തന്റെ പെട്ടിയിൽ വെച്ചു. ഇടതുകൈകൊണ്ടു കണ്ണു രണ്ടും തുടച്ച് അവൾ താഴേക്കിറങ്ങിപ്പോയി.

ഇന്നവൾ പോയാൽ തിരിച്ചുവരില്ല. ഒന്നോ രണ്ടോ ആഴ്ചകൾക്കകം അവൾ വിവാഹിതയാവുന്നു.

അന്നമ്മ ഒരു കരയ്ക്കണയാൻ പോവുകയാണ്. കഴിഞ്ഞ കുറേനിമിഷങ്ങളിൽ അവൾ അലയിലും ചുഴിയിലുംപെട്ട് വട്ടംതിരിയുകയായിരുന്നു.

അന്നമ്മയുടെ സഹോദരൻ മറ്റാരോടെങ്കിലുമാണ് അന്വേഷിച്ചതെങ്കിൽ ഇന്ന് ഓഫീസനകത്തു തീപോലെ പടരും.

ആ കാര്യത്തിൽ അന്നമ്മ ഭാഗ്യവതിയാണ്.

ഈ മുറിയിൽ ഇന്നുമുതൽ താൻ ഒറ്റയ്ക്കാവുകയാണ്. മറ്റാരോടും അതു പറയാൻ പറ്റില്ല. അതുപോലെതന്നെ അന്നമ്മയ്ക്കും. എല്ലാവരോടും യാത്ര പറഞ്ഞ് ആശംസകളും വാങ്ങി പോകേണ്ടവളാണ്. പക്ഷേ, ഈ നാടകത്തിൽ ആ രംഗമില്ല.

അവൾ ജോലി രാജിവെച്ച വിവരം ഹോസ്റ്റലിൽ അറിയുന്നതുവരെ താൻ ഒറ്റയ്ക്കേ ഉണ്ടാവൂ. പിന്നീട് ആരെങ്കിലും വരും. അവളും ഒരു നാൾ യാത്രചോദിച്ചിറങ്ങിപ്പോകുന്നു.

താൻ മാത്രം...

സുന്ദരിയമ്മ കൈയിൽ പ്രസാദവും ചുണ്ടിൽ പുഞ്ചിരിയുമായി കടന്നുപോകുമ്പോൾ ചോദിച്ചു:

"പല്ലുതേപ്പും കുളീം ഒന്നും ആയില്ലേ?"

"ഇല്ല."

അന്നമ്മ പല്ലുതേച്ചു കാലും മുഖവും കഴുകി കയറി വന്നു. നനഞ്ഞ മുഖമാണെങ്കിലും കണ്ണുകൾ ഈറനാണെന്നു പെട്ടെന്നു തിരിച്ചറിയാം.

"അന്നമ്മേ!"

"ഉം?"

അവൾ അരികിലേക്കു നീങ്ങി:

“ബ്രദർ വന്നാൽ ഒരുകാര്യം പ്രത്യേകം ശ്രദ്ധിക്കണം.”

“എന്താണ്?”

“നീയിന്നലെ സന്ധ്യക്കാണു വന്നതെന്നും, എന്നെ പരിചയപ്പെടുത്തുമ്പോൾ സെക്രട്ടറിയേറ്റിലാണെന്നും പറയണം.”

“പറയാം.”

എണ്ണതേച്ചു അന്നമ്മ സോപ്പും തോർത്തുമായി വീണ്ടും താഴേക്കിറങ്ങി.

പല്ലു തേക്കണം. ഉമിക്കരിയെടുത്തു താഴേക്കിറങ്ങി.

വാഴച്ചുവട്ടിലിരുന്നു പല്ലു തേയ്ക്കുമ്പോൾ വിശാലം ചോദിച്ചു:

“അന്നമ്മയ്ക്കെന്തുപറ്റി... ഒരു വല്ലായ്മ... ഞാൻ ചോദിച്ചപ്പോ ഒന്നും പറഞ്ഞില്ല.”

“അവളുടെ അച്ഛനു സുഖമില്ല... ലീവെടുത്തു പോകാൻ വന്നതാണ്. ബ്രദറും വന്നിട്ടുണ്ട്.”

വിശാലത്തിനു തൃപ്തിയായെന്നു തോന്നുന്നു. പിന്നീടൊന്നും ചോദിച്ചില്ല.

കുളികഴിഞ്ഞു തിരിച്ചു ചെല്ലുമ്പോഴേക്കും അന്നമ്മ സ്യൂട്ട്കേസിൽ എല്ലാം അടുക്കിവെച്ചുകഴിഞ്ഞു.

ഈറൻ മാറുമ്പോൾ ഒഴിഞ്ഞ അയ ശ്രദ്ധിച്ചു. ഓരോന്നായി ശൂന്യമാവുകയാണ്. ഇനി ആ കട്ടിലും ശൂന്യമാവും.

“അന്നമ്മ എനിക്കു കത്തയക്കോ?”

“ആർക്കയച്ചില്ലെങ്കിലും ഞാൻ വാസന്തിക്കയക്കും.”

സുന്ദരിയമ്മ വാതിൽക്കൽ വന്നുനിന്നു.

“എവിടേക്കാ പൊറപ്പാട്?”

“അന്നമ്മേടെ അച്ഛനു സുഖമില്ല.”

“പിന്നെന്തിനാ വന്നത്?”

നുണയുടെ ചവിട്ടുപടികൾ വീണ്ടും കയറി.

“ഡ്രസൊക്കെ ഇവിടെ കെടക്കല്ലേ... ഒരു മാസത്തെ അവധിയിൽ പോകുന്നു... ബ്രദറും കൂടെ വന്നിട്ടുണ്ട്.”

സുന്ദരിയമ്മ താഴെക്കിറങ്ങിപ്പോയി. കാർത്ത്യായിനിയും പ്രഭയും കയറിവന്നു.

“അച്ഛനെന്താ അസുഖം?”

“പ്രഷറിന്റെ.”

സത്യം തലതല്ലി കരയുകയാണ്.

“മേട്രനോടു പറഞ്ഞോ?”

“കുളികഴിഞ്ഞു വരുമ്പോൾ പറഞ്ഞു.”

അന്നമ്മ സ്യൂട്ട്കേസ് അമർത്തി അടച്ചു.

“ഇനി എന്നുവരും.”

"ഒരു മാസം കഴിയും."

എയർബാഗും നിറച്ചുകഴിഞ്ഞിരുന്നു. ഇനി അന്നമ്മയുടേതെന്നു പറയാൻ ആ മുറിയിൽ ബാക്കിയുള്ളത് കുറേ പഴയ പത്രങ്ങളും ഒഴിഞ്ഞ പൗഡർടിന്നുകളും മാത്രം.

ഓഫീസിൽ തന്നെക്കുറിച്ചുണ്ടായ അപവാദത്തിനു കാരണക്കാരി അന്നമ്മയാണ്. ആ ഒറ്റക്കാരണംകൊണ്ടു തന്നെ അവളെ കഠിനമായി വെറുക്കേണ്ടതാണ്. തനിക്കതിനു കഴിയുന്നില്ല.

പാവം രാമകൃഷ്ണൻ! അന്നമ്മയുടെ നുണക്കഥകളിൽ താൻ വിശ്വസിച്ച് അയാളെയും വെറുത്തു.

കഴിഞ്ഞതു കഴിയട്ടെ. അപവാദം വേണ്ടത്ര വളർന്നു കഴിഞ്ഞു. ഇനി മറ്റൊരു പോംവഴിയുമില്ല. അന്നമ്മയോടു പ്രതികാരം വീട്ടിയതുകൊണ്ട് അതു നശിക്കാൻ പോകുന്നില്ല. വരുന്നതുവരട്ടെ.

കാർത്ത്യായിനിയും പ്രഭയും പോയി.

അന്നമ്മ പറഞ്ഞു:

"ഇൻവിറ്റേഷൻ കാർഡുകൾ രജിസ്റ്റേർഡ് പാഴ്സലായി ഓഫീസിലേക്കയക്കാം.

"ഓ."

മുടി അറ്റം കെട്ടി.

ഡൈനിങ് ടേബിളിൽ തൊട്ടരികെ ഇരുന്ന് ആറിത്തണുത്ത ഗോതമ്പുദോശ തിന്നുമ്പോൾ അകം വേവുകയായിരുന്നു.

ഒരു കൂട്ടുകാരി നഷ്ടപ്പെടുന്നു.

കൈ കഴുകി മുകളിലേക്കു കയറുമ്പോൾ അന്നമ്മയോടു പറഞ്ഞു:

"രണ്ടുപേരുടെയും ഫോട്ടോ എനിക്കയച്ചു തരണം."

"തരാം... കല്യാണത്തിനു വാസന്തി വരുമോ?"

"എനിക്കു വരാൻ പറ്റില്ലെന്ന് അറിഞ്ഞുകൊണ്ടു തന്നെയാണ് നീ ചോദിക്കുന്നത്."

അവൾ ഒന്നും മിണ്ടിയില്ല.

ദൂരേക്കു നോക്കി പെട്ടെന്നു പറഞ്ഞു:

"ജോർജച്ചായൻ വരുന്നു."

അവൾ കണ്ണു തുടച്ചു താഴേക്കോടാൻ ഭാവിക്കുമ്പോഴേക്കും തടഞ്ഞുകൊണ്ടു പറഞ്ഞു:

"നീ പുറപ്പെട്... ഞാൻ താഴെച്ചെന്നു നില്ക്കാം."

അന്നമ്മ മുറിക്കകത്തേക്കു പോയപ്പോൾ താഴേക്കിറങ്ങി.

വരാന്തയിലെ തൂണിൽ പിടിച്ചുകൊണ്ടു പറഞ്ഞു:

"അകത്തു കയറി ഇരിക്കൂ... അവൾ പുറപ്പെടുന്നു."

ചെറുപ്പക്കാരൻ വിസിറ്റേഴ്സ് റൂമിൽ കയറി ഇരുന്നു.

"ഒമ്പതിനുള്ള ഫാസ്റ്റിനു ബുക്കു ചെയ്തു."

മേട്രൻ വന്നു; പരിചയപ്പെടത്തി.

"അന്നമ്മയുടെ ബ്രദറാണ്."

ചെറുപ്പക്കാരൻ തൊഴുതു.

ഗംഗാധരൻ ഏതോ ആവശ്യത്തിനായി മേട്രനെ വിളിച്ചപ്പോൾ അവർ പോയി. അപ്പോഴാണാശ്വാസമായത്.

കനത്ത സ്യൂട്ട്കേസ് അന്നമ്മയും പ്രഭയും കൂടി താങ്ങിപ്പിടിച്ചു താഴേക്കു കൊണ്ടുവന്നു.

വിശാലം ഗംഗാധരനെ വിളിച്ചു.

ഗംഗാധരൻ വന്നു. അവന്റെ തലയിൽ പെട്ടിയെടുത്തു വെച്ചുകൊടുത്തു.

ചെറുപ്പക്കാരൻ എഴുന്നേറ്റു. അന്നമ്മ എയർബാഗ് ചുമലിൽ തൂക്കി കുട ചുഴറ്റി മുഖത്തേക്കൊന്നു നോക്കി. അധികനേരം അവൾക്കു തന്റെ മുഖത്തു നോക്കിനില്ക്കാൻ പറ്റില്ല. നോട്ടം പിൻവലിച്ചു.

എല്ലാവരോടുമായി അവൾ പറഞ്ഞു:

"ഞാൻ പോട്ടെ."

തൊണ്ട ഇടറുന്നുണ്ടായിരുന്നു. എന്നിട്ടും പറഞ്ഞൊപ്പിച്ചു.

"എല്ലാം പറഞ്ഞതുപോലെ."

അന്നമ്മ നിറഞ്ഞ കണ്ണുകൾ ഇമവെട്ടിച്ചു വറ്റിച്ചു തലതാഴ്ത്തി പടിയിറങ്ങി.

ചെറുപ്പക്കാരൻ എല്ലാവരേയും നോക്കി തൊഴുതു:

"ഞങ്ങളിറങ്ങട്ടെ."

ചരൽപ്പാതയിലൂടെ മുഖം താഴ്ത്തി സഹോദരന്റെ പുറകെ അന്നമ്മ നടന്നു. ഗെയ്റ്റു കടന്നു മറഞ്ഞു.

മുകളിലേക്കു കയറുമ്പോൾ ആരും കാണാതെ കണ്ണു തുടച്ചു.

അവൾ ഒരു കര പറ്റി. താൻ തുഴയുകയായിരുന്നു.

പതിനൊന്ന്

ഉച്ചയ്ക്ക് കാവിന്റെ മുമ്പിൽ ബസിറങ്ങി.

വെയിലിന് ചൂടു കൂടുതലാണ്. നഗരത്തിൽ ഇത്രയില്ല.

വീടിന്റെ പടി ചാരിവെച്ചിരുന്നു. അച്ഛൻ ഉറങ്ങുകയാണ്.

വിളിച്ചുണർത്തി.

കട്ടിലിൽ ചെരിഞ്ഞുകിടന്ന്, കണ്ണുതിരുമ്മിക്കൊണ്ട് അച്ഛൻ ചോദിച്ചു.

"മോളു വന്നോ?"

കട്ടിലിനരികിലേക്കു ചേർന്നുനിന്നുകൊണ്ട് അച്ഛനോടു ചോദിച്ചു:

"കാലെങ്ങനെയിരിക്കുന്നു?"

"സാരമില്ല. നീ കാലും മുഖവും കഴുകി ഊണു കഴിക്ക്... മണി മൂന്നായി."

കിണറ്റിൻകരയിൽ ചെന്നു കാലും മുഖവും കഴുകിയശേഷം അടുക്കളയിൽചെന്നു. അച്ഛൻ ചുമരോരത്തിട്ടിരുന്ന സ്റ്റൂളിൽ ഇരുന്നു.

തണുത്ത ചമ്പാവിൻചോറിൽ പുളി കുറഞ്ഞ മോരൊഴിച്ച് ഊണു കഴിക്കുമ്പോൾ അച്ഛൻ പറഞ്ഞു.

"കാലത്തു വരുമെന്നു വിചാരിച്ചു."

"സീറ്റു കിട്ടിയില്ല.... പുലർച്ചെ പുറപ്പെട്ടു."

അച്ഛൻ രണ്ടു കാലും ഉയർത്തി കാണിച്ചു.

"ഇന്നല്പം നീരു കുറവുണ്ട്."

ഞരമ്പുകൾ പൊന്തി നില്ക്കുന്ന ആ കാലുകളിലേക്കു നോക്കി.

അറുപത്തിരണ്ടാമത്തെ വയസ്സിൽ അച്ഛൻ ഈ വീട്ടിൽ ഒറ്റയ്ക്കാണ്. അവസാനകാലത്ത് ഒരുതുള്ളിവെള്ളം കൊടുക്കാൻ പോലും ആരുമില്ലെങ്കിൽ...

നഗരത്തിൽനിന്നും അപവാദത്തിന്റെ ചൂടിനെ ഭയന്ന്, താല്ക്കാലി

കമായി രക്ഷപ്പെടാനെത്തിയ മകൾ ഇതാ മറ്റൊരു തീക്കുണ്ഡത്തിന്റെ മുമ്പിലെത്തിയിരിക്കുന്നു.

വൈകുന്നേരം കാവേരിയമ്മ വന്നു. കാപ്പിയുണ്ടാക്കുകയായിരുന്നു. അത്ഭുതത്തോടെ കവിളിൽ കൈചേർത്തുവച്ച് അവർ ചോദിച്ചു.

"എപ്പോ വന്നു?"

"ഉച്ചയ്ക്ക്."

നഗരത്തിലെ താമസസൗകര്യങ്ങളെക്കുറിച്ചും അവർക്കറിവില്ലാത്ത ഓഫീസുകാര്യങ്ങളെക്കുറിച്ചും സംസാരിച്ചു.

കാപ്പികുടി കഴിഞ്ഞ് കാവേരിയമ്മ പോകുമ്പോൾ പറഞ്ഞു:

"ഇനി അച്ഛനും മകളും കുറച്ചുദിവസം സുഖമായി കഴിയൂ."

അച്ഛൻ നരച്ച കുറ്റിമുടിയിൽ ഉഴിഞ്ഞു ചിരിച്ചു.

സന്ധ്യക്ക് കോലായിൽ ചമ്രം പടിഞ്ഞിരുന്നു.

ചവിട്ടുകല്ലിൽ ഇരുന്ന് അച്ഛൻ കുഴമ്പു പുരട്ടുകയാണ്. ചൂടുവെള്ളം അടുപ്പിൽ കിടന്നു തിളയ്ക്കുന്നു.

ചുവന്നുതുടുത്ത ആകാശം നിഴലായി മാറിക്കൊണ്ടിരിക്കുന്ന കരിമ്പനകൾ. ആവിപോലെ ചുറ്റും പൊന്തി പറക്കുന്ന ഇരുട്ട്.

കുലദൈവത്തിന്റെ മുമ്പിൽ അല്പംമുമ്പ് കത്തിച്ചുവെച്ച തരി ഇനിയും അണഞ്ഞിട്ടില്ല.

ചൂടുവെള്ളമൊഴിച്ച് മേൽകഴുകിയശേഷം അച്ഛൻ ഊണു കഴിക്കാൻ വന്നു. മാസങ്ങൾക്കുശേഷം അച്ഛനും മകളും ഒരുമിച്ചിരുന്ന് ഉണ്ണുകയാണ്. ഹോസ്റ്റലിലെ ആഹാരസാധനങ്ങൾ തിന്നു മടുത്ത നാവിന്, എരിവുകൂടിയ ഉള്ളിക്കറിയിൽ താല്പര്യം ജനിച്ചിരിക്കുന്നു.

റാന്തലിനരികെയിരുന്ന് ഊണുകഴിക്കുമ്പോൾ അച്ഛൻ ചോദിച്ചു:

"ജോലിയൊക്കെ സുഖമല്ലേ?"

അതേ എന്നു തലയാട്ടി. മൂന്നു നിലയുള്ള ആ മഞ്ഞകെട്ടിടത്തിനകത്തു സുഖിക്കുന്ന ഒരു വർഗ്ഗമുണ്ട്. യാതനയുടെ മുള്ളിൽ മറ്റുള്ളവർ പിടയുന്നതുകണ്ടു രസിക്കുന്നവർ!

"ഓഫീസറുടെ സ്വഭാവം എങ്ങനെ?"

"തരക്കേടില്ല."

ആർക്കും ഉപദ്രവമില്ലാത്ത ഒരു മനുഷ്യനാണ്. അദ്ദേഹം അധികം താമസിയാതെ ഡെപ്യൂട്ടേഷനിൽ പോകുമെന്നു പറയുന്നതു കേട്ടു. ചിലപ്പോൾ തന്റെ ലീവു കഴിയുമ്പോഴേക്കും മാറിപ്പോകാൻ സാദ്ധ്യതയുണ്ട്.

അന്നമ്മയുടെ വിവാഹത്തെപ്പറ്റി പറഞ്ഞു. അപ്പോൾ അച്ഛനൊരഭിപ്രായമുണ്ടായി.

"ആ പെൺകുട്ടി പാവമാണ്. അന്നു കണ്ടപ്പോൾത്തന്നെ എനിക്കു തോന്നി."

ചിരിച്ചു, അതു ശരിയാണെന്ന ഭാവത്തിൽ. അച്ഛനു മാത്രമല്ല തനിക്കും അതേ അഭിപ്രായമായിരുന്നു അന്ന്. പിന്നീടു അതു മാറി; കന്യാകുമാരിയാത്രയ്ക്കു ശേഷം.

ഊണു കഴിഞ്ഞു കൈകഴുകി.

അച്ഛൻ വലിയകത്ത് കട്ടിലിൽ ചെന്നുകിടന്നു.

ഇടനാഴിയിൽ വളരെനാളായി മടക്കിവെച്ചിരുന്ന കിടക്ക നിവർത്തി. അലക്കിയ മല്ലുമുണ്ടെടുത്തു വിരിച്ചു.

വാതിലടച്ചു. റാന്തലിന്റെ തിരി താഴ്ത്തി. കിടന്നു. ശരീരത്തിനു ക്ഷീണമുണ്ട്. എട്ടുപത്തുമണിക്കൂർ നീണ്ടു നിന്ന ബസുയാത്ര.

മനസ്സ് ഹോസ്റ്റലിൽ കുരുങ്ങി. സുന്ദരിയമ്മ ഇപ്പോൾ *ഗീത* വായിക്കുകയാവും.

ചെരിഞ്ഞു കിടന്നു.

"വാസന്തീ!"

അച്ഛൻ വിളിച്ചു:

ഉറങ്ങി എന്നാണ് കരുതിയത്.

വിളി കേട്ടു.

"ഞാൻ നിന്നെ വരുത്തിയത് എന്തിനാണെന്നു പറഞ്ഞില്ലല്ലോ."

"എന്താച്ഛാ?"

"എത്രകാലം നീയിങ്ങനെ കഴിയും... അച്ഛന്റെ കണ്ണടയുന്നതിനു മുമ്പ് അതുകൂടെ കഴിഞ്ഞാൽ സമാധാനമായി."

അച്ഛൻ പറയുന്നതിന്റെ അർത്ഥം മനസ്സിലാക്കാൻ കഴിയുന്നു. തങ്കത്തിന്റെ വിവാഹം കഴിഞ്ഞു. ഇനി ഒരാൾ കൂടി ബാക്കിയുണ്ട്.

അച്ഛന് താനൊരു ഭാരമാണ്. വിവാഹം ഇപ്പോൾ വേണ്ടെന്നു പറഞ്ഞാലും വലിയ വിലയൊന്നും അച്ഛൻ കല്പിക്കില്ല.

"എന്താ നീയൊന്നും പറയാത്തത്?"

കമഴ്ന്നുകിടന്ന് താടി തലയിണയിൽ ഊന്നി ഇരുട്ടിലേക്കു നോക്കി. എന്താണു പറയേണ്ടത്. എല്ലാവരും പറയുന്നതുതന്നെ.

"കുറേ കഴിയട്ടെ."

കട്ടിൽ ഞരങ്ങി.

"കുറെ കഴിയുമ്പോൾ അച്ഛനുണ്ടാവില്ല."

തൊണ്ട ഇടറിയിരുന്നു.

അച്ഛൻ തുടർന്നു:

"നമ്മുടെ കുട്ടിശങ്കരമേനോന്റെ മകൻ, തിരുവനന്തപുരത്തേക്കു മാറ്റായി വന്നിട്ടുണ്ട്... ഇനി അവടത്തന്നെ സ്ഥിരാണത്രെ... കുട്ടപ്പൻനായരാണ് എന്നോടു പറഞ്ഞത്."

മുഖം ചെരിച്ചു വെച്ചു. റാന്തലിന്റെ പ്രകാശനാളം ഏകാഗ്രതയോടെ എരിയുന്നു. ചില്ലിനകത്തുള്ള നാളത്തെ പിടിക്കാൻ കാറ്റ് ചുറ്റും പതുങ്ങിയോടുകയാണ്.

"വാസന്തീ!"

"ഉം."

"ജാതകം കുട്ടപ്പൻ വന്നു വാങ്ങി... മേനോനും താല്പര്യണ്ടത്രെ."

"ഉം."

“ആലോചിക്ക്... രണ്ടുപേർക്കും മാറ്റമില്ലാത്ത ജോലിയല്ലേ?”

ചെവി കൂർപ്പിച്ചു. ഇനിയെന്തെങ്കിലും അച്ഛൻ പറയുമോ?

ഏറെനേരം കഴിഞ്ഞു ഒന്നും കേട്ടില്ല. അച്ഛൻ ഉറങ്ങിക്കാണും.

പുറത്തു കരിമ്പനകളുടെ പട്ടകൾ കൂട്ടിയുരഞ്ഞ് ശബ്ദമുണ്ടാക്കുന്നു.

അച്ഛൻ ആലോചിക്കാൻ പറഞ്ഞിരിക്കുന്നു. മകൾക്കും ഒരവസരം കൊടുക്കാൻ അച്ഛൻ മറന്നില്ല.

അച്ഛന്റെ ചുമലിൽ താൻ ഒരു ഭാരമാണ്.

ഇന്നേവരെ വിവാഹത്തെക്കുറിച്ച് ചിന്തിച്ചിട്ടില്ല. ഇന്നു ജീവിതത്തിന്റെ ഒരു വഴിത്തിരിവിലാണു താൻ.

ഒരു സ്ത്രീക്കതാവശ്യമല്ലേ? ഒരു പുരുഷന്റെ ഭാര്യയാവുക, അയാളെ അനുസരിക്കുക. മാതാവായി കുഞ്ഞുങ്ങൾക്കു മുല കൊടുക്കുക.

ചിന്തിക്കുമ്പോൾ മധുരമാണ്. അനുഭവിക്കുമ്പോഴോ–?

കുട്ടിശങ്കരമേനോന്റെ മകൻ ഭാസ്കരൻ തിരുവനന്തപുരത്തേക്കു സ്ഥലം മാറി വന്നിരിക്കുന്നു. ആ മുഖം ഓർമ്മയുണ്ട്. തിളക്കമുള്ള കണ്ണുകൾക്കു താഴെ, നേരിയ മീശയും അല്പം തടിച്ച ചുണ്ടുകളും. ഇടതുവശത്തേക്കു ചരിഞ്ഞു കിടക്കുന്ന ചുരുണ്ട മുടി ഒതുക്കിവെക്കാൻ പലപ്പോഴും ശ്രദ്ധിക്കാറില്ല.

പണ്ട് പുഴയിലേക്കു കുളിക്കാൻ പോകുമ്പോൾ കുളപ്പുരയുടെ മുറ്റത്ത് ബനിയനിട്ടു നില്ക്കുന്നതു കണ്ടിട്ടുണ്ട്. വരമ്പിറങ്ങിയ ശേഷമേ തലയുയർത്താറുള്ളൂ.

ആശ്വാസത്തിന്റെ നേരിയ ഉറവ പൊടുന്നനെ പൊടിഞ്ഞു. ആ വിവാഹം നടന്നാൽ താൻ എന്നെന്നേക്കുമായി രക്ഷപ്പെടുന്നു. പാമ്പ് ഉറയൊഴിയുന്നതുപോലെ അപവാദം തന്നെ വിട്ടൊഴിയും.

തനിക്കു ശ്വസിക്കാം. കൈവീശി നടക്കാം. ചുറ്റും സ്വാതന്ത്ര്യത്തോടെ നോക്കാം.

ഒരു ജയിൽ ശിക്ഷ അവസാനിക്കുകയും ചെയ്യും.

ഉറക്കം കൺപോളകളിൽ കടിച്ചുതൂങ്ങി നിന്നപ്പോൾ, മനസ്സിന്റെ അവ്യക്തതയിൽ ഒരു കുടുംബത്തിന്റെ ചിത്രം കണ്ടു.

ടൗണിൽനിന്നും വളരെയകലെയല്ലാതെ, മനോഹരമായ ഒരു ചെറിയ വീട്. വീടിന്റെ മുറ്റത്ത് വെള്ളമണൽ വിരിച്ചിരിക്കുന്നു. വരാന്തയിൽ തൂങ്ങുന്ന പൂച്ചട്ടികൾ. താഴെ വിരിയിട്ട സെറ്റികൾ.

അകത്തേക്കു കടക്കുന്ന വാതിലിന്റെ മുകളിൽ, വർണ്ണനൂലുകൾകൊണ്ട് നെയ്തുണ്ടാക്കിയ ഇണക്കുരുവികളുടെ ചിത്രത്തിനു താഴെ എഴുതിവെച്ചിരിക്കുന്നു.

–സ്വീറ്റ് ഹോം!

വെയിലിൽ, മഴയിൽ ഒരുമിച്ചു നീങ്ങുന്ന ഒരു കുടക്കീഴിൽ.

അച്ഛന്റെ ചുമ കേട്ടാണ് ഉണർന്നത്. നേരം പുലർന്നു കഴിഞ്ഞു.

കണ്ണുതിരുമ്മി കിടക്കയിൽ ചമ്രം പടിഞ്ഞിരുന്നു. ലോകം ഒരു രാത്രി കൊണ്ടു മാറിയിരിക്കുന്നു. ഉന്മേഷം മനസ്സിൽ തണൽ പരത്തിത്തുടങ്ങി.

മുറ്റമടിക്കുമ്പോഴും അച്ഛനു ചൂടുവെള്ളം തിളപ്പിക്കുമ്പോഴും തലേന്നു രാത്രി മയക്കത്തിൽ തെളിഞ്ഞ പലതും ഓർമ്മയിൽ എത്തി. ലജ്ജ തോന്നി.

ഇതിൽ ലജ്ജിക്കാനെന്തിരിക്കുന്നു. ഇരുപത്തിമൂന്നാം വയസ്സിൽ ലജ്ജയോ? ജീവിതത്തിൽ ഇതൊക്കെ ആവശ്യമാണ്. ഇന്നല്ലെങ്കിൽ നാളെ.

എണ്ണതേച്ച് സോപ്പും തോർത്തുമെടുത്തു പുഴയിലേക്കു പോകുമ്പോൾ അച്ഛൻ പറഞ്ഞു:

"സൂക്ഷിച്ചുവേണം... പാറയിൽ വഴുക്കലുണ്ടാവും."

പുഴയിൽ കുളിച്ചിട്ടൊരുപാടുനാളായി. അതുകൊണ്ടാണ് അച്ഛൻ ഓർമ്മപ്പെടുത്തിയത്. പൈപ്പിൻചുവട്ടിൽ തല കാണിച്ചുള്ള കുളി മടുത്തിരിക്കുന്നു.

നടന്നു.

കൊയ്ത്തു കഴിഞ്ഞ കണ്ടങ്ങളിൽ പശുക്കളും എരുമകളും മേഞ്ഞു നടക്കുന്നു.

വരമ്പു കയറി ഇടവഴിയിലെത്തിയപ്പോൾ പാർവ്വതി വട്ടത്തിലുള്ള ചോറ്റുപാത്രവും പുസ്തകവും അടക്കിപ്പിടിച്ച് ഓടിക്കിതച്ചു വരുന്നു.

"എന്നു വന്നു?"

''ഇന്നലെ."

"വൈകുന്നേരം കാണാട്ടോ... ബസു വരാറായി."

അവൾ താഴേക്കിറങ്ങി വരമ്പിലൂടെ ധൃതിയിൽ നടന്നുപോയി.

പത്തുവരെ ഒരുമിച്ചു പഠിച്ചു. അവൾ ട്രെയിനിങ്ങിനു പോയി. ടീച്ചറായി.

പുളിമരത്തിന്റെ ചുവട്ടിലെത്തിയപ്പോൾ തല അറിയാതെ ഉയർന്നു. ഓടിട്ട ഇരുനിലക്കെട്ടിടവും അതിനു പുറകിൽ കവുങ്ങിൻതലപ്പുകളും കണ്ടു.

കുട്ടിശങ്കരമേനോന്റെ വീട്. കളപ്പുരവും വീടും ഒന്നു തന്നെയാണ്.

മണ്ണുകൊണ്ടുണ്ടാക്കിയ സിംഹപ്രതിമകൾ പടിക്കൽ കാവലിരിക്കുന്നു.

മാവിൻചുവട്ടിലെത്തിയപ്പോൾ ആരോ പേരു പറഞ്ഞു വിളിച്ചു എന്നു തോന്നി.

തിരിഞ്ഞുനോക്കി.

മഞ്ഞപ്പാവട്ടമരത്തിന്റെ ചുവട്ടിൽ, വേലിക്കപ്പുറത്തു ശങ്കരിയമ്മ നില്ക്കുന്നു, ഭാസ്കരന്റെ അമ്മ.

"എപ്പോ വന്നു?"

"ഇന്നലെ."

"എത്രീസംണ്ട് അവധി?"

"നാലഞ്ചുദിവസം."

"കുളിക്കാനല്ലേ... ഞാനുണ്ട്."

അവർ മുറ്റത്തുകൂടെ നടന്ന് വീട്ടിനകത്തേക്കുപോയി.

ഭൂമിയിൽ അമർത്തിച്ചവിട്ടിയാണവർ നടക്കുന്നത്. അറുപതു കഴിഞ്ഞിട്ടും ആരോഗ്യത്തിനു കുറവില്ല.

തോർത്തു പുതച്ച്, എണ്ണപുരണ്ട മുടിയഴിച്ചിട്ട് ശങ്കരിയമ്മ വന്നു.

പടി ഇറങ്ങിയതും അവർ പറഞ്ഞു:

"ഭാസ്കരന് തിരുവനന്തപുരത്തേക്ക് മാറ്റായിട്ടുണ്ട്."

"അച്ഛൻ പറഞ്ഞു."

അതു പറയേണ്ടിയിരുന്നില്ല എന്നു തോന്നി. ഒന്നു മൂളിയാൽ മതിയായിരുന്നു.

ഇരുവശത്തും ആടലോടകം വളർന്നു നില്ക്കുന്ന ഇടവഴിയിലൂടെ നടക്കുമ്പോൾ ശങ്കരിയമ്മ പറഞ്ഞു:

"ഒന്നിനും ആളില്ലാ... എല്ലാടത്തും എന്റെ കണ്ണെത്തണം..."

ഉള്ള സ്വത്തു കാത്തുസൂക്ഷിക്കാൻ വേണ്ടത്ര ആളില്ലാത്തതാണ് പരാതി. എല്ലാം അന്യൻ തിന്നുപോകുന്നുവത്രെ.

ഇടവഴി കഴിഞ്ഞപ്പോൾ നീണ്ടുനിവർന്നു കിടക്കുന്ന പുഴ കണ്ടു. പുഴയിൽ വെള്ളത്തേക്കാളധികം മണലാണ്. മാവിൻചുവട്ടിലെ കടവിൽ പുളഞ്ഞുകിടക്കുന്ന പാറക്കൂട്ടങ്ങൾക്കിടയിൽ അല്പം വെള്ളമുണ്ട്. മണ്ണു വെട്ടി പടവുകൾ ഉണ്ടാക്കിയിരുന്നു. തങ്കത്തിന്റെ കല്യാണത്തിനു വന്നപ്പോൾ ഇതുണ്ടായിരുന്നില്ല. അന്നു പാടം ചുറ്റിവേണം പുഴയിലേക്കിറങ്ങാൻ.

മാവിന്റെ തടിച്ച വേരുകൾ മണ്ണിനു പുറത്ത് തള്ളി നില്ക്കുന്നു. അച്ഛന്റെ കാലിലെ ഞരമ്പുകൾപോലെ.

പടവിറങ്ങുമ്പോൾ ശങ്കരിയമ്മ ചോദിച്ചു:

"താമസിക്കുന്ന സ്ഥലത്തിന്റെ പേരെന്താ?"

സ്ഥലത്തിന്റെ പേരു പറഞ്ഞപ്പോൾ അവർ എന്തോ ആലോചിക്കുന്നതുപോലെ നിന്നു. പെട്ടെന്നു ഓർമ്മവന്നു.

"ഭാസ്കരനും അതിനടുത്തെവിടെയോ ഉള്ള ഒരു മുറിയിലാണു താമസം ന്നാ കത്തിലുണ്ടായിരുന്നത്. തമ്പൂരെന്നോ മറ്റാണു സ്ഥലപ്പേര്ന്ന് തോന്നണു."

"തമ്പാനൂരായിരിക്കും. തമ്പൂരാവില്ല."

അവർക്കു പെട്ടെന്നു പിടികിട്ടി.

"അതന്നെ. തമ്പാനൂര്. എനിക്കു സ്ഥലത്തിന്റെ പേരൊന്നും ഓർമ്മനിക്കില്ല. ഈ സ്ഥലോം നിങ്ങളു താമസിക്കണതും തമ്മിൽ എത്ര വ്യത്യാസണ്ട്."

"രണ്ടു മൂന്നു മൈൽ വരും."

വെള്ളത്തിലേക്കിറങ്ങി. നല്ല തണുപ്പ്. ഇത്രയും തണുത്ത വെള്ളത്തിൽ കുളിച്ചിട്ട് ഒരുപാടു ദിവസമായി.

സാരിക്ക് സോപ്പിട്ടുകൊണ്ടിരുന്നപ്പോൾ മുട്ടുവരെ ആഴമുള്ള വെള്ളത്തിൽ ചെരിഞ്ഞുകിടന്നുകൊണ്ടു ശങ്കരിയമ്മ ചോദിച്ചു.

"ഭാസ്കരനെ എവിടെയെങ്കിലും വെച്ചു കാണാറുണ്ടോ?"

"ഇല്യാ."

"അവൻ അങ്ങനെ എറങ്ങി നടക്കണ കൂട്ടത്തിലൊന്നല്ല... ലീവിൽ വന്നാൽത്തന്നെ അടിച്ചെറക്ക്യാ പുറത്തിറങ്ങില്ല.."

ആരോടും അധികം സംസാരിക്കാതെ ഒതുങ്ങിക്കഴിയുന്ന ഒരു മനുഷ്യനായിരുന്നു പണ്ടും. അധികം ആരോടും കൂട്ടുകൂടി നടക്കുന്നതും കണ്ടിട്ടില്ല. കാവിൽ വേല നടക്കുമ്പോൾ അത്താണിക്കരുകിൽ കൈയും കെട്ടി നോക്കി നില്ക്കും.

ഇടവഴിയിൽവെച്ചോ മറ്റോ അവിചാരിതമായി കണ്ടുമുട്ടുമ്പോൾ വളരെ പ്രയാസപ്പെട്ടാണ് പരിചയഭാവം കാണിക്കുന്നത്.

ഏഴെട്ടു മാസങ്ങൾക്കുമുമ്പ് കണ്ടതാണ്.

അച്ഛൻ കുട്ടപ്പൻവഴി ആലോചന നടത്തുന്നു. കുട്ടിശങ്കരമേനോനും ശങ്കരിയമ്മയും ഇതിൽ താല്പര്യം കാട്ടുന്നു. കുളികഴിഞ്ഞപ്പോൾ തണുപ്പു മാറി. വെയിലിന് ചൂടു കൂടിത്തുടങ്ങിയിരിക്കുന്നു. ഉച്ചയാവുമ്പോഴേക്കും പൂഴിമണൽ വെന്തു തുടങ്ങും.

ഈറൻ തുണികൾ കൈത്തണ്ടയിലിട്ടു മൺപടവുകൾ കയറുമ്പോൾ ശങ്കരിയമ്മ പറഞ്ഞു:

"സൂക്ഷിച്ച്."

മുകളിലെത്തിയപ്പോഴേക്കും കിതപ്പുതുടങ്ങി. കാൽമുട്ടിൽ കൈ ഊന്നി വളരെ പതുക്കെയാണ് ശങ്കരിയമ്മ കയറിവരുന്നത്.

കിതപ്പു മാറാൻ വേണ്ടി മാവിൻ തണലിലേക്കു മാറി നിന്നു.

മാവിൻ ചുവട്ടിൽ മണ്ണിനോടു ചേർന്നുകിടക്കുന്ന വിഗ്രഹത്തെ തൊഴുതുകൊണ്ട് ശങ്കരിയമ്മ പറഞ്ഞു.

"പൂജേം കുരുതീം ഒന്നൂല്യാണ്ട് കെടക്കാ."

പണ്ടിവിടെ കൊല്ലത്തിലൊരിക്കൽ പൂജ നടത്താറുണ്ടായിരുന്നു. അന്നു ഒരു പൂവൻകോഴിയെ ബലി കഴിക്കും. നാഗപ്പൻപൂജാരി ഒരു കന്നി മാസത്തിൽ ഭ്രാന്തൻനായ കടിച്ചു മരിച്ചു. അതോടെ എല്ലാം മുടങ്ങി. പൂജയുമില്ല ബലിയുമില്ല.

മാവിൻചുവട്ടിലെ കുട്ടിദൈവവും മരിച്ചു.

"നടക്കാം."

ഇടവഴിയിലെ നിഴലുകൾക്കു കട്ടികൂടിയിരിക്കുന്നു.

ഈറൻമുട്ടിൽ മണ്ണു പുരളാതിരിക്കാൻ ഉയർത്തിപ്പിടിച്ച്, പിന്നിൽ കടന്നുവരുന്ന ശങ്കരിയമ്മ ചോദിച്ചു:

"അച്ഛന് എങ്ങനുണ്ട്?"

"കൊറച്ചു ഭേദംണ്ട്."

"ഞാൻ നാലഞ്ചുദിവസമായി പോയിട്ട്... സമയം കിട്ടണ്ടെന്റെ കുട്ട്യേ."

കളപ്പുരയുടെ പടിക്കലെത്തിയപ്പോൾ തിരിഞ്ഞുനിന്ന് ശങ്കരിയമ്മയോടു പറഞ്ഞു:

"പോട്ടെ."

"ആ... അതുപറ്റില്ല... കാപ്പി കുടിച്ചേ പൂവ്വാവൂ."

അവർ കൈത്തണ്ടയിൽ പിടിച്ചുവലിച്ചു. അനുസരിക്കാതിരിക്കാൻ കഴിഞ്ഞില്ല.

ചവിട്ടുപടി കയറി.

മുറ്റത്തു നെല്ലു ചിക്കിക്കൊണ്ടിരുന്ന ചെറുമി ചിരിച്ചു. ഒതുങ്ങിനിന്ന് ഭവ്യതയോടെ ചോദിച്ചു:

"എന്നു വന്ന് തമ്പ്രാട്ടീ?"

"ഇന്നലെ."

വരാന്തയിലെ ചൂരൽക്കസേര ചൂണ്ടിക്കാട്ടി ശങ്കരിയമ്മ പറഞ്ഞു:

"ഇരിക്കൂ."

"ഈറനാണ്."

"ന്നാ... അകത്തേക്കു വരൂ."

അവരുടെ പുറകെ ഇടനാഴിയിലേക്കു കടക്കുമ്പോൾ, കട്ട്ളയുടെ മുകളിൽ ചെരിച്ചു തൂക്കിയിട്ടുള്ള ഫോട്ടോയിലാണ് കണ്ണുകൾ ചെന്നു പതിഞ്ഞത്. അറ്റം തടിച്ച മീശയും തിളങ്ങുന്ന കണ്ണുകളും.

ബനിയനിട്ട് മുടിയൊതുക്കാതെ വീട്ടുകാര്യങ്ങളന്വേഷിച്ചു നടന്നിരുന്ന ചെറുപ്പക്കാരൻ ഉദ്യോഗം കിട്ടി നാടുവിട്ടപ്പോൾ കൂടുതൽ സുന്ദരനായിരിക്കുന്നു.

ശങ്കരിയമ്മ തിരിഞ്ഞുനോക്കിയപ്പോൾ, കുറ്റബോധത്തോടെ മുഖം തിരിച്ച് വിഷയം മാറ്റാൻ പിടഞ്ഞു.

"മേനോനില്ലേ?"

താനൊന്നും കണ്ടിട്ടില്ലെന്നമട്ടിൽ അവർ മറുപടി പറഞ്ഞു:

"വാണിയംകുളത്തേക്കു പോയിരിക്ക്യാ.. ഒരു പശൂനെ വാങ്ങാൻ."

ശങ്കരിയമ്മ ഈറൻ മാറി അടുക്കളയിലേക്കു പോയി. ഇടനാഴിയിൽത്തന്നെ നിന്നതുകൊണ്ടാവണം അവർ വിളിച്ചത്.

"ഇങ്ങോട്ടു വരൂ."

കരി തേച്ച നിലം കരയുന്നു. കാലടികൾ പതിയുമ്പോൾ അകം പൊള്ളയാണ്.

ചുമരിൽ ഉറപ്പിച്ച മണ്ണുകൊണ്ടുണ്ടാക്കിയ മാൻതലയ്ക്കു ചുറ്റും വേട്ടാളൻ വട്ടമിട്ടു പറക്കുകയാണ്.

സ്റ്റീൽ ഗ്ലാസിൽ ഇളംചൂടുള്ള കാപ്പി പകർന്നു നീട്ടി

കാപ്പി കുടിച്ചുകൊണ്ടിരിക്കുമ്പോൾ അവർ പറഞ്ഞു:

"എനിക്ക് വെള്ളം ധാരാളം കുടിക്കണം.. ചോറില്ലെങ്കിലും വിരോധമില്ല"

പറഞ്ഞുതീർന്നതും അവർ ചിരിച്ചു. അപ്പോൾ അവരുടെ വെളുത്ത വയർ തുളുമ്പുന്നുണ്ടായിരുന്നു.

ഗ്ലാസ് കഴുകാൻ വേണ്ടി പുറത്തു കടക്കാൻ ഭാവിച്ചപ്പോൾ തടഞ്ഞുകൊണ്ട് അവർ പറഞ്ഞു:

"അതൊന്നും വേണ്ട."

ഗ്ലാസു വാങ്ങി പലകപ്പുറത്തു വെച്ചു.

പുറത്തു കടന്നു.

മുറ്റത്തു വെയിൽ തിളങ്ങുന്നു. ചെറുമി ഇടയ്ക്കിടെ വിയർപ്പു തുടച്ചുകൊണ്ട് നെല്ലുചിക്കൽ തുടരുകയാണ്.

ഇടനാഴി കടന്ന്, വരാന്തയിൽ തൂണിനരികെ നില്ക്കുമ്പോഴും കണ്ണുകൾ അറിയാതെ കട്ടിളപ്പടിക്കു മുകളിലേക്കു ചെന്നു. മനസ്സിന്റെ ചുണ്ടുകൾ മന്ത്രിച്ചു.

–സുന്ദരനാണ്.

"ഞാൻ പോകട്ടെ... നേരം വൈകിയാൽ അച്ഛൻ പരിഭ്രമിക്കും."

അവർ ചിരിച്ചുകൊണ്ട് തലയാട്ടി. മുറ്റത്തേക്കിറങ്ങി. അവർ പുറകിൽനിന്നും വിളിച്ചു പറഞ്ഞു:

"ഒഴിവുള്ളപ്പോ വരൂ."

"വരാം."

ചെറുമി ചിക്കൽ നിർത്തി. ഒതുങ്ങിനിന്നു ചോദിച്ചു:

"പൂവ്വായ്യോ?"

"ഉം."

പടികടന്ന് വേലിക്കിടയിലൂടെ നോക്കി.

ശങ്കരിയമ്മ തൂണിൽ പിടിച്ചു തന്റെ പോക്കിനെ നോക്കിനില്ക്കുകയാണ്. ചെറുമി ജോലിതുടങ്ങി.

ഇടനാഴിയിൽനിന്നും വരമ്പുകളിലേക്കിറങ്ങുമ്പോൾ മനസ്സിൽ ആശ്വാസത്തിന്റെ തളിരുകൾ പൊടിയുന്നുണ്ടായിരുന്നു.

ഒരു വീടെടുത്താൽ അച്ഛനും തന്റെകൂടെ വന്നു താമസിക്കാം. അദ്ദേഹത്തിനൊരിക്കലും അതിൽ എതിർപ്പുണ്ടാവില്ല.

മുന്നിൽ ഉയർന്നുനില്ക്കുന്ന കറുകപ്പുല്ലുകളുടെ ശിരസ്സിൽ ചവുട്ടി നടന്നു.

പന്ത്രണ്ട്

നഗരത്തിലെത്തിയപ്പോൾ നേരം നന്നേ വെളുത്തിരുന്നു. ഉദയം നേരത്തെയാണ്.

വീണ്ടും താൻ വന്നെത്തിയിരിക്കുന്നു, ജീവിക്കാൻ വേണ്ടിത്തന്നെ. അഞ്ചുദിവസം വളരെ പെട്ടെന്നു കഴിഞ്ഞു. ഇവിടെനിന്നിറങ്ങിപ്പോകുമ്പോഴുണ്ടായിരുന്ന വേദനയ്ക്കു വളരെ കുറവുണ്ട്.

മനസ്സിൽ തണൽ പരന്നിരിക്കുന്നു. മറ്റാരും കാണാതെ എടുത്തോമനിക്കാൻ ഒരു സങ്കല്പവും ലഭിച്ചു. താമസിയാതെ ഈ ഹോസ്റ്റലിനോട് എന്നെന്നേക്കുമായി യാത്ര പറയേണ്ടിവരും.

താൻ ഒരു കുടുംബസ്ഥയാവാൻ പോകുന്നു. അതു നടക്കുന്നതുവരെ മറ്റാരുമറിയരുത്.

കുട്ടിശങ്കരമേനോൻ മകനെഴുതിയിട്ടുണ്ടാവും. ഒരുപക്ഷേ, ഭാസ്കരൻ ഓഫീസിൽ വന്നു തന്നെ കാണുമോ? അപ്പോൾ നാലുപേര് കാൺകെ ചെറിയ ഒരവകാശബോധത്തോടുതന്നെ പോർട്ടിക്കോവിൽനിന്നു സംസാരിക്കാം.

ഗെയ്റ്റ് തുറന്ന് ചരൽപ്പാതയിലൂടെ നടന്ന് ചവിട്ടുപടികൾ കയറുമ്പോൾ കൃഷ്ണമ്മ ഒരു വലിയ ബക്കറ്റു നിറയെ വെള്ളവുമായി ഏന്തിവലിഞ്ഞു വരുന്നതു കണ്ടു.

"അച്ഛനു കൊറവൊണ്ടോ?"

"ഉവ്വ്"

മേട്രൻ ഉറക്കമെഴുന്നേറ്റിട്ടില്ല. തലയ്ക്കടിയിൽ കൈയും വെച്ചു ചെരിഞ്ഞു കിടക്കുന്നു.

സുന്ദരിയമ്മയുടെ മുറിയിൽ ചെന്നു. അവർ അമ്പലത്തിലേക്കുള്ള പുറപ്പാടാണ്.

"വന്നോ... അച്ഛന് എങ്ങനിരിക്കുന്നു?"

"അല്പം കുറവുണ്ട്."

മുറി തുറന്നു. ജനൽ തള്ളിത്തുറന്നപ്പോൾ പ്രകാശം കുത്തിയൊഴുകി. നാലഞ്ചുദിവസമായി കാറ്റു കടക്കാതെ കിടക്കുകയാണ്. ചുമരിൽ അവിടവിടെയായി മാറാല പറ്റിയിട്ടുണ്ട്.

എയർബാഗ് മേശപ്പുറത്തുവച്ച് കട്ടിലിൽ മടക്കിവെച്ച കിടക്കയിൽ തല ചായ്ച്ചു കിടന്നു.

എല്ലാറ്റിനും മാറ്റമുണ്ട്. താനും മാറിയിരിക്കുന്നു.

ചുമരിൽ ഇഴയുന്ന ഗൗളിയിൽ ദൃഷ്ടികൾ പതിപ്പിച്ചു.

മനസ്സു ഒഴുകുകയാണ്.

ഓഫീസിന്റെ ചിത്രം. അവിടെയും ഒരുപാടു മാറ്റങ്ങൾ വന്നിട്ടുണ്ടാവും. പുതിയ ബ്രാഞ്ചാഫീസർ ആരാണാവോ? മുൻ അനുവാദമില്ലാതെ അവധിയിൽപ്പോയതിനു വഴക്കു പറയുമോ?

കുളിമുറിയിൽനിന്നും പൊട്ടിച്ചിരി കേൾക്കാനുണ്ട്. വിശാലത്തിന്റെ ശബ്ദമാണോ? അതോ കാർത്ത്യായനിയുടേതോ?

അച്ഛൻ ഇപ്പോഴും കട്ടിലിൽ കിടക്കുകയാവും. കാവേരിയമ്മ മുറ്റമടിച്ചശേഷമേ കാപ്പിയുണ്ടാക്കൂ.

ഇന്നലെ ഉച്ചയ്ക്ക് ഊണുകഴിക്കുമ്പോൾ അച്ഛൻ പറഞ്ഞു:

"ഇതൊന്നു ശരിയായിക്കിട്ടിയാൽ സമാധാനത്തോടെ കണ്ണടയ്ക്കാമായിരുന്നു."

കഴിഞ്ഞ ബുധനാഴ്ച മുറ്റത്തിരുന്ന് ഓല ചീന്തുമ്പോൾ കുട്ടിശങ്കരമേനോൻ കയറിവന്നു. പെട്ടെന്നെഴുന്നേറ്റു കോലായിലേക്കു മാറിനിന്നപ്പോൾ അദ്ദേഹം കളിയാക്കുന്ന സ്വരത്തിൽ പറഞ്ഞു:

"ഉദ്യോഗസ്ഥകൾക്ക് ഇതും അറിയ്യോ?"

കാപ്പിയുണ്ടാക്കി. ഓട്ടുഗ്ലാസിൽ പകർന്ന് അച്ഛനും അദ്ദേഹത്തിനും കൊണ്ടുപോയി കൊടുത്തു.

തിരിഞ്ഞ് അടുക്കളവാതില്ക്കലെത്തിയപ്പോൾ മേനോൻ അച്ഛനോടു പറയുന്നതു ശ്രദ്ധിച്ചു.

"ഉദ്യോഗം നോക്കിത്തൊടങ്ങിയപ്പോൾ ആളു ചടച്ചു."

വാതിലിന്റെ മറവിൽ ചാരിനിന്ന് അവരുടെ വർത്തമാനം കേട്ടു.

അന്നു സന്ധ്യക്കും അച്ഛൻ പറഞ്ഞു:

"ഇതു നടക്കും."

യാത്ര പുറപ്പെടുന്നതിനു മുമ്പ് അച്ഛന്റെ നിർബ്ബന്ധപ്രകാരം കുലദൈവത്തിന്റെ മുമ്പിൽ അല്പനേരം കൈകൂപ്പി നിന്നു.

മനസ്സ് ശൂന്യമായിരുന്നു.

പടിയിറങ്ങുമ്പോൾ അച്ഛൻ ചോദിച്ചു:

"പെട്ടെന്ന് ഒരു മാസത്തെ ലീവു വേണമെങ്കിൽ കിട്ടില്ലേ?"

ലജ്ജയോടെ കിട്ടുമെന്നു തലയാട്ടി.

കുട്ടിശങ്കരമേനോന്റെ കുടുംബവുമായുള്ള ബന്ധത്തിന്റെ മഹത്ത്വ

ത്തെപ്പറ്റി അച്ഛൻ കുഞ്ഞുണ്ണിയോടും കാവേരിയമ്മയോടും പറയുന്നതു കേട്ടിട്ടുണ്ട്.

വഴികൾ മാറിത്തുടങ്ങുകയായി.

ഈ മുറിയും, ഈ ഹോസ്റ്റലിലെ സഹജീവികളും കുറേക്കഴിയുമ്പോൾ ഓർമ്മകളായി മാറുന്നു.

ആ കാലഘട്ടം വിദൂരമല്ല.

നിശ്ചലമായ ജലാശയത്തിൽ മഴത്തുള്ളികൾ വീഴുന്നു. ആമ്പൽപ്പൂവിനു ചുറ്റും തുമ്പികൾ പറക്കുന്നു. വീണയുടെ നേരിയ ശബ്ദവീചികൾ.

ഗ്ലാസ് നിലത്തുവീണുടയുന്ന ശബ്ദം കേട്ടാണ് ഉണർന്നത്. അരമണിക്കൂർ ഉറങ്ങി. വെയിൽ കൂടുതൽ പരന്നിരിക്കുന്നു. സമയം എട്ടായിട്ടുണ്ടാവും.

എഴുന്നേറ്റു താഴേക്കിറങ്ങി.

ചിതറിക്കിടക്കുന്ന കുപ്പിച്ചില്ലുകളെ നോക്കി അടുക്കളവാതില്ക്കൽ കൃഷ്ണമ്മ അമ്പരന്നു നില്ക്കുന്നു.

മേട്രൻ വരാന്തയിൽനിന്ന് ആരോടെന്നില്ലാതെ പിറുപിറുക്കുന്നു.

"ഗ്ലാസ് അഞ്ചാറെണ്ണമായി ഒടയ്ക്കുന്നു."

കുനിഞ്ഞിരുന്ന് കൃഷ്ണമ്മ കുപ്പിച്ചില്ലുകൾ പെറുക്കിത്തുടങ്ങി.

മേട്രൻ അകത്തേക്കു പോയപ്പോൾ കൃഷ്ണമ്മ പറഞ്ഞു:

"കൈവഴുക്കി... എല്ലാവർക്കും പറ്റുന്നതുതന്നെയാണ്."

അതുശരിയാണെന്നമട്ടിൽ, അവരുടെ ഭാഗത്തു ചേർന്നു.

"പോട്ടെ.... കൈ മുറിയണ്ട."

പറമ്പിന്റെ മൂലയിൽ കടലാവണക്കിന്റെ ചുവട്ടിൽ കുപ്പിച്ചില്ലുകൾ നിക്ഷേപിച്ചു തിരിച്ചുവന്നശേഷം വേറൊരു ഗ്ലാസിൽ കാപ്പിയുമായി കൃഷ്ണമ്മ വന്നു.

തൂണിൽ ചാരിനിന്നു കാപ്പി ഊതിക്കുടിക്കുമ്പോൾ വിശാലം ഉറക്കമെഴുന്നേറ്റു വരുന്നതു കണ്ടു.

അവൾ ക്ഷീണിച്ചിരിക്കുന്നു. മുഖത്തു രക്തപ്രസാദം കുറഞ്ഞിട്ടുണ്ടോ. എന്തുപറ്റി അവൾക്ക്.

അടുത്തെത്തിയപ്പോൾ വിശാലം പതുക്കെ ചിരിച്ചു. പിന്നീട് യാതൊന്നും ചോദിക്കാതെ മുറ്റത്തേക്ക് ഇമവെട്ടാതെ നോക്കിനിന്നു.

"എന്താ വിശാലം, വല്ലാതെ ക്ഷീണിച്ചിട്ടുണ്ടല്ലോ?"

"ഒന്നുമില്ല... ജലദോഷം."

വിശാലം പതുക്കെ നടന്നു കുളിമുറിയിലേക്കു പോയി.

പങ്കജം മുഖം കഴുകി മുന്നിലൂടെ നടന്നുപോയപ്പോൾ വിളിച്ചു.

"പങ്കീ!"

അവൾ അടുത്തുവന്നു നിന്നു.

"എന്തൊക്കെയാണ് ഓഫീസിലെ വിശേഷങ്ങൾ?"

"എന്തു വിശേഷം.. നിങ്ങളുടെ ഓഫീസർ മാത്യൂ സക്കറിയാസാണ്."

ഒരല്പനേരം പങ്കജം മിണ്ടാതെ നിന്നു. പെട്ടെന്ന് എന്തോ ഓർമ്മ

വന്നതുപോലെ പറഞ്ഞു.

"ആ.. ഞങ്ങളൊക്കെ ലേഡീസ് ക്ലബ്ബിൽനിന്നു രാജിവെച്ചു.

"എന്താ കാരണം?"

അവൾ ചുറ്റും നോക്കി. വായ പൊത്തി ചിരിച്ച് കുറേക്കൂടി അരികിലേക്കു നീങ്ങി.

"എറണാകുളത്തെ ബ്രാഞ്ചാപ്പീസില്.."

അവൾ നിർത്തി.

"ഉം... പറയൂ.."

"കുഞ്ഞമ്മയെന്നൊരു ടൈപ്പിസ്റ്റുണ്ട്... അവളെ..."

വീണ്ടും നിർത്തി.

"നീ... പറയ്.."

പങ്കജം കൈ കെട്ടി നിന്ന് അല്പം ഗൗരവത്തോടെയാണ് പറഞ്ഞത്.

"ആ ടൈപ്പിസ്റ്റിനെ ഒരാഫീസർ കൈക്കു കേറിപ്പിടിച്ചു."

"ശരിയാണോ?"

"ശരിയോ തെറ്റോ എന്നൊന്നും എനിക്കറിയില്ല... കുഞ്ഞിരാമൻ എന്നാണ് ഓഫീസറുടെ പേര്.. പുള്ളി കേമനാണത്രേ.. സൂപ്രണ്ടായിരിക്കുമ്പോൾ മുതൽ തൊടങ്ങിയതാണ് ഈ പണി. പറഞ്ഞുവന്നത് മറന്നു... കുഞ്ഞമ്മയുടെ കാര്യത്തിൽ പ്രതിഷേധിച്ച്, ഓഫീസർക്കെതിരായി ഒരു പ്രമേയം ലേഡീസ് ക്ലബ്ബിൽ പാസാക്കാൻ പറഞ്ഞു... അതു വയ്യെന്നും പറഞ്ഞു."

"ആര്?"

"മിസിസ്സ് നായരും രാഗിണിക്കുട്ടിയും."

"അവർക്കെന്താ നഷ്ടം?"

"കുഞ്ഞിരാമൻ അവരുടെ പഴയ ആളാണ്."

പങ്കജം പൊട്ടിച്ചിരിച്ചു. ഏതോ ഒരാവശ്യത്തിനു വേണ്ടി മേട്രൻ ആ വഴി കടന്നുപോയപ്പോൾ ചിരിയുടെ ശക്തി കുറഞ്ഞു.

"കുഞ്ഞമ്മ കംപ്ലയ്ന്റ് ചെയ്തില്ലേ?"

"ഏയ് ചീഫ് കൺട്രോളർ അതു മുടക്കി.. കുഞ്ഞമ്മയ്ക്കുടൻ പ്രൊമോഷനും കിട്ടും."

പല്ലുതേച്ചു മുഖം കഴുകി മുകളിലേക്കു കയറുമ്പോൾ കാർത്ത്യായനിയും പ്രഭയും ജഗദമ്മയും ഇറങ്ങിവന്നു. അവരും ചോദിച്ചു:

"എറണാകുളത്തെ വിശേഷം അറിഞ്ഞില്ലേ?"

"അറിഞ്ഞു... പങ്കജം പറഞ്ഞു."

ജഗദമ്മ മുഖത്തുനോക്കി ചിരിച്ചു.

"അച്ഛനെങ്ങനെയിരിക്കുന്നു?"

"കുറവുണ്ട്."

മുറിയിൽ ചെന്നു എണ്ണതേച്ചു താഴേക്കിറങ്ങി.

കാർത്ത്യായനി രാധയോടെന്തോ പറഞ്ഞു പൊട്ടിച്ചിരിച്ചു. തിരിഞ്ഞു നോക്കിയപ്പോൾ തന്റെ മുഖത്താണ് ദൃഷ്ടികൾ പതിഞ്ഞത്.

പെട്ടെന്നവൾ ചിരി നിർത്തി.

"എന്താ?"

"ഒന്നുമില്ല."

ചിരിച്ചത് അബദ്ധമായി എന്ന ഭാവത്തിൽ കാർത്ത്യായനി മുഖം കുനിച്ചു.

എന്തിനാണവൾ ചിരിച്ചത്? തന്നെ കണ്ടപ്പോൾ നിർത്തുകയും ചെയ്തു.

പഴയ ഏടുകൾ വായിക്കുകയാണോ? വിജയൻ എന്ന നിരപരാധി യുടെ ചിത്രം വികൃതമായി വരയ്ക്കുകയായിരിക്കും.

കുളിമുറിയിലേക്കു കടന്നു.

വെള്ളം ശരീരത്തെ തണുപ്പിച്ചു.

സാരമില്ല. ഒന്നോ രണ്ടോ മാസങ്ങൾക്കകം അതുനടക്കും. അതോടെ ഈ നാടകത്തിന്റെ തിരശ്ശീല വീഴുന്നു. ആ നിമിഷങ്ങൾക്കു വേണ്ടി കാത്തിരിക്കുക.

ഈറൻ മാറുമ്പോൾ പ്രഭ കൈയിൽ ചെറിയ ഒരു കുപ്പിയുമായി വന്നു.

"എന്താ?"

"ഈ മരുന്ന് രണ്ടുതുള്ളി കണ്ണിലൊഴിച്ചുതരൂ."

"എന്തുപറ്റി?"

"കണ്ണിൽ ചെറിയ കുരു... രാത്രി ഉറങ്ങീട്ടില്ല."

ഇടത്തെ കണ്ണിൽ നേരിയ ചുമപ്പ്

പ്രഭ കട്ടിലിൽ മലർന്നുകിടന്നു. ഫില്ലറിൽ ശ്രദ്ധയോടെ മരുന്നു നിറച്ചു പോളകൾ വിടർത്തി രണ്ടുതുള്ളി വീഴ്ത്തി. ഒരല്പനേരം അനങ്ങാതെ കിടന്നശേഷം പ്രഭ എഴുന്നേറ്റു.

"അവളോടു പറഞ്ഞപ്പോൾ അവൾക്കു കുളിക്കാൻ നേരമായീന്ന്."

"ആര്?"

"ആ... ജഗദമ്മ... ഇപ്പോ നേരത്തെ ആപ്പീസില് പോക്കുതുടങ്ങി... അവൻ പാളയത്തു കാത്തുനില്പ്."

"ആര്?"

"ബാസ്കറ്റുബാൾ കളിക്കാരൻ ഹരികൃഷ്ണൻ."

കൂടുതൽ ചോദിച്ചില്ല. ഇത് ഇവിടെവെച്ചവസാനിപ്പിക്കുന്നതാണ് നല്ലത്.

പ്രഭ പോകുമ്പോൾ പറഞ്ഞു:

"അവൻ കെട്ടുംന്നു പറഞ്ഞാണ് ഇവൾ നടക്കുന്നത്... രണ്ടാം കല്യാണല്ലേ... കണ്ടറിയണം!"

മൂളിയില്ല. പ്രഭ പോയി.

തീ എമ്പാടും കത്തിയെരിയുകയാണ്. ഇതാ ജഗദമ്മയും അതിൽ എരിയാൻ പോകുന്നു.

കാപ്പി കുടിക്കുമ്പോൾ ജഗദമ്മയുടെ മുഖം ശ്രദ്ധിച്ചു. വന്നതിനേ

ക്കാൾ ഉഷാറുണ്ട്.

ഓഫീസിലേക്കു പോകുമ്പോൾ ജഗദമ്മയും കൂടെയുണ്ടായിരുന്നു.

പതിവായി ഒമ്പതരയ്ക്കേ ജഗദമ്മ ഇറങ്ങാറുള്ളൂ. ഇന്നെന്തുപറ്റി. പ്രഭ പറഞ്ഞതു ശരിയാണോ?

ഗെയ്റ്റിലെത്തിയപ്പോൾ ചോദിച്ചു:

"എന്താ ജഗദമ്മ ഇന്നു നേരത്തെ?"

"പാളയം ഹോസ്റ്റലിൽ ഒരു കൂട്ടുകാരിയെ കാണണം."

പള്ളിക്കവല കടന്നപ്പോൾ ജഗദമ്മ പറഞ്ഞു.

"ഞാൻ ഈവഴിക്കു പോണു."

"ശരി."

ടൗൺഹാളിനരികെയെത്തിയപ്പോൾ വെറുതെ തിരിഞ്ഞുനോക്കി.

പ്രഭ പറഞ്ഞതു നുണയല്ല. പുറം തിരിഞ്ഞുനിന്ന് ജഗദമ്മയോടു സംസാരിക്കുന്ന ചെറുപ്പക്കാരൻ ഹരികൃഷ്ണൻ തന്നെ.

എന്തെങ്കിലുമാവട്ടെ. തനിക്കെന്താണ്. തിരിഞ്ഞു നോക്കാൻ പാടില്ലാത്തതായിരുന്നു.

ഒരിക്കൽ വിവാഹമോചനം നേടിയവളാണ്. അതു ശരിയാണെങ്കിൽ ആ കാരണം കൊണ്ട് അവശേഷിച്ച ജീവിതം വലിച്ചെറിയണമെന്നുണ്ടോ? ഹരികൃഷ്ണനിൽനിന്നും അവൾ ഇതൊക്കെ ഒളിച്ചുപിടിക്കുന്നുണ്ടാവുമോ?

നിലനില്പിനുവേണ്ടിയുള്ള പരക്കം പാച്ചിലാണ്. എല്ലാവരും പായുന്നു. പലരും മറിഞ്ഞുവീഴുന്നു. ചിലർ ലക്ഷ്യത്തിലെത്തുന്നു.

ജഗദമ്മ ലക്ഷ്യത്തിലെത്തിച്ചേരുമോ?

എന്തിനാണു താൻ വീണ്ടും മറ്റുള്ളവരുടെ കാര്യങ്ങളെക്കുറിച്ചാലോചിക്കുന്നത്!

സ്വന്തം മനസ്സിൽ എപ്പോഴും മുഴങ്ങുന്ന ഒരു ശബ്ദമുണ്ടല്ലോ. ഫാസ്റ്റ് പാസഞ്ചറിന്റെ മുരൾച്ച. കണ്ടിട്ടില്ലാത്ത കോട്ടയം ടി ബിയിലെ മുറി.

ഓഫീസ് ഗെയ്റ്റിൽ ഗൂർഖ ഉയരം കുറഞ്ഞ സ്റ്റൂളിൽ പതിവുപോലെ ഉറക്കംതൂങ്ങിയ മട്ടിലിരിക്കുന്നു. മുറ്റം വൃത്തിയായി തൂത്തുവാരിയിട്ടുണ്ട്.

പോർട്ടിക്കോവിലൂടെ നടന്നു സെക്ഷനിൽ ചെന്നു.

സൂപ്രണ്ടു സ്വാമി ഫയലുകൾക്കപ്പുറത്തിരുന്നു ജോലി തുടങ്ങിയിരിക്കുന്നു.

മുഖമുയർത്തി നോക്കിയശേഷം, ഇടതുകൈകൊണ്ടു മേശവലിപ്പു തുറന്ന് ഹാജർപട്ടിക പുറത്തെടുത്തു.

"അച്ഛനെങ്ങനെയിരിക്കുന്നു?"

"സുഖമുണ്ട്."

ഒപ്പിട്ടശേഷം കസേരയിൽ ചെന്നിരുന്നു.

മേശയിലും ടൈപ്പ് റൈറ്ററിലും നിറയെ പൊടി. ജനലിൽ തൂങ്ങിക്കിടന്നിരുന്ന തുണിയെടുത്തു തുടച്ചു.

ഫയലുകൾ ഓരോന്നായി എടുത്തുനോക്കി.

"വാസന്തീ!"

"ഉം."

"ഒരു ഡി ഒ ഉണ്ട്... മാധവൻനായരുടെ സീറ്റിലത്തെയാണ്... ഒടൻ അയക്കണം."

ഫയൽ തെരഞ്ഞെടുത്തുവെച്ചു. മൂന്നുദിവസം മുമ്പ് ചീഫ് കൺട്രോളർ അപ്രൂവ്ചെയ്ത ഡി ഒ ലെറ്റർ.

ടൈപ്പു ചെയ്തുതുടങ്ങി.

പത്താവുമ്പോഴേക്കും എല്ലാവരും എത്തി. ഡി ഒ അടിച്ചു മാധവൻനായരെ ഏല്പിച്ചു.

രാഘവൻ ഒരു കവർ നീട്ടിപ്പറഞ്ഞു.

"ഒഴിവുള്ളപ്പോൾ ഈ സർട്ടിഫിക്കറ്റിന്റെ രണ്ടു കോപ്പി എടുത്തു തരണം."

കവർ വാങ്ങി മേശവലിപ്പിലിട്ടു.

"ഉച്ചയ്ക്കു പോരെ?"

"ധാരാളം മതി."

ശിപായി പരമേശ്വരൻനായർ വന്നു പറഞ്ഞു:

"ഓഫീസർ വിളിക്കുന്നു."

എഴുന്നേറ്റു. പുതിയ ഓഫീസറാണ്. ഇതുവരെ പരിചയപ്പെട്ടിട്ടില്ല. പ്രയർസാങ്ഷൻ വാങ്ങാതെ ലീവെടുത്തുപോയതിനു വഴക്കു പറയാനാണോ?

പരമേശ്വരൻ നായർ മുറിയുടെ വാതിൽ തുറന്നുതന്നു.

എണ്ണമയം കലർന്ന കഷണ്ടിത്തല തിളങ്ങുന്നു. പുറത്തു നടക്കുമ്പോൾ കണ്ണട വെക്കാറില്ല. എഴുതാനും വായിക്കാനും കണ്ണട ഉപയോഗിക്കുന്നു എന്നു മനസ്സിലായി.

കണ്ണട ഊരി മേശപ്പുറത്തുവെച്ചു. കണ്ണു രണ്ടും തുടച്ച് വെറ്റിലക്കറ പുരണ്ട പല്ലുകൾ പുറത്തുകാട്ടി.

"ഇരിക്കൂ."

സ്റ്റീൽചെയറിൽ ഇരുന്നു.

"ലീവെടുക്കുമ്പോൾ കഴിയുമെങ്കിൽ പറഞ്ഞിട്ടു പോകണം.... ഈ കാര്യത്തിൽ സാരമില്ല... ഞാൻ സാങ്ഷനാക്കിയിട്ടുണ്ട്."

പേപ്പർ വെയിറ്റിനടിയിൽനിന്നു ലീവു ലെറ്റർ എടുത്തു നോക്കിക്കൊണ്ടു പറഞ്ഞു:

"പ്രൊബേഷൻ പീരിയഡായതുകൊണ്ട് പറഞ്ഞതാണ്.... ഡോണ്ട് തിങ്ക് അദർവൈസ്.."

ചിരിച്ചുകൊണ്ടു തുടർന്നു:

"ആരേയും ഉപദ്രവിക്കുന്നതെനിക്കിഷ്ടമുള്ള കാര്യമല്ല."

ഉള്ളിൽ സന്തോഷം പൊടിയുന്നു. മാത്യൂസക്കറിയാസ് എന്ന മനുഷ്യനല്ലേ ഇദ്ദേഹം. അപ്പോൾ ഇദ്ദേഹത്തെ പറ്റിയുള്ള കഥകൾ പൊള്ളയാണ്. ഫാസ്റ്റ് പാസഞ്ചറിന്റെയും കോട്ടയും ടി ബി യുടെയും തുല്യ

തൂക്കമേയുള്ളൂ.

"മിസ്സ് വാസന്തി, ആർ യു ഇന്ററസ്റ്റഡ് ഇൻ സ്പോർട്സ്?"

"നോ സർ."

"വൈ? യു ഹാവ് ഗോട്ട് എ ഗുഡ് ഫിസിക്."

വീണ്ടും പറഞ്ഞു.

"എനിക്കു താല്പര്യമില്ല."

"ദെൻ ആൾ റൈറ്റ്.. വോളിബോൾ ശീലിക്കുന്നതു ശരീരത്തിനും മനസ്സിനും ഒരുപോലെ നല്ലതാണ്... വൈകുന്നേരം ഒരുമണിക്കൂർ ചെലവാക്കിയാൽ മതിയല്ലോ!"

ചിരിച്ചുകൊണ്ടെഴുന്നേറ്റു.

പുറത്തു കടന്നു.

സൂപ്രണ്ടുസ്വാമി ചോദിച്ചു:

"എന്താ സംഗതി?"

"ലീവിന്റെ... സാങ്ഷനായി."

വീണ്ടും ടൈപ്പിങ്ങിൽ ശ്രദ്ധ പതിപ്പിച്ചു.

ചുമരിലെ ക്ലോക്കിൽ പതിനൊന്നടിച്ചപ്പോൾ എഴുന്നേറ്റു. നേരെ ലേഡീസ് ക്ലബ്ബിലേക്കാണു പോയത്. തങ്കത്തിന്റെ കത്തുവരേണ്ട ദിവസം കഴിഞ്ഞിരിക്കുന്നു.

വിജയലക്ഷ്മി കത്തുകൾ തെരയുന്നതിനിടയിൽനിന്നും ഒരെണ്ണമെടുത്തു നീട്ടി.

തങ്കത്തിന്റേതാണ്. പൊട്ടിച്ചു വായിച്ചപ്പോൾ ചിരി അടക്കാൻ കഴിഞ്ഞില്ല.

വിജയം ചോദിച്ചു:

"എന്താ?"

"ഒന്നുമില്ല."

ലജ്ജയില്ലാതെയാണ് തങ്കം എഴുതിയിരിക്കുന്നത്.

–എനിക്കു കുളി തെറ്റി.

കാന്റീനിൽനിന്നും കാപ്പികുടിച്ചിറങ്ങുമ്പോൾ വിശാലം വാടിയ മുഖത്തോടെ ചിരിച്ചുകൊണ്ട് കടന്നുപോയി.

തങ്കത്തിന്റെ കത്തിലെ വരികൾ ഓർത്തുകൊണ്ടു വരാന്തയിലൂടെ നടന്നു. കാർഷെഡ്ഡിനരികിലെത്തിയപ്പോൾ പെട്ടെന്നു വിജയനെ മുന്നിൽ കണ്ടു.

വിജയൻ നിന്നു.

"വാസന്തി എന്നു വന്നു?"

"ഇന്നു കാലത്ത്."

"ഒരു കാര്യം... വാസന്തിയുടെ മേശവലിപ്പിൽ ഇടത്തേ അറ്റത്ത് ഒരു ഇൻവിറ്റേഷൻ കാർഡ് വെച്ചിട്ടുണ്ട്... കണ്ടോ?"

"നോക്കിയില്ല... ആരുടെ മാര്യേജ്?"

കൈത്തണ്ടയിൽ ഉഴിഞ്ഞു ഊറി ഊറി ചിരിച്ചുകൊണ്ടാണു വിജ

യൻ പറഞ്ഞത്.

"എന്റെ തന്നെ."

"കൺഗ്രാജുലേഷൻസ്... ഇവിടന്നാണോ?"

"അല്ല... എന്റെ അമ്മാവന്റെ മകളാണ്... കോട്ടയത്ത്. നാളെ മുതൽ ഒരുമാസത്തെ ലീവിൽ പോകുന്നു."

"വിഷ് യു ആൾ സക്സസ്!"

"താങ്ക്യൂ!"

നടന്നു വളവു തിരിഞ്ഞു.

പുതിയ പ്രകാശം ഇതാ കടന്നുവരുന്നു. അവിടവിടെയായി ചുറ്റിപ്പറ്റി നില്ക്കുന്ന ഇരുട്ടിന്റെ നുറുങ്ങുകൾ ഓടി മറയാൻ തുടങ്ങുന്നു.

താൻ രക്ഷപ്പെടുകയാണ്, വിജയൻ വിവാഹിതനാവുന്നതോടെ.

മേശവലിപ്പു തുറന്ന് ഇൻവിറ്റേഷൻ എടുത്തു നോക്കി.

വിജയൻ വിത്ത് നളിനി

അപ്പോൾ തിരക്കി ബഹളമുണ്ടാക്കി മറ്റൊരു വാചകം മനസ്സിന്റെ തീരത്തിലെത്തി.

–ഭാസ്കരൻ വിത്ത് വാസന്തി.

അങ്ങനെയാണെങ്കിൽ ഒരുനാൾ തനിക്കും തങ്കത്തിനെഴുതേണ്ടി വരും.

–എനിക്കും...

പതിമൂന്ന്

പുറത്ത് മഴ കോരിച്ചൊരിയുന്നു. ടെറസ്സിൽനിന്നും തകരക്കുഴൽ വഴി താഴേക്കു വീഴുന്ന വെള്ളത്തിന്റെ ശബ്ദം.

കട്ടിലിൽ മലർന്നു കിടന്നു. ചുറ്റും കനത്ത ഇരുട്ട്. ജനൽ തുറന്നു കിടന്നിട്ടും വെളിച്ചത്തിന്റെ ഒരു തരിപോലുമില്ല. ഇരുട്ടിൽ കിടന്നു പ്രകൃതി കണ്ണീർ പൊഴിക്കുന്നു.

സമയം ഇപ്പോൾ എത്രയായിട്ടുണ്ടാവും? കിടക്കുമ്പോൾ പത്തര കഴിഞ്ഞു. സുന്ദരിയമ്മ പോലും നല്ല ഉറക്കത്തിലാണ്.

സുന്ദരിയമ്മയുമായി ഒരുപാടു നേരം സംസാരിച്ചു. എല്ലാം പഴയ കാര്യങ്ങൾതന്നെ. പണ്ടു നടന്നതും പറഞ്ഞു കേട്ടതുമായ കഥകൾ. മേലധികാരികളെ പ്രീതിപ്പെടുത്താൻ കണ്ണുമടച്ചുള്ള നെട്ടോട്ടം. അതിൽ തെറിച്ചുപോകുന്ന ആദർശങ്ങൾ!

സുന്ദരിയമ്മ രാമകൃഷ്ണനെപ്പറ്റിയും പറഞ്ഞു. നാട്ടിൽ ബന്ധുക്കളായി ആരുമില്ല. ഹോട്ടലിൽ ആഹാരം കഴിച്ച്, ലോഡ്ജിൽ കിടന്നുറങ്ങുന്നു.

പാവമാണ്. ആ മനുഷ്യനെ അനാവശ്യമായി തെറ്റിദ്ധരിച്ചു. അന്നമ്മയാണതിനെല്ലാം കാരണക്കാരി.

രാമകൃഷ്ണൻ ഇപ്പോൾ ഇൻസ്പെക്ഷൻ പാർട്ടിയുടെ കൂടെ കേരളത്തിലെ പല ഓഫീസുകളിലായി അലഞ്ഞുനടക്കുന്നു.

സുന്ദരിയമ്മ ഓർമ്മപ്പെടുത്തി.

"അന്നതു നടന്നിരുന്നെങ്കിൽ..."

ഉത്തരമൊന്നും പറഞ്ഞില്ല. തെറ്റിദ്ധാരണകളുടെ ചുഴിയിൽപ്പെട്ടു കറ

ങ്ങുന്ന ഒരു കാലഘട്ടത്തിലാണ് സുന്ദരിയമ്മ രാമകൃഷ്ണനുമായുള്ള വിവാഹാലോചന കൊണ്ടുവന്നത്.

സ്വയം ഓർത്തുനോക്കി. രാമകൃഷ്ണനെക്കുറിച്ച് യാതൊരു തെറ്റിദ്ധാരണയും ഇല്ലായിരുന്നുവെങ്കിൽ താനതു സമ്മതിക്കുമായിരുന്നോ? അതോർക്കുമ്പോൾ തൊണ്ടിസഹിതം പിടിച്ച ഒരു കള്ളനെപ്പോലെ മനസ്സാക്ഷി പരുങ്ങുന്നു.

അയാൾ സുന്ദരനല്ല. ആ കാരണത്താൽ താൻ ഇഷ്ടപ്പെടുന്നില്ല എന്നു തുറന്നു പറയാനും തനിക്കു പറ്റില്ല.

രക്ഷപ്പെടാൻവേണ്ടി, ദിവസങ്ങളായി പേറിനടക്കുന്ന മധുരസങ്കല്പത്തിന്റെ മറപറ്റിനിന്നു നുണ പറഞ്ഞു.

"അച്ഛൻ വേറെ ആലോചിച്ചുവെച്ചിട്ടുണ്ട്.."

സുന്ദരിയമ്മ കൂടുതലൊന്നും ചോദിച്ചില്ല.

അവർ ഉപദേശിച്ചു.

ഡിപ്പാർട്ടുമെന്റൽ പരീക്ഷയ്ക്ക് മൂന്നുകൊല്ലം കഴിഞ്ഞാൽ ഇരിക്കാം. അതിനുള്ള തയ്യാറെടുപ്പ് ഇപ്പോൾത്തന്നെ തുടങ്ങുക.

എത്രനേരമായി ഉറങ്ങാതെ കിടക്കുന്നു. എന്തുപറ്റി!

നാളെ ഒമ്പതുമണിക്കാണ് വിജയന്റെ വിവാഹം. അതുകൊണ്ടാണോ? അല്ല. അതിൽ സന്തോഷമേയുള്ളൂ.

പിന്നെ.

ചുറ്റുംനിന്നു വരുന്ന നോട്ടങ്ങൾ. സഹതാപത്തിന്റെ കൂരമ്പുകൾ. വീർപ്പുമുട്ടൽ കൂടിവരുന്നു.

താൻ വഞ്ചിക്കപ്പെട്ടിരിക്കുകയാണത്രെ. നിരാശയായ കാമുകി.

ഇന്നലെ ആലീസ് വിലാസിനിയോടു രഹസ്യം പറയുന്നതു കേട്ടു.

"അവൾ വല്ല കടുംകൈയും ചെയ്യോ? അവൻ ദുഷ്ടനാണ്."

താൻ ആത്മഹത്യചെയ്യുമോ എന്ന ഭയമാണവർക്ക്. ദുഷ്ടനായ വിജയൻ തന്നെ വഞ്ചിച്ചിരിക്കുകയല്ലേ?

ചിലപ്പോൾ ഉറക്കെ പൊട്ടിച്ചിരിക്കാൻ തോന്നാറുണ്ട്. പക്ഷേ, ഇപ്പോൾ കരയുന്നതാണു നല്ലത്. ആരും കാണാതെ.

കമഴ്ന്നു കിടന്നു. തലയിണയിൽ എണ്ണമെഴുക്കിന്റെ പഴകിയ ഗന്ധം.

എഴുന്നേറ്റിരുന്നു. ചുമരിൽ തലചായ്ച്ചു.

എന്തുപറ്റി എന്നു ചോദിക്കാൻ ആരുമില്ല. അന്നമ്മ പോയതിനു ശേഷം ആരെങ്കിലും കൂട്ടിനു വരുമെന്ന പ്രതീക്ഷയുണ്ടായിരുന്നു. ആരുംവന്നില്ല.

നെറ്റിയിൽ ഉഴിഞ്ഞു. വിയർപ്പു പൊടിഞ്ഞിരിക്കുന്നു. പുറത്തു മഴ പെയ്യുന്ന ഈ രാത്രിയിൽ തനിക്കു വിയർക്കുന്നോ?

നെടുവീർപ്പു പുറത്തുവന്നു. ഈ രാത്രി പുലരില്ലേ? തനിക്കൊന്നും പറ്റിയിട്ടില്ലല്ലോ. പിന്നെന്തിനാണ് വേവലാതിപ്പെടുന്നത്?

നാളത്തെ ഒരു ദിവസം കഴിഞ്ഞുകിട്ടിയെങ്കിൽ. കുറേ ആശ്വാസം കിട്ടുമായിരുന്നു. ചെയ്യാത്ത കുറ്റത്തിന്റെ ശിക്ഷ അനുഭവിക്കുകയാണ്.

നരകത്തിന്റെ ചിത്രം ചെറുപ്പത്തിൽ കണ്ടിട്ടുണ്ട്. ഇന്ന് അതൊക്കെ അനുഭവപ്പെടുന്നു.

താൻ ഒരു വിഡ്ഢിയാണ്. പമ്പര വിഡ്ഢി. അനാവശ്യമായി ചിന്തിച്ചു ദുഃഖിക്കുക. കഷ്ടം. ചെറിയ കുട്ടികളെപ്പോലെയായിത്തീരുന്നല്ലോ.

കിടന്നു കണ്ണടയ്ക്കുക ഉറക്കം വരും. മറ്റു മുറികളിലുള്ളവരെല്ലാം പുതച്ചുമൂടി ഉറക്കമാണ്.

മഴയുടെ സംഗീതത്തിൽ മുഴുകി, മനസ്സിന്റെ ഗതി നിയന്ത്രിച്ച്, ഏകാഗ്രതയോടെ കിടന്നാൽ ഉറക്കം വരും. തീർച്ച.

കാലത്തു വിജയന് ഒരു കമ്പി കൊടുക്കാം.

–ഭാവുകങ്ങൾ നേർന്നുകൊണ്ട് വാസന്തി.

ദിവസങ്ങൾക്കുശേഷം എല്ലാം ശരിയാവും. തന്നെപ്പറ്റി പറയാനൊന്നും തന്നെ ഇല്ലാതാവുമ്പോൾ നാവു ചുരുണ്ടുതുടങ്ങും.

കിടന്നു, കണ്ണുകൾ മുറുകെ അടച്ചു.

മഴയുടെ കനം കുറഞ്ഞിരിക്കുന്നു. സന്ധ്യക്കു പെയ്യാൻ തുടങ്ങിയതാണ്.

അച്ഛൻ ഇപ്പോൾ ഉറങ്ങിക്കാണുമോ? അതോ മറ്റു പലതും ഓർത്തു കിടക്കുകയാണോ? കഴിയുന്നതും വേഗം വിവാഹം നടന്നു കാണാൻ അച്ഛൻ തിടുക്കം കാണിക്കുന്നു.

ഈ നഗരത്തിൽ വേരുറയ്ക്കുകയാണെങ്കിൽ നാട്ടിലെ ആ വീടു വില്ക്കണം. അച്ഛനെ പറഞ്ഞു സമാധാനിപ്പിക്കാം. അവസാനകാലം തന്റെ കൂടെ കഴിയട്ടെ. തങ്കത്തിനാണെങ്കിൽ എന്നും ഡൽഹിയിൽത്തന്നെ കഴിയേണ്ടിവരും.

കാൽപ്പെരുമാറ്റം കേൾക്കുന്നുണ്ടോ? എവിടെനിന്നാണ്.

ചെവികൂർപ്പിച്ചു. തല ഉയർത്തി നോക്കി. ജനലിൽ മങ്ങിയ ഒരു രൂപം. ആരാണ്? പതിഞ്ഞ ശബ്ദം കേൾക്കുന്നു.

"വാ.....സ.....ന്തീ..!"

എഴുന്നേറ്റു. ജനലിൽ കിതയ്ക്കുന്ന ശബ്ദം.

"ആരാ?"

"ഞാൻ."

ശബ്ദം തിരിച്ചറിഞ്ഞു. മേട്രൻ ഈ നേരത്ത്? എന്തു പറ്റി?

വാതിൽ തുറന്നു.

അവർ അകത്തേക്കു കടന്നു. കിതപ്പിനിടയിൽ പറഞ്ഞു:

"ഒന്നെന്റെകൂടെ വരൂ."

"എന്താ?"

"വരൂ പറയാം."

താനും കിതയ്ക്കാൻ തുടങ്ങിയോ?

പുറത്തു കടന്നു വാതിൽ ചാരി. മഴ നിശേഷം മാറിയിരിക്കുന്നു.

ചവിട്ടുപടികളിറങ്ങുമ്പോൾ എന്തോ ചോദിക്കാൻ മുതിരുന്നതിനു മുമ്പുതന്നെ അവർ വായ പൊത്തിക്കാണിച്ചു.

ഉൽക്കണ്ഠ വളർന്നുപൊന്തി.

നനഞ്ഞ വരാന്തയിലൂടെ നടന്നു. തുറന്നു കിടന്നിരുന്ന അടുക്കള വാതിലിലൂടെ തകരഷെഡ്ഡിലേക്കു നടന്നു.

റാന്തൽവിളക്കിന്റെ വെളിച്ചം മുഖത്തു പതിഞ്ഞു.

തൂണിൽ ഇടതുകൈ ചുറ്റി കുനിഞ്ഞിരിക്കുന്ന കറുത്ത ബ്ലൗസിന്റെ ഉടമസ്ഥയാരാണ്?

മേട്രൻ ചുമലിൽ കൈവെച്ചു കരയുന്നതിന്റെ തുടക്കത്തിലുള്ള ശബ്ദം പോലെ വിതുമ്പി.

"ആരോടും പറയരുത്."

"എന്താ?"

അമ്പരന്നുനിന്നു.

അവർ കുനിഞ്ഞു കറുത്ത ജാക്കറ്റുകാരിയുടെ കൈത്തണ്ടയിൽ പിടിച്ചു പതുക്കെ എഴുന്നേല്പിച്ചു. തെറിച്ചുവീണ സാരി നേരെയാക്കുന്നതിനിടയിൽ റാന്തൽവെളിച്ചത്തിൽ ആ മുഖം കണ്ടു.

വിശാലം.

താഴെ പൂഴിമണ്ണിൽ വഴുവഴുപ്പുള്ള മഞ്ഞവെള്ളം. വറ്റുകൾ. പച്ചക്കറിക്കഷണങ്ങൾ.

റാന്തലിന്റെ പ്രകാശം വളരെ കുറഞ്ഞു. മേട്രൻ തിരി നീട്ടി.

വിശാലം ഒടിഞ്ഞ വാഴത്തണ്ടുപോലെ മേട്രന്റെ ചുമലിൽ തല ചായ്ച്ചു.

"മേട്രൻ!"

"ഉം.."

"എന്താണസുഖം?"

മേട്രൻ വിശാലത്തെ ബെഞ്ചിൽ പിടിച്ചിരുത്തി. അവൾ തളർച്ചയോടെ ചുമലിൽ തലചായ്ച്ചു. കണ്ണിൽനിന്നും കുടുകുടെ വെള്ളം ഒഴുകുന്നു.

മേട്രൻ തൊട്ടപ്പുറത്തേക്കു മാറി വാതിലിലൂടെ നോക്കി. അരികിൽ വന്നു നിന്നു.

"വാസന്തീ.. പുറത്തറിഞ്ഞാൽ ഹോസ്റ്റലിനും ഇവിടെ താമസിക്കുന്നവർക്കും അപമാനമാണ്."

"എന്തുപറ്റി?"

വായ തുറന്ന് ശ്വാസം കഴിച്ചു കഴിയാവുന്നത്ര പതുക്കെ അവർ പറഞ്ഞു.

"പെശകായി.. കഴിഞ്ഞമാസം കുളിച്ചില്ല. ഇപ്പോഴാണു പറയുന്നത്."

"എന്ത്?"

ഈ കേൾക്കുന്നതു ശരിയാണോ? വിശാലത്തിന്റെ അടിവയറ്റിൽ പാപത്തിന്റെ മൊട്ടു വളരുന്നു, വിവാഹം കഴിയുന്നതിനു മുമ്പ്.

"മേട്രൻ!"

"ഉം.."

"എന്താ മാർഗ്ഗം?"

"മാർഗ്ഗമുണ്ട്."

അവർ കിതച്ചു തുടങ്ങി. നിശ്ശബ്ദത പെരുകി. മരച്ചില്ലകളിൽനിന്നും മഴത്തുള്ളികൾ തകരഷെഡ്ഡിനു മുകളിൽ വീണു ശബ്ദമുണ്ടാക്കുന്നു.

"ഗംഗാധരനെ ടാക്സി വിളിക്കാൻ അയച്ചിട്ടുണ്ട്... ഇപ്പോൾത്തന്നെ നേഴ്സിങ് ഹോമിൽ അഡ്മിറ്റു ചെയ്യണം.

"വല്ലവരേം അറിയ്യോ?"

"ഡാക്ടർ സുമതിയെ അറിയാം."

അല്പം നിർത്തിയശേഷം അവർ തുടർന്നു:

"ഇവൾക്ക് പണ്ടൊരു അസുഖം വന്ന് ഒന്നുരണ്ടു മാസം മെഡിക്കൽ കോളേജിൽ കിടന്നതാണ്.. മറ്റുള്ളവരോടു ആ അസുഖമാണെന്നു പറയാം."

വിറച്ചു തുടങ്ങി. വിറ കൈത്തണ്ടയിലൂടെ ശരീരത്തിലേക്കു പായുന്നു.

"മേട്രൻ!"

"ഉം?"

"ഞാൻ വരണോ?"

"വേണം... എനിക്കു മറ്റാരേയും വിശ്വാസമില്ല."

കാൽപ്പെരുമാറ്റം കേട്ടു. ഗംഗാധരൻ മടക്കിയ കുടയുമായി കടന്നു വന്ന് പറഞ്ഞു.

"റോഡിലു നിർത്തിയിട്ടുണ്ട്."

മേട്രൻ വിശാലത്തിന്റെ കൈത്തണ്ടയിൽ പിടിച്ചുപൊക്കി.

"നടക്ക്."

വിശാലം ഇഴയുകയാണ്. കൈയും കാലും ഛേദിച്ചു കുഴഞ്ഞ ഒരു മൃഗത്തെപ്പോലെ.

നനഞ്ഞ ചരലിൽ ചവിട്ടി നടന്നു.

ഗംഗാധരൻ ചോദിച്ചു:

"എന്താമ്മച്ചീ അസുഖം?"

"നെഞ്ചുവേദനാന്നു പറഞ്ഞില്ലേ?"

ഡ്രൈവർ കാറിന്റെ ഡോർ തുറന്നുവെച്ചു.

"കയറൂ."

വിശാലം കണ്ണുതുടച്ചു. സംശയത്തോടെ ഡ്രൈവർ വീക്ഷിക്കരുതെന്നു കരുയിതാവണം മേട്രൻ പറഞ്ഞത്.

"കയറൂ... ഒരു ഇഞ്ചക്ഷനെടുത്താൽ വേദന കുറയും."

"എന്താ അസുഖം?"

ഡ്രൈവർ ചോദിച്ചു.

"നെഞ്ചുവേദന."

വിശാലം സീറ്റിൽ തലചായ്ച്ചു മുഖത്തേക്കു നോക്കി.

ഗംഗാധരൻ മുൻസീറ്റിൽ കയറിയിരുന്നു.

വിശാലം ചുമലിൽ തലചായ്ച്ചു. മേട്രൻ അപ്പുറത്തിരിപ്പുണ്ട്.

കാർ സ്റ്റാർട്ടാക്കിക്കൊണ്ടു ഡ്രൈവർ ചോദിച്ചു:

"ഏതു ഹോസ്പിറ്റലിലേക്കാ?"

"രാഘവാനഴ്സിങ് ഹോം."

കാർ പാഞ്ഞു.

മഴ നിലച്ചെങ്കിലും ആകാശം പ്രശാന്തമല്ല. ഒഴുകുന്ന മേഘങ്ങൾക്കിടയിലൂടെ നക്ഷത്രങ്ങൾ എത്തിനോക്കുന്നു.

മേട്രൻ പുറത്തേക്കു നോക്കിയിരിക്കുകയാണ്. അവരെ സംബന്ധിച്ചിടത്തോളം വഴിതെറ്റിയ വിശാലത്തേക്കാൾ ഹോസ്റ്റലിന്റെ അഭിമാനത്തിനാണ് വില. വിശാലം അവരുടെ ആരുമല്ല. വാടക കൊടുത്തു താമസിക്കുന്ന പത്തമ്പതു പെൺകുട്ടികളിൽ ഒരുവൾ മാത്രം.

ഈ തെറ്റു തിരുത്താൻ പറ്റുമോ?

വിശാലം കരയുകയാണ്. തന്റെ ചുമൽ നനയുന്നു. ശിരസ്സിൽ ഉഴിഞ്ഞു പറഞ്ഞു.

"കരയാതിരിക്കൂ!"

കരഞ്ഞിട്ടെന്തു ഫലം. ഇതൊക്കെ നേരത്തെ ആലോചിക്കണം. എന്നു പറയാനാണു തോന്നിയത്. പറഞ്ഞില്ല. ഈ അവസരം അതിനു പറ്റിയതല്ല. പശ്ചാത്താപത്തിന്റെ കണ്ണികൾ കൂട്ടിച്ചേർക്കാൻ പാടുപെടുകയായിരിക്കും അവൾ.

മേട്രൻ താടിക്കു കൈയും കൊടുത്തിരിക്കുന്നു. ഭീതിയുടെ ലോകത്തിലാണവർ. ചെവിയിൽ തുളച്ചുകയറുന്ന കാറ്റിനെപ്പോലും ശ്രദ്ധിക്കുന്നില്ല.

വിശാലത്തിന്റെ വയറ്റിൽ ഒരു തീക്കട്ട വളരുന്നു. പകലും രാത്രിയും ഒരുപോലെ അതു ജ്വലിക്കും. ദിവസങ്ങൾ കഴിയുന്തോറും അതിന്റെ പ്രകാശം വർദ്ധിക്കും.

ആരാണതിനുത്തരവാദി? ആ മനുഷ്യൻ ഇത് ഏറ്റെടുക്കുമോ?

കാർ വളവു തിരിഞ്ഞു.

നനഞ്ഞ കെട്ടിടങ്ങൾ പിന്നിട്ടു. വഴിവിളക്കുകൾ നിരനിരയായി മറഞ്ഞു.

ടവ്വർക്ലോക്കിൽ സമയം പന്ത്രണ്ടു കഴിഞ്ഞിരിക്കുന്നു. രാത്രി ടാക്സിയിൽ സഞ്ചരിക്കുന്നത് ആരെങ്കിലും കണ്ടാൽ... അതിന്റെ പുറകെ നീണ്ടുപോകുന്ന ചരടിന്റെ നീളം ഓർക്കാൻ വയ്യ.

എന്തും വരട്ടെ. ഇതു ജീവൽപ്രശ്നമാണ്. വിശാലം എന്തെങ്കിലും അപകടം ചെയ്തിരുന്നെങ്കിലോ?

കാർ നിന്നു. പച്ചവെളിച്ചത്തിൽ ബോർഡു കണ്ടു. ഡ്രൈവർ വാതിൽ തുറന്നുതന്നു. മേട്രനും ഗംഗാധരനും പുറത്തിറങ്ങി.

"വാ.."

വിശാലത്തിന്റെ കൈത്തണ്ടയിൽ പിടിച്ചു പുറത്തിറക്കി.

മേട്രൻ പൂച്ചെടിച്ചെട്ടിക്കരികെ കയറ്റുകട്ടിലിൽ കിടന്നിരുന്ന കാക്കിക്കുപ്പായക്കാരനെ വിളിച്ചുണർത്തി.

"ഡാക്ടർ സുമതിയെ കാണണം."

അവൻ പോക്കറ്റിൽനിന്നും താക്കോലെടുത്തു വലിയ ഇരുമ്പുവാതിൽ തുറന്നു.

നീണ്ട വരാന്ത. ഇരുവശത്തും ചാരുബെഞ്ചുകൾ.

വിശാലത്തെ ബെഞ്ചിലിരുത്തി മേട്രൻ പറഞ്ഞു:

"ഞാൻ ഡാക്ടറെ കണ്ടിട്ടു വരാം."

മേട്രന്റെ പുറകെ ഗംഗാധരനും പോയി.

ഡ്രൈവർ ബോണറ്റിൽ ചാരിനിന്നു ബീഡിക്കു തീകൊടുക്കുകയാണ്.

നിശ്ശബ്ദതയ്ക്കു കട്ടി കൂടി വരുന്നു.

"വിശാലം."

"ഉം."

"എന്നോടു പറയ്... ആരാണ്?"

അവൾ തേങ്ങിത്തുടങ്ങി. തേങ്ങൽ കുറേശ്ശെയായി കുറഞ്ഞു.

അവൾ കണ്ണു തുടച്ചു.

"എന്നെ നീ നശിപ്പിച്ചു."

"ആര്?"

"............"

നഴ്സ് വന്നു. പുറകെ ഗംഗാധരനും.

"മുകളിലേക്കു വരൂ."

പതുക്കെ എഴുന്നേല്പിച്ചു. കോണിപ്പടികൾ കയറി.

ഹാഫ് ഡോറിനടുത്ത് അടക്കിപ്പിടിച്ചുള്ള സംസാരം.

ഹാഫ് ഡോർ തുറന്നു.

ചുവന്ന സാരി മാത്രം കണ്ടു. മുഖം കാണുന്നതിനു മുമ്പു വാതിലടഞ്ഞു.

നഴ്സ് വിശാലത്തെ മറ്റൊരു മുറിയിലേക്കു കൂട്ടിക്കൊണ്ടുപോയി.

മേട്രൻ വന്നു ചൂരൽക്കസേരയിൽ ഇരുന്നു.

"വാസന്തി ഇരിക്കൂ."

അവരുടെ തൊട്ടരികെ ഇരുന്നു.

ഗംഗാധരൻ പിൻകൈയും കെട്ടി ചുമരുംചാരി നില്ക്കുന്നു.

മേട്രൻ പറഞ്ഞു.

"നീ താഴെച്ചെന്നിരിക്ക്."

അവൻ മനസ്സില്ലാമനസ്സോടെ താഴേക്കിറങ്ങിപ്പോയി.

മേട്രനോടു ചോദിച്ചു.

"എന്തു പറഞ്ഞു ഡോക്ടർ."

"ഇഞ്ചക്ഷൻ കൊടുത്തു കിടത്താമെന്നു പറഞ്ഞു, നാളെത്തന്നെ എറണാകുളത്തേക്കു കൊണ്ടുപോകാൻ പറഞ്ഞു... നഴ്സിങ് ഹോമിന്റെ ഹെഡ്ക്വാർട്ടേഴ്സവിടെയാണ്... ഡോക്ടർ രാഘവൻ ഇതിൽ മിടുക്കനാണ്."

ഒരല്പനേരത്തെ നിശ്ശബ്ദതയ്ക്കുശേഷം അവർ പറഞ്ഞു.

"കാലത്ത് ഇവളുടെ ബ്രദറിനു ടെലിഗ്രാം കൊടുക്കാം. വേണമെങ്കിൽ കൂട്ടിക്കൊണ്ട് എറണാകുളത്തു പോട്ടെ."

അവർ വീണ്ടും നിർത്തി. പിന്നീടു വിളിച്ചു:

"വാസന്തീ... ഇതാരോടും പറയരുത്."

"ഇല്ല."

"വിജയന്റെ കാര്യം ഈ പെണ്ണാണ്. എന്നോടു പറഞ്ഞത്... നുണയാണെന്നുടൻ തോന്നി. ഞാൻ വിളിച്ചു ചോദിച്ചതിലൊന്നും വിചാരിക്കരുത്."

"ഇല്ല... എനിക്കൊന്നുമില്ല."

ആശ്വസിക്കുകയായിരുന്നു. തന്നെ വിശ്വസിക്കുന്ന ഒരാളെങ്കിലുമുണ്ടല്ലോ.

"മേട്രൻ!"

"ഉം"

"ആളാരാണ്?"

വെറുപ്പോടെയാണവർ പറഞ്ഞത്.

"അവൻ തന്നെ... എടയ്ക്കെടെ വരാറില്ലേ... ചെറിയമ്മയുടെ മക

നാണെന്നു പറഞ്ഞ്.... അവൻ രണ്ടാഴ്ചയ്ക്കു മുമ്പു മലായിലേക്കു കപ്പൽ കയറി.”

ഹാഫ്ഡോർ തുറന്നു. നഴ്സ് വന്നു.

“വിളിക്കുന്നു.”

മേട്രൻ അകത്തേക്കു പോയി.

ചുമരിൽ തല ചായ്ച്ചു. ഉറക്കം കൺപോളകളെ ശല്യപ്പെടുത്തിത്തുടങ്ങി. കുറച്ചുമുമ്പ് ഉറങ്ങാൻ വേണ്ടി പാടുപെടുകയായിരുന്നു.

ഈ രാത്രി മറക്കാൻ പറ്റില്ല. ഇതുപോലെ മറ്റൊന്നു കൂടിയുണ്ട്. അന്നമ്മയെ രക്ഷിച്ച ദിവസം.

മേട്രൻ വന്നു.

“പോകാം.”

താഴേക്കിറങ്ങുമ്പോൾ മേട്രൻ പറഞ്ഞു.

“ഇഞ്ചക്ഷൻ കൊടുത്തിട്ടുണ്ട്... ഉറക്കമാണ്.”

ഗംഗാധരൻ ബഞ്ചിൽ കിടന്നുറങ്ങുന്നു. തട്ടിവിളിച്ചപ്പോൾ അവൻ ഞെട്ടിയുണർന്നു.

കാർ നീങ്ങി.

തണുത്ത കാറ്റിനെതിരെ മുഖം തിരിച്ചിരുന്നു.

എത്ര ഭംഗിയായി കാര്യം നിർവ്വഹിച്ചിരിക്കുന്നു.

ഗെയ്റ്റിൽ കാർ നിന്നു. മേട്രൻ അഞ്ചിന്റെ ഒറ്റ ഗംഗാധരനെ ഏല്പിച്ചു നടന്നു.

അകത്തു വെളിച്ചമുണ്ട്.

എല്ലാവരും വരാന്തയിൽ അന്ധാളിച്ചു നില്ക്കുന്നു.

കാർത്ത്യായനിയാണ് ആദ്യം ചോദിച്ചത്.

“എവിടെ വിശാലം?”

മേട്രൻ പറഞ്ഞു.

“ബഹളം കൂട്ടരുത്.. പറയാം.”

എല്ലാവരും ഉൽക്കണ്ഠയോടെ ചുറ്റം കൂടി.

“അവൾ ഹോസ്റ്റലിലാണ്... പഴേ അസുഖം... ഞാൻ മൂത്രമൊഴിക്കാൻ പോകുമ്പോൾ വരാന്തയിൽ നിന്ന് അവൾ നെഞ്ചുതിരുമ്മി കരയുന്നു.”

“ഞങ്ങളെ വിളിക്കാത്തതെന്താ?”

പ്രഭ ചോദിച്ചു.

അരിശത്തോടെയാണു മേട്രൻ മറുപടി പറഞ്ഞത്.

“ഉത്സവമൊന്നുമല്ലല്ലോ. എല്ലാം വേണ്ടപോലെ ചെയ്തിട്ടുണ്ട്. ഒരിഞ്ചക്ഷൻ കൊടുത്തു. ഇപ്പോൾ ഉറക്കമാണ്.”

ജഗദമ്മ കരഞ്ഞുതുടങ്ങി. കാർത്ത്യായനി അവളെ സമാധാനിപ്പിച്ചു.

“പേടിക്കാനൊന്നുമില്ല. ഒരു മാസം കിടക്കണം... പണ്ടും എനിക്കോർമ്മയുണ്ട്.. അന്നും രാത്രിയാണ് നെഞ്ചുവേദന തുടങ്ങിയത്.”

കാർത്ത്യായനി വിവരിക്കുകയാണ്.

ഇനി ഇവിടെ നില്ക്കാൻ വയ്യ.

മുകളിലേക്കു കയറി.

ലൈറ്റിടാതെ വാതിലടച്ചു. കട്ടിലിൽ ചെന്നു കിടക്കുമ്പോൾ പുലരാൻ ഇനിയെത്ര മണിക്കൂറുകൾ കഴിയണം എന്ന കണക്കുകൂട്ടലായിരുന്നു മനസ്സിൽ.

പതിന്നാല്

ഹോസ്റ്റലിന്റെ ചുറ്റും വന്യമൃഗങ്ങൾ പതിയിരിക്കുന്നതുപോലെ തോന്നുന്നു. ഇരുട്ടായാൽ കൂടുതൽ ഭയമാണ്. രാത്രിയിൽ എലികളുണ്ടാക്കുന്ന ശബ്ദംപോലും ഭയപ്പെടുത്തുന്നു.

മേട്രൻ കാണുമ്പോഴൊക്കെ ചിരിച്ച്, അനാവശ്യമായി ലോഹ്യം ചോദിച്ചുതുടങ്ങി. ഒരു രാത്രികൊണ്ടു വളരെ അടുത്തു. അത്ഭുതപ്പെടാനൊന്നുമില്ല. അവരുടേയും ഹോസ്റ്റലിന്റെയും എല്ലാറ്റിനുമുപരി വിശാലത്തിന്റെയും അഭിമാനം തന്റെ നാവിൻതുമ്പിൽ ബന്ധം വിടാതെ നില്ക്കുന്ന കാലത്തോളം ഇതു തുടരും.

അന്നമ്മയുടെയും വിശാലത്തിന്റെയും ജീവിതത്തിൽ തനിക്കു സ്ഫോടനവസ്തുക്കൾ എറിയാമായിരുന്നു. എന്തുകൊണ്ടതിനു മുതിരുന്നില്ല? എത്ര ആലോചിച്ചിട്ടും ഒരു പിടിയും കിട്ടിയില്ല.

വൈകുന്നേരം ഹോസ്റ്റലിൽ എത്തിയ ഉടൻ മേട്രന്റെ മുറിയിലേക്കാണു പോയത്.

അവർ ഒരു ബയന്റുപുസ്തകം തുറന്നുവെച്ചു മെസ്സിന്റെ കണക്കു കൂട്ടുകയായിരുന്നു.

കട്ടിലിൽ ഇരുന്നു.

"വിശാലത്തിനെ കൊണ്ടുപോയോ?"

അവർ കൂട്ടൽ നിർത്തി ചുറ്റും നോക്കി.

"ഉച്ചയ്ക്ക് അവളുടെ സഹോദരൻ കാറുമായി വന്നു... നേരെ എറണാകുളത്തേക്കാണ് പോയത്.."

കാലത്തു കമ്പിയടിച്ചതു താനാണ്.

–വിശാലത്തിനു സുഖമില്ല. ഉടൻ ഹോസ്റ്റലിലേക്കു വരിക.

മേട്രൻ ബയന്റുപുസ്തകം അടച്ചുകൊണ്ടു പറഞ്ഞു:

"നല്ല കാശുണ്ട്...എന്തും ചെലവാക്കാൻ തയ്യാറായിട്ടാ വന്നത്.. നൂറു റുപ്പിക ഡോക്ടർ സുമതിക്കു കൊടുത്തു."

വിശാലത്തിന്റെ ആങ്ങള സ്വന്തം മുഖത്തു കരി പുരളാതിരിക്കാൻ പണം വാരിക്കോരി ചെലവഴിക്കുന്നു.

രാത്രി ഹോസ്റ്റലിൽ സംസാരം പരന്നു;

"ഡാക്ടർ പറഞ്ഞിട്ടാണ് എറണാകുളത്തേക്കു കൊണ്ടുപോയത്.. അവിടെ പുതിയ ഒരു ഹാർട്ട് സ്പെഷ്യലിസ്റ്റ് അമേരിക്കയിൽനിന്നും വന്നിട്ടുണ്ടത്രേ."

പൊട്ടിച്ചിരിക്കാൻ തോന്നി. സത്യാവസ്ഥ ഇവരാരെങ്കിലുമറിഞ്ഞിരുന്നെങ്കിൽ ഇപ്പോഴത്തെ സ്ഥിതി എന്താവുമായിരുന്നു!

വിശാലം ഒന്നുരണ്ടു മാസങ്ങൾക്കുശേഷം പാപഭാരം ഒഴുക്കിക്കളഞ്ഞ് നഷ്ടപ്പെട്ട ആരോഗ്യം ടോണിക്കുകളിലൂടെ വീണ്ടെടുത്തു തിരിച്ചുവരുമ്പോൾ കൂട്ടുകാരികൾ അവളോടു ചോദിക്കും:

"നെഞ്ചുവേദന കുറവുണ്ടോ?"

അപ്പോൾ വിശാലത്തിന്റെ മുഖം ഒന്നു കാണണം. ഒരുപക്ഷേ, താനും മേട്രനും ഇവിടെയുള്ളതുകൊണ്ട് ഇനിയവൾ ഇങ്ങോട്ടുവരില്ല.

മേട്രന്റെ ബുദ്ധികൂർമ്മതയിൽ വിശാലത്തിന്റെ ജീവിതം ഭദ്രമാക്കപ്പെട്ടു.

മലായിലേക്കു കപ്പൽ കയറിയ ആ മനുഷ്യൻ ഇനിയൊരിക്കലും തിരിച്ചുവരാനോ, അവളെ സ്വീകരിക്കാനോ പോകുന്നില്ല. മിടുക്കുണ്ടെങ്കിൽ അവൾ ഇനിയും കാമുകന്മാരെയുണ്ടാക്കും. ബുദ്ധിയോടെ പ്രവർത്തിച്ചാൽ ആരുടെയെങ്കിലും കഴുത്തിൽ വീഴുകയും ചെയ്യാം.

തിരിച്ചെത്തിയാലും വിശാലം പഴയ പണി തുടരുമോ? ഒരു പഴഞ്ചൊല്ലിന്റെ വ്യാപ്തി, അണ്ണാൻ മൂത്താലും മരം കേറാൻ മറക്കില്ല.

കാലത്ത് ഹോസ്റ്റലിലുള്ള നാലഞ്ചുപേർ നഴ്സിങ് ഹോമിലേക്കു പുറപ്പെട്ടപ്പോൾ മേട്രൻ തടഞ്ഞുകൊണ്ടു പറഞ്ഞു.

"ഇപ്പോൾ കാണണ്ട... ഒരു ഹാർട്ട് പേഷ്യന്റാണ്."

എല്ലാവരും അതു വിശ്വസിച്ചു.

എങ്കിലും തന്നെമാത്രം മറ്റുള്ളവർ വിശ്വസിക്കാത്തതെന്താണ്?

വിജയന്റെ വിവാഹം കഴിഞ്ഞു. ടെലിഗ്രാം കൊടുത്തു തിരിച്ചുവരുമ്പോൾ ഓഫീസിലുള്ള മൂന്നു നാല് സ്ത്രീകൾ കണ്ടു. വിഷാദഭാവത്തോടെ മുഖത്തേക്കു നോക്കി. മങ്ങിയ പുഞ്ചിരിയുമായി കടന്നുപോയി.

അന്നമ്മയും വിശാലവും ജോലി ചെയ്തിരുന്ന ഓഫീസിലാണ് താനും. അവരുടെ തെറ്റുകൾ ആരും കണ്ടെത്തുന്നില്ലല്ലോ?

ഓഫീസിൽ പിന്നെയും ധാരാളം സ്ത്രീകളുണ്ട്. എല്ലാവർക്കും കഥകളുമുണ്ട്. പക്ഷേ, അവയ്ക്കൊന്നും ഇത്ര പ്രചാരം കിട്ടുന്നില്ല.

ഇന്നും, എല്ലാവരുടെ നാവിൻതുമ്പിലും അതൊട്ടി നില്ക്കുന്നു.

–ഫാസ്റ്റ് പാസഞ്ചറും കോട്ടയും ടി ബിയും.

ഹോസ്റ്റലിലെ മറ്റു പെൺകുട്ടികളെപ്പോലെ താൻ വാചാലയല്ല. വള

രെക്കുറച്ചുമാത്രം സംസാരിക്കുന്നു. വൈകുന്നേരം ഓഫീസുവിട്ടു വന്നാൽ കുറേനേരം ടെറസ്സിൽ നടക്കുന്നു. ആഹാരം കഴിഞ്ഞാൽ ഉറക്കം വരുന്നതുവരെ വായന.

താൻ എന്തിനു ഭയപ്പെടുന്നു? വിശാലത്തിനും അന്നമ്മയ്ക്കും ഈ ലോകത്തു ജീവിക്കാമെങ്കിൽ തനിക്കെന്തുകൊണ്ടായിക്കൂടാ.

പ്രഭയും മാലതിയും തമ്മിൽ ജഗദമ്മയെപ്പറ്റി പറയുന്നതു കേട്ടു. കളിക്കാരൻ ഹരികൃഷ്ണൻ അവളെ വിവാഹം കഴിക്കുന്നതിൽ അമാന്തം കാണിക്കുന്നതിന്റെ രഹസ്യത്തെപ്പറ്റിയാണ്. ജഗദമ്മയുടെ പൂർവ്വചരിത്രം അയാൾ അറിഞ്ഞുവത്രേ!

ഹരികൃഷ്ണന് വേണ്ടത്ര സ്വത്തുണ്ട്. ഇപ്പോൾ സ്കൂട്ടറിലാണ് വരുന്നത്.

ഒറ്റയ്ക്കിരിക്കുമ്പോൾ ഈയിടെയായി മനസ്സിൽ മറ്റൊരു രൂപം ഉയർന്നുവരുന്നു. കളപ്പുരമുറ്റത്തുകൂടെ നടന്ന്, കോലായിലേക്കു കയറുമ്പോൾ കട്ട്ളപ്പടിയുടെ മുകളിൽ തൂക്കിയിട്ടുള്ള ഫോട്ടോ. തിളക്കമുള്ള കണ്ണുകൾ. അറ്റം തടിച്ച മീശ.

താമസിയാതെ ഈ അന്തരീക്ഷം മാറും. അച്ഛന്റെ കത്ത് മിനിഞ്ഞാന്നും വന്നിരുന്നു. കുട്ടിശങ്കരമേനോൻ ജാതകം നോക്കിച്ചുവത്രെ. വളരെയധികം യോജിപ്പുണ്ടെന്നാണു പറഞ്ഞത്. പരസ്പരഗുണാനുഭവങ്ങൾക്കുള്ള സാദ്ധ്യതയുണ്ട്. വിവാഹശേഷം രണ്ടുപേർക്കും ഉദ്യോഗകാര്യങ്ങളിൽ ഗണനീയമായ ഉയർച്ചയുണ്ടാവും.

ഭാസ്കരൻ തന്നെ അന്വേഷിച്ച് ഓഫീസിൽ വരുമോ? ആ നിമിഷങ്ങളിൽ പകർന്നു തരുന്ന നിർവൃതിയിൽ ലയിക്കാൻ തനിക്കു കഴിയുമോ?

ഓഫീസിൽ ഇപ്പോൾ കനത്ത ജോലിയാണ്. ഹാഫ് ഇയർലി റിപ്പോർട്ടിന്റെ തിരക്ക്. ഒമ്പതിനു ചെന്നാൽ അഞ്ചുവരെ നിവർന്നിരിക്കാൻ സമയം കിട്ടില്ല.

ലേഡീസ് ക്ലബ്ബിൽ ആകെ ബഹളമാണ്. ഒരു മീറ്റിങ്ങിൽ രാഗിണിക്കുട്ടി ദേഷ്യംവന്ന് പേപ്പർ വെയ്റ്റെടുത്ത് താഴേക്കെറിഞ്ഞുവത്രെ.

ആദ്യം പലരും രാജിവച്ചു. പക്ഷേ, പിന്നീടവരെ ഓഫീസർമാർ വിളിച്ചുപറഞ്ഞു. അപ്പോൾ പഴയപടിയായി.

കുഞ്ഞമ്മയെ കുഞ്ഞിരാമൻ ഓഫീസർ അപമാനിച്ചതിനെതിരെ ഒരു പ്രമേയം പാസാക്കാൻ വയ്യ. ചീഫ് കൺട്രോളർ ഇടപെട്ടു രംഗം ശുദ്ധമാക്കിയതിനാൽ പ്രമേയത്തിന്റെ ആവശ്യമില്ലെന്ന് മിസിസ്സ് നായരും രാഗിണിക്കുട്ടിയും വാദിക്കുന്നു.

ചീഫ് കൺട്രോളറുടെ ശിപായിയുടെ മകൾ വത്സലയും ഡ്രൈവറുടെ അനന്തരവൾ ഹൈമവതിയും മാത്രമേ ആ വാദത്തെ അനുകൂലിച്ചുള്ളൂ. ചീഫ് കൺട്രോളറുടെ കരുണകൊണ്ടു കിട്ടിയ ഉദ്യോഗം നഷ്ടപ്പെടുത്താൻ അവർ തയ്യാറായിരുന്നില്ല.

ലേഡീസ് ക്ലബ്ബ് തുടങ്ങിവച്ചത് ചീഫ് കൺട്രോളറാണ്. അനുസരണയുള്ള ചിലരെ അതിന്റെ ചുമതലയും ഏല്പിച്ചു.

ചീഫ് കൺട്രോളറുടെ നിറവും ഗുണവും മാറുകയാണ് ദിനംതോറും. ബഹുമാനം വിലയ്ക്കുവാങ്ങാൻ തയ്യാറാണദ്ദേഹം, കിട്ടുമെങ്കിൽ.

റിക്രിയേഷന്റെ പേരിൽ കിട്ടുന്ന ഗ്രാന്റ് മുഴുവൻ ചോർന്നു പോകുന്നു എന്ന പരാതിയും പൊന്തിവന്നിട്ടുണ്ട്. രഹസ്യമായി മാത്രമേ അതിനെപ്പറ്റി എല്ലാവരും സംസാരിക്കൂ. ചീഫ് കൺട്രോളറുടെ ചെവിയിലെത്തിയാൽപ്പിന്നെ മറ്റു കാരണങ്ങൾ പറഞ്ഞ് ഉപദ്രവിച്ചു തുടങ്ങും.

കുടുംബവുമായി കഴിയുന്നവരെ ഇൻസ്പെക്ഷൻ പാർട്ടിയുടെ കൂടെ അയയ്ക്കുക. ലീവെടുത്താൽ ശമ്പളം തടഞ്ഞുവയ്ക്കുക, അങ്ങനെ പലതുമുണ്ട്.

സുന്ദരിയമ്മ ഒരിക്കൽ വെറുപ്പോടെ അതു പറയുകയും ചെയ്തു.

"പറ്റി നിന്നാലേ രക്ഷ കിട്ടൂ എന്ന നിലയിലായി.. ചോദിക്കാനും പറയാനും ആരുമില്ല..."

സൂപ്രണ്ടു സ്വാമി ഇടയ്ക്കിടെ ഉപദേശിക്കുന്നു:

"നല്ല ജോലി ചെയ്താലേ ക്യാരക്ടർ റോളിൽ നല്ല എൻട്രി വരൂ."

ജോലി വളരെയധികം കൂടി. വൈകുന്നേരം ആറു മണിവരെ ഇരിക്കേണ്ടി വന്നു. ഹാഫ് ഇയർലി റിപ്പോർട്ട് പതിനഞ്ചിനു മുമ്പ് ഹെഡ് ക്വാർട്ടേഴ്സിൽ എത്തണം. ഇന്നു തീയതി ഒമ്പതാണ്.

വൈകുന്നേരം മെഷീൻ മൂടി, കുടയുമെടുത്തു നടക്കാനാരംഭിച്ചപ്പോൾ സൂപ്രണ്ടു ചോദിച്ചു.

"നാളെ ഒന്നു വരാമോ?"

"വരാം."

രണ്ടാം ശനിയാഴ്ചയാണ്.

ഒറ്റയ്ക്കെങ്ങനെയിരുന്നു ജോലി ചെയ്യും. സാരമില്ല. തന്റെ പ്രൊബേഷൻ പീരിയഡവസാനിക്കാൻ ഇനി ദിവസങ്ങളേയുള്ളൂ. അനുസരണക്കുറവുണ്ടെന്നു വരുത്തരുത്.

ഹോസ്റ്റലിൽ എത്തിയപ്പോൾ പ്രഭ പറഞ്ഞു:

"നാളെ പ്രോഗ്രാമുണ്ട്... നെയ്യാർ ഡാം."

എല്ലാവരും പോകുന്നു. സുന്ദരിയമ്മയും ഏഴാം നമ്പർ മുറിയിൽ കോൾഡു പിടിച്ചുകിടക്കുന്ന വസുന്ധരയുമൊഴിച്ച്.

"എനിക്ക് നാളെ ഓഫീസിൽപ്പോണം.. ഹാഫ് ഇയർലി റിപ്പോർട്ട് തീർന്നില്ല.."

പ്രഭ പറഞ്ഞു:

"ജോലിയൊക്കെ മുറപോലെ നടക്കും... വാസന്തിയും വരണം."

പറ്റില്ലെന്നു തലയാട്ടി മുകളിലേക്കു കയറി. ഹാഫ് ഇയർലി റിപ്പോർട്ടിന്റെ ഗൗരവത്തെക്കുറിച്ച് പ്രഭയ്ക്കറിയില്ല. പതിനഞ്ചിനു മുമ്പ് ഹെഡ്ക്വാർട്ടേഴ്സിലെത്തിയില്ലെങ്കിൽ കമ്പിവരുന്നത് ചീഫ് കൺട്രോളർക്കാണ്.

സന്ധ്യക്കു മേട്രൻ പ്രത്യേകമായി വന്നു ക്ഷണിച്ചു. ജോലിയുടെ ഗൗരവത്തെക്കുറിച്ചു പറഞ്ഞപ്പോൾ അവർക്കു മനസ്സിലായി.

കഞ്ഞികുടി കഴിഞ്ഞു കിടക്ക നിവർത്തുമ്പോൾ ജനലരികിൽ വന്ന് സുന്ദരിയമ്മയും ചോദിച്ചു.

"വാസന്തി പോണില്ലേ?"

"ഇല്ല... നാളെ ഓഫീസിൽ പോണം.. ഒരു പാട് ടൈപ്പ് ചെയ്യാനുണ്ട്."

വളരെനേരത്തെ എല്ലാവരും എഴുന്നേറ്റു. ബഹളമായിരുന്നു ചുറ്റും.

ബഹളമൊക്കെ തീരട്ടെയെന്നുകരുതി വീണ്ടും കിടന്നു.

എല്ലാവരും പോയി എന്നു ബോദ്ധ്യമായപ്പോൾ എഴുന്നേറ്റു.

കുളികഴിഞ്ഞ് അടുക്കളയിൽച്ചെന്നപ്പോൾ കൃഷ്ണമ്മ മാത്രമേയുള്ളൂ. തൊട്ടരുകിൽ വന്നിരുന്ന് അവർ ഇഡ്ഡലി വിളമ്പിത്തന്നു.

"എന്നാ ഇനി വീട്ടിൽപ്പോകുന്നത്?"

"അടുത്തുതന്നെ പോകണം."

അച്ഛന്റെ വരാനിരിക്കുന്ന കത്തിനെക്കുറിച്ചോർത്തുകൊണ്ടാണതു പറഞ്ഞത്.

ചൂടുകാപ്പി ഊതിക്കുടിക്കുന്നതിനിടയിൽ കൃഷ്ണമ്മയോടു ചോദിച്ചു.

"മകൾ പഠിക്കുന്നില്ലേ?"

"ഉവ്വ്."

നന്ദിയുടെ സ്ഫുലിംഗങ്ങൾ. പണ്ടുകൊടുത്ത ഒരു സാരിയുടെ തിളക്കം അവരുടെ കണ്ണുകളിൽ കണ്ടു.

കുടയുമെടുത്തു മുറി പൂട്ടി പുറത്തിറങ്ങുമ്പോൾ തല വേർപെടുത്തിക്കൊണ്ടിരുന്ന സുന്ദരിയമ്മ ചോദിച്ചു:

"ഉച്ചയ്ക്കു മുമ്പു വരില്ലേ?"

"വരാം."

ധാരാളം മാറ്ററുണ്ട്. ഇന്നു മുഴുവൻ ഇരുന്നാലും തീരില്ല. ചിലപ്പോൾ നാളെയും വരാൻ പറഞ്ഞേക്കും.

വാകമരത്തണലിലൂടെ നടക്കുമ്പോൾ മനസ്സ് അല്പം മുമ്പു നുണഞ്ഞ മധുരത്തിൽ പറ്റി നില്ക്കുകയായിരുന്നു. തിങ്കളാഴ്ചയോ ചൊവ്വാഴ്ചയോ അച്ഛന്റെ കത്തുവരും. അവധിക്കെഴുതി നേരിട്ട് ഓഫീസറുടെ കൈയിൽ കൊടുത്തു വിവരം പറയാം. മാത്യൂസ് ഓഫീസർ നല്ല മനുഷ്യനാണ്. വളരെ നല്ല പെരുമാറ്റം. മറ്റുള്ളവരെ ഉപദ്രവിക്കാൻ ഇഷ്ടപ്പെടാത്ത മനുഷ്യൻ.

ഓഫീസു ഗെയിറ്റിൽ ഗൂർക്കയോടെന്തോ സംസാരിച്ചുകൊണ്ടു രാമകൃഷ്ണൻ നില്ക്കുന്നു. താടിയിൽ വീണ്ടും രോമം പറ്റിപ്പിടിച്ചുതുടങ്ങി.

മനസ്സിൽ വെറുപ്പില്ല. എല്ലാം ഉതിർന്നുപോയിരിക്കുന്നു. മാപ്പു ചോദിക്കേണ്ടതാണ് ഈ മനുഷ്യനോട്.

അടുത്തെത്തിയപ്പോൾ രാമകൃഷ്ണൻ മുഖത്തേക്കു നോക്കി.

ചിരിച്ചു. വളരെ നാളുകൾക്കുശേഷം കാണുന്നതല്ലേ.

രാമകൃഷ്ണൻ ചോദിച്ചു;

"ഓവർടൈമുണ്ടോ?"

"ഉണ്ട്."

തിരിച്ചങ്ങോട്ടെന്തെങ്കിലും ചോദിക്കാൻ മനസ്സു പ്രേരിപ്പിക്കുന്നു.

"രാമകൃഷ്ണൻ ഇപ്പോൾ എവിടെയാണ്?"

"ഇന്നു മുതൽ സിറ്റിയിലെ ഓഫീസുകളിലാണ് ഇൻസ്പെക്ഷൻ... ഒന്നുരണ്ടാഴ്ച ഇവിടെ കാണും... പിന്നെ നേരെ കണ്ണൂർക്ക്.."

ഒരല്പനേരം നിന്നു. ഒടുവിൽ രാമകൃഷ്ണൻ നിശ്ശബ്ദതയെ ഭഞ്ജിച്ചു.

"വീട്ടിൽ പൂവ്വാറില്ലേ?"

"ഉവ്വ്."

"അച്ഛനു സുഖമല്ലേ?"

"അതെ... രാമകൃഷ്ണനെ അന്വേഷിക്കാറുണ്ട്.."

താടിയിൽ പതുക്കെ ഉഴിഞ്ഞു നിലത്തേക്കു നോക്കി നിന്നു.

"പോട്ടെ."

കുനിഞ്ഞ മുഖം ഉയർത്താതെ രാമകൃഷ്ണൻ തലയാട്ടി.

പോർട്ടിക്കോവിലെത്തിയപ്പോൾ തിരിഞ്ഞുനോക്കി. അപ്പോഴും മുഖം കുനിച്ചു നില്ക്കുകയാണ് അയാൾ.

സെക്ഷനിൽ സൂപ്രണ്ട് എത്തിയിരിക്കുന്നു.

കുട മൂലയിൽ വെച്ചു ടൈപ്പ് റൈറ്ററിന്റെ മുമ്പിൽ ചെന്നിരുന്നു. ഇന്നലെ പാതിയടച്ചുവെച്ച മാറ്റർ അതേപടി ഇരിക്കുന്നു.

ടൈപ്പു തുടങ്ങി.

സ്വാമി ഫെയർകോപ്പികളിലെ തെറ്റു തിരുത്തുകയാണ്.

ഉഷ്ണം തോന്നി. എഴുന്നേറ്റു ഫാനിന്റെ സ്വിച്ചു തിരിച്ചു.

സ്വാമി ഫയലുമെടുത്തു പുറത്തേക്കുപോയി. എവിടേക്കാണ്? ഓഫീസർ വന്നിട്ടുണ്ടോ?

കീബോർഡ് ത്വരിതഗതിയിൽ ചലിച്ചു.

പോസ്റ്റുമാൻ സൈക്കിൾ ചവിട്ടി കടന്നുപോയി.

അച്ഛന്റെ കത്തിന് ഇന്നു മറുപടി കിട്ടില്ല. മിനിഞ്ഞാന്നാണ് കത്തയച്ചത്.

സൂപ്രണ്ടു കടന്നുവന്ന് ഓഫീസർ അപ്രൂവ് ചെയ്ത ഫയൽ മേശപ്പുറത്തു വെച്ചുകൊണ്ടു പറഞ്ഞു:

"ഓഫീസർ വിളിക്കുന്നു."

"ഓഫീസർ വന്നിട്ടുണ്ടോ?"

"ഒണ്ട്."

എഴുന്നേറ്റു.

എന്തെങ്കിലും ടൈപ്പു ചെയ്യാനാവും. ചീഫ് കൺട്രോളർക്കയയ്ക്കുന്ന നോട്ടുകളൊക്കെ ടൈപ്പു ചെയ്തു വേണം അയക്കാൻ.

വാതിൽ ഉന്തിത്തുറന്നു.

ഏതോ ഒരു ഫയൽ നോക്കുകയാണ്. ഒഴിവുദിവസമായതുകൊണ്ടാ

വണം പാന്റിനുപകരം മുണ്ടുടുത്തിരിക്കുന്നത്.

മുകളിൽ വൈഷമ്യത്തോടെ കറങ്ങുന്ന ഫാൻ.

ഫയലിൽനിന്നും തല ഉയർത്തി പറഞ്ഞു:

"ഇരിക്കൂ."

കസേരയിൽ ഇരുന്നു. ഫയലിൽനിന്നും ഡ്രാഫ്റ്റു മാത്രം വേർപെടുത്തി.

"വാസന്തിക്കു സ്റ്റെനോഗ്രാഫി അറിയാമോ?"

"കുറച്ചു പഠിച്ചു... മറന്നു."

പേന തുറന്ന് ഡ്രാഫ്റ്റിൽ തിരുത്തുകൾ വരുത്തുന്നതിനിടയിൽ മൂന്നുനാലുതവണ മുഖത്തേക്കു നോക്കി.

ഷർട്ടിന്റെ പോക്കറ്റിൽക്കിടന്ന ടവ്വലെടുത്തു മുഖം തുടച്ചു.

"എവിടെയാ താമസം?"

"വനിതാസദൻ."

"പ്രൊബേഷൻ കഴിയാറായല്ലോ... നല്ല എൻട്രിയാണ് ക്യാരക്ടർ റോളിൽ ഞാൻ എഴുതിയിരിക്കുന്നത്."

ചിരിച്ചു. ആശ്വാസത്തിന്റെ നാളങ്ങൾ ഉള്ളിലേക്കിറങ്ങുന്നു.

"എന്നും ടൈപ്പിസ്റ്റായിരുന്നാൽ പോരാ.... ഡിപ്പാർട്ടുമെന്റൽ ടെസ്റ്റിനു പഠിക്കണം."

"പഠിക്കാം."

"വാസന്തിക്ക് അഡ്വാൻസ് ഇംക്രിമെന്റിനു റെക്കമെന്റ് ചെയ്ത് എഴുതാൻ പോകുന്നു.. യു ഹാവ് ഗോട്ട് എ വെരിഗുഡ് പെർഫോമൻസ് ഇൻ ടൈപ്പിങ്."

ടൈപ്പിങ്ങിന്റെ ഭംഗിയെപ്പറ്റി പുകഴ്ത്തുകയാണ്. ഒന്നോ രണ്ടോ പേർക്കുമാത്രമേ ഇതിനുമുമ്പ് അഡ്വാൻസ് ഇംക്രിമെന്റ് കിട്ടിയിട്ടുള്ളൂ. ഔദ്യോഗിക കാര്യങ്ങൾ വളരെയധികം ഭംഗിയായി ചെയ്യുന്നവർക്കു മാത്രമേ അതു ശുപാർശ ചെയ്യുകയുള്ളൂ.

ഓഫീസർ ഡ്രാഫ്റ്റിലേക്കു നോക്കി. പെട്ടെന്നെന്തോ തിരുത്തി; എന്നിട്ട് മുഖമുയർത്തി:

"ഇതാ.. ഞാനിതു വായിച്ചുതരാം. വളരെ സ്പീഡിൽ എഴുതിയതുകൊണ്ട് വായിക്കാൻ വിഷമമായിരിക്കും."

എഴുന്നേറ്റു മേശയ്ക്കരികിലേക്കു നീങ്ങി. ഡ്രാഫ്റ്റിലേക്കു നോക്കി.

ഓഫീസർ പതുക്കെ വായിച്ചുതുടങ്ങി.

ഉള്ളിൽ പൂക്കളെ ഒതുക്കിനിർത്തിയിരിക്കുന്ന ഗ്ലാസ് വെയിറ്റിൽ ഫാനിന്റെ കറങ്ങുന്ന ചെറിയ പ്രതിബിംബം.

മേശപ്പുറത്തു കൈ ഊന്നി.

വെട്ടും തിരുത്തും നിറഞ്ഞ ഡ്രാഫ്റ്റിൽത്തന്നെ ഉറ്റുനോക്കി.

കൈപ്പടം തണുത്തു. ഞരമ്പുകൾ തരിച്ചു. പിടി മുറുകിവരുന്നു.

കുടഞ്ഞു.

"വിടൂ.."

പിടിവിട്ടു.

നിന്നുകിതച്ചു.

ചുവന്ന മുഖത്ത് തീപ്പന്തം പോലെ എരിയുന്ന കണ്ണുകൾ. കീറിയ ഡ്രാഫ്റ്റ് കൈവിരലുകൾക്കിടയിൽ.

വാതിൽ ശക്തിയോടെ തുറന്നു പുറത്തു കടന്നു.

എങ്ങോട്ടു പോകണം.... സെക്ഷനിൽ ചെന്നാൽ സൂപ്രണ്ടറിയും.

യൂറിനലിൽ ചെന്ന് വാഷ്ബേസിനിൽ മുഖം കഴുകി.

വാതിൽ തുറന്നു പുറത്തുകടന്നപ്പോൾ സൂപ്രണ്ടുസ്വാമി വരാന്തയിലൂടെ നടന്നുപോകുന്നതു കണ്ടു.

നടക്കുമ്പോൾ വീഴുമെന്നു ഭയന്നു. സെക്ഷനിൽ ചെന്നു കുടയെടുത്തു. പതറുന്ന കാലടികൾ നീട്ടിവെച്ചു.

തിരക്കു കുറഞ്ഞ ബസ് സ്റ്റോപ്പിലെ സിമന്റുബെഞ്ചിൽ ചാരിയിരുന്നു കിതച്ചു.

പതിനഞ്ച്

പുറത്ത് വെയിൽ പരന്നുകഴിഞ്ഞിരിക്കുന്നു. കാറ്റിനു തണുപ്പുണ്ട്.

വാതിൽ തുറന്ന് വിലാസിനി കടന്നുവന്നു. കട്ടിലിനോടു ചേർന്നു നിന്ന് അവൾ ചോദിച്ചു:

"എന്താ വാസന്തി?"

"ഒന്നുമില്ല... നല്ല സുഖമില്ല."

അവൾ മിണ്ടാതെ നിന്നു. ഇടയ്ക്കിടെ മേൽച്ചുണ്ടു താഴ്ത്തി പൊന്തിയ പല്ലുകളെ മറച്ചുകൊണ്ടിരുന്നു.

അവസാനം അവളും പോയി.

ഇന്നലെ മുഴുവനും കിടപ്പായിരുന്നു. മാറ്റിനിക്കു പോകുമ്പോൾ കല്യാണിയും കാർത്ത്യായനിയും വന്നു വിളിച്ചു. വസുന്ധര മുറിക്കു പുറത്തു നിന്നതേയുള്ളൂ.

എല്ലാം തകരുകയാണോ?

തനിക്കെന്താണസുഖം? ഒന്നുമില്ല. പറയത്തക്കതായി യാതൊന്നുമില്ല.

ഇന്നലെ രാത്രി മേട്രൻ ഒരുപാടു നേരം കട്ടിലിൽ വന്നിരുന്നു. നെറ്റിയിലും നെഞ്ചത്തും കൈവെച്ചു നോക്കി.

പനിയില്ല.

പിന്നെ എന്താണസുഖം? എല്ലാവരോടും പറഞ്ഞു:

"പൊതുവെ വയ്യ..."

ചിലർ പറഞ്ഞു.

"ക്ലൈമറ്റ് ചെയ്ഞ്ചു ചെയ്തതായിരിക്കും."

സുന്ദരിയമ്മ രഹസ്യമായി ചോദിച്ചു:

"കുളിച്ചില്ലേ?"

"ഉവ്വ്... കഴിഞ്ഞയാഴ്ച."

ഓരോരുത്തരും രോഗം കണ്ടുപിടിക്കാൻ പാഴ്ശ്രമം നടത്തുന്നു.

മിനിഞ്ഞാന്നു രാത്രി രണ്ടുതവണ ഉറക്കത്തിൽ കരയുകയുണ്ടായി എന്ന് സുന്ദരിയമ്മ പറഞ്ഞു. ശബ്ദം കേട്ട് അവർ വന്നു നോക്കുമ്പോൾ താൻ ചെരിഞ്ഞുകിടക്കുകയാണത്രെ. ഉണർത്തണ്ടെന്നുകരുതി വിളിച്ചില്ല.

നിലവിളിച്ചത് ഓർമ്മയില്ല. ശരിയായിരിക്കാം. അന്നു പകൽ നടന്ന സംഭവം മനസ്സിനകത്ത് കട്ടിപിടിച്ചു കിടക്കുന്നു.

കണ്ണടയ്ക്കുമ്പോൾ രണ്ടു തീപ്പന്തങ്ങൾ കാണുന്നു.

കംപ്ലയിന്റ് ചെയ്യുന്നതു വിഡ്ഢിത്തരമാണ്. ഫലമുണ്ടാവില്ല. എറണാകുളത്തു നടന്നതു കണ്ടില്ലേ. പക്ഷേ, കുഞ്ഞമ്മയ്ക്കെളുപ്പം പ്രൊമോഷൻ കിട്ടും.

മര്യാദയുള്ള പെരുമാറ്റംകൊണ്ടാകർഷിച്ച് ഓർക്കാപ്പുറത്തു കുരുക്കിടുന്നു.

മിസിസ്സ് നായരുടെ ഭർത്താവിന് സ്ഥലംമാറ്റം വാങ്ങിക്കൊടുത്തു. വൈകുന്നേരം റിക്രിയേഷൻ ഹാളിൽ കീഴ്ജീവനക്കാരോടൊപ്പമിരുന്നു റമ്മികളിക്കുന്നു. വനിതാകളിക്കാരുടെ കൂടെ ടീംമാനേജരായി പോകുന്നു.

–ആ മൃഗത്തിന്റെ നാല്പത്തിയഞ്ചാം വയസ്സിലെ വികാരം മകളുടെ പ്രായമുള്ള ഒരു പെൺകുട്ടിയോടാണ് കാണിച്ചത്.

ആരോടാണ് പരാതിപ്പെടേണ്ടത്? എവിടെയാണ് തനിക്കൊരഭയം?

ആരും അറിയാതിരിക്കുകയാണ് നല്ലത്. ഇത് ഇവിടെക്കിടന്നു ചാമ്പലാവട്ടെ.

രണ്ടു ദിവസം കഴിഞ്ഞാൽ അല്പം ആശ്വാസം കിട്ടും. ഹാഫ് ഇയർലി റിപ്പോർട്ട് ആരെക്കൊണ്ടെങ്കിലും ടൈപ്പു ചെയ്യിപ്പിക്കട്ടെ.

വാതിൽ തുറന്ന് സുന്ദരിയമ്മ വന്നു.

"എവിടെ ലീവു ലെറ്റർ?"

"മേശപ്പുറത്തുണ്ട്."

കൈചൂണ്ടിക്കാണിച്ചു. പൗഡർടിന്നിന്നടിയിൽ മടക്കിവെച്ച കടലാസെടുത്തു നിവർത്തി സുന്ദരിയമ്മ നോക്കി:

"രണ്ടു ദിവസം മതിയോ?"

"മതി."

കടലാസു മടക്കി അവർ പറഞ്ഞു:

"തീരെ വയ്യെങ്കിൽ ഒരുഡോക്ടറെ കാണിക്കൂ."

കിടക്കയിൽ എഴുന്നേറ്റിരുന്നു. എണ്ണമയമില്ലാത്ത വരണ്ട മുടി വാരിക്കെട്ടി.

"ടൈപ്പു ചെയ്യാൻ വയ്യ... അതോണ്ടു ലീവെടുക്കാന്നു വിചാരിച്ചു."

"ഞാൻ പോട്ടെ."

സുന്ദരിയമ്മ വാതില്ക്കലെത്തിയപ്പോഴാണ് ഓർമ്മ വന്നത്. ചില പ്പോൾ ഇന്ന് അച്ഛന്റെ കത്തു വരും.

"എനിക്കു കത്തുവല്ലതുമുണ്ടോ എന്നൊന്നു നോക്കണേ."

"നോക്കാം."

വാതിൽ ചാരി അവർ പോയി.

വീണ്ടും കിടന്നു. തലയ്ക്കകത്തെന്തോ മൂളുന്നു. ഇന്നലെ രാത്രി ഉറക്കത്തിലും ആ മൂളൽ അനുഭവപ്പെട്ടിരുന്നു.

"വാസന്തീ!"

കൃഷ്ണമ്മ ജനലരികിൽ വന്നുനിന്നു വിളിച്ചു.

"കാപ്പിയിതാ."

എഴുന്നേറ്റു ഗ്ലാസു വാങ്ങി.

കൃഷ്ണമ്മ പറഞ്ഞു:

"സുഖമില്ലെങ്കിൽ ഇന്നു കുളിക്കണ്ട."

"ഓ.. അത്രവല്യേ അസുഖമൊന്നുമില്ല."

കാപ്പികുടിച്ച് ഗ്ലാസു കൊടുത്തു.

"പനിയുണ്ടോ?"

"ഇല്ല."

ചൂടുമുഴുവൻ അകത്താണ്. അതാർക്കും അറിയില്ല.

"ഉച്ചയ്ക്ക് കുറച്ചു കുരുമുളകുരസം ഉണ്ടാക്കിത്തരാം... ശരീരവേ ദന മാറും."

തലയാട്ടി

കൃഷ്ണമ്മ പോയി. ഒരു സാരി കൊടുത്തതിന്റെ നന്ദി.

ചുമരിൽ തല ചായിച്ചിരുന്നു. താഴെ അനക്കമില്ല. എല്ലാവരും ഓഫീ സിലേക്കു പോയിരിക്കുന്നു.

എഴുന്നേറ്റ് ജനലരികിൽ ചെന്നുനിന്നു.

വെയിലിന്റെ നനുത്ത പട്ട് താഴ്വരയിൽ ഉണക്കാനിട്ടിരിക്കുന്നു.

ഒരു കെട്ടിടം പണി നടക്കുന്നു.

ഇരുമ്പുചട്ടികളിൽ മണൽ നിറച്ച് മൺപടവുകൾ കയറിയിറങ്ങുന്ന കറുത്ത ശരീരങ്ങൾ വിയർപ്പിൽ കുതിർന്നിട്ടുണ്ടാവും.

ഫാനിന്റെ ചുവട്ടിൽ കസേരയിൽ ചാഞ്ഞിരുന്ന് ടൈപ്പു ചെയ്യുമ്പോൾ തനിക്കു വിയർക്കാറില്ല.

ചരൽപ്പാതയിലൂടെ മേട്രൻ കുടപിടിച്ച് നടന്നുവരുന്നതു കണ്ടു.

കട്ടിലിൽ വന്നിരുന്നു.

അല്പം കഴിഞ്ഞപ്പോൾ ആ ഇരിപ്പും അസഹ്യമായിത്തോന്നി.

കിടന്നു. ചുമരിലേക്കു മുഖം തിരിച്ചു.

ഇനിയെന്താണ് ആലോചിക്കേണ്ടത്. എന്താലോചിച്ചാലും അവ സാനം അടച്ചിട്ട ഒരു മുറിയിൽ മനസ്സു ചെന്നെത്തുന്നു.

മിനുങ്ങുന്ന കഷണ്ടിത്തലയ്ക്കു താഴെയുള്ള കണ്ണുകളിലെ വിശപ്പ്.

അതു മറക്കുക. അങ്ങനെയൊന്നു സംഭവിച്ചിട്ടില്ല. ആരെ ധരിപ്പിക്കാനാണ്. ആ മുറിയിൽനിന്നും കലങ്ങിയ മുഖത്തോടെ ഇറങ്ങിവരുന്നതാരെങ്കിലും കണ്ടിരുന്നെങ്കിൽ...

ഇന്ന് ഓഫീസിൽ അതൊരു പാട്ടാവുമായിരുന്നു. അപ്പോൾ പഴയ കോട്ടയം ടി ബിയുടെ കഥയ്ക്കു തിളക്കം വർദ്ധിക്കും.

ഛേ! വീണ്ടും അതുതന്നെയാണോർക്കുന്നത്. വേറെ എന്തെല്ലാം കിടക്കുന്നു ആലോചിക്കാൻ.

വാതിൽ തുറക്കപ്പെട്ടു.

മേട്രൻ.

കട്ടിലിൽ ഇരുന്നു.

"എങ്ങനെയുണ്ട്."

"സാരമില്ല."

അസുഖം ഉണ്ടെങ്കിലല്ലേ. കുറവിന്റെ പ്രശ്നം വരുന്നുള്ളൂ.

തലയിണ ഉയർത്തിവെച്ചു.

മേട്രൻ മേശപ്പുറത്തു തുറന്നുവെച്ചിരുന്ന പേനയെടുത്ത് ആഴ്ചപ്പതിപ്പിന്റെ കവറിൽ വെറുതെ വരകളുണ്ടാക്കി.

അവർ വരയ്ക്കൽ നിർത്തി.

"ജഗദമ്മ നാളെ പോകുന്നു."

"അറിഞ്ഞു."

ജഗദമ്മയുടെ വിവാഹം പതിനേഴാം തീയതി ശംഖുമുഖം ക്ഷേത്രത്തിൽവെച്ചു നടക്കുന്നു. അവൾ മിടുക്കിയാണ്. ഹരികൃഷ്ണൻ കൈകഴുകാൻ ഒരു ശ്രമം നടത്തിയെന്നു കേട്ടു. അവൾ അനുവദിച്ചില്ല. എതിർപ്പുകളെ നേരിട്ടുകൊണ്ട് മുന്നേറുന്നു.

തൊട്ടടുത്ത സീറ്റിലിരുന്നു നാലഞ്ചുമാസം ജോലി നോക്കി. അവസാനം ക്ഷേത്രസന്നിധിയിൽ

എല്ലാവരും രക്ഷപ്പെടുകയാണ്. കരയിലൂടെ, വെള്ളത്തിലൂടെ, വായുവിലൂടെ. മേട്രൻ എഴുന്നേറ്റു.

"പോട്ടെ."

വാതിൽ ചാരാതെയാണവർ പോയത്. വെളിച്ചം തള്ളിക്കയറിവരുന്നു.

വെളിച്ചം മുഖത്തടിച്ചാൽ ഉറക്കം വരില്ല. പണ്ടും അതു പതിവാണ്.

എഴുന്നേറ്റ് വാതിൽ ചാരി. അകത്തുനിന്നും കൊളുത്തിട്ടു.

വെയിലിന്റെ നിറം കൂടുന്നു. തണലിന്റെ വില വർദ്ധിക്കുന്ന സമയം.

വീണ്ടും താൻ കിടക്കുകയാണ്. ഈ കിടപ്പ് തന്നെ ഏതെങ്കിലും രോഗത്തിൽക്കൊണ്ടെത്തിക്കും. പകലുറങ്ങിയാൽ രാത്രി ഉറക്കം വരില്ല.

എന്തെങ്കിലും വായിച്ചാലോ?

എഴുന്നേറ്റു. മേശപ്പുറത്തുണ്ടായിരുന്ന പുസ്തകങ്ങൾ മറിച്ചു നോക്കി. എല്ലാം ഒന്നോ രണ്ടോ തവണ വായിച്ചതാണ്.

ഒടുവിൽ മേശയ്ക്കടിയിൽനിന്നും പഴയ ആഴ്ചപ്പതിപ്പുകൾ വലിച്ചെടുത്തു. പഴയതു തുറന്നു നോക്കാൻ രസമാണ്.

തലയിണ അല്പംകൂടി ഉയർത്തിവെച്ചു.

പേജുകൾ മറിഞ്ഞു.

ഇത്ര ക്ഷണം മടുത്തുതുടങ്ങിയോ? തുടക്കത്തിലുള്ള ആവേശം പെട്ടന്നണഞ്ഞിരിക്കുന്നു.

ആരെങ്കിലും എത്തിച്ചേരാൻ ഇനിയും മണിക്കൂറുകൾ കഴിയണം. അവരൊക്കെ വന്നാൽ പെട്ടെന്നു സമയം നീങ്ങിക്കിട്ടും.

എത്രനാൾ ഇങ്ങനെ കഴിയും. മറ്റന്നാൾ ഓഫീസിൽ പോകാതിരിക്കാൻ പറ്റില്ല. ഇന്നു തന്റെ ലീവ്ലെറ്റർ കാണുമ്പോൾ മാത്യൂസിന്റെ ഉള്ളു പിടയും. ആ മനുഷ്യനിപ്പോൾ കുറ്റബോധം തോന്നുന്നുണ്ടാവുമോ? അതൊരിക്കലും ഉണ്ടാവാൻ പോകുന്നില്ല. ഇതാദ്യത്തേതല്ലല്ലോ! ദുർബ്ബല നിമിഷത്തിന്റെ തകരാറുമല്ല. പഴയ സ്വഭാവത്തിന്റെ തുടർച്ചയായ പാച്ചിൽ. അതു തന്നിലും വന്നു മുട്ടി എന്നുമാത്രം.

തന്നെപ്പോലെ ഇതിനിരയായവർ ഈ ഓഫീസിനകത്തുണ്ടാവുമോ?

എന്തോ ആവട്ടെ.

ഈ കിടപ്പു തുടർന്നാൽ ഹോസ്റ്റലിലുള്ളവർ സംശയിച്ചുതുടങ്ങും. മരുന്നൊന്നും കഴിക്കാതെ അസുഖമെന്നു പറഞ്ഞ് എത്രനാൾ കിടക്കും.

ശനിയാഴ്ച താൻ ഓഫീസിൽ പോയില്ലെന്നും ഇങ്ങനെയൊന്നും സംഭവിച്ചിട്ടില്ലെന്നും മനസ്സിനെ പഠിപ്പിക്കുക.

മറ്റാരും അറിയാത്ത സ്ഥിതിക്ക് ഈ സംഭവം ഇതേ രൂപത്തിൽ കുഴിച്ചിടുന്നതാണു നല്ലത്.

ഇനി വളരെ കരുതലോടെ നടക്കണം. കംപ്ലെയിന്റ് എഴുതിക്കൊടുത്താലും മാത്യൂസ് വിചാരിച്ചാൽ മുക്കാൻ കഴിയും. ചീഫ് കൺട്രോളറുടെ ബന്ധുവല്ലേ!

മറ്റന്നാൾ ഓഫീസിൽ പോവുക. മനസ്സിനെ നിയന്ത്രിക്കാൻ എപ്പോഴും ശ്രമിക്കണം. ഇനി ഓഫീസർ വിളിച്ചാലും പോകരുത്. മാത്യൂസ് ഇനിയൊരിക്കലും തന്നെ വിളിക്കാൻ പോകുന്നില്ല.

ഈ അദ്ധ്യായം ഇവിടെ അവസാനിക്കട്ടെ.

ഈ കിടപ്പു മതിയാക്കണം. കുറേ നനച്ചിടാനുണ്ട്. അതിനുശേഷം ഒന്നു കുളിക്കണം. ഉന്മേഷം തിരിച്ചുകിട്ടും.

എഴുന്നേറ്റു. കിടക്ക മടക്കി.

അയയിൽനിന്നും മുഷിഞ്ഞ സാരിയും ജാക്കറ്റും വലിച്ചെടുത്തു കട്ടിലിൽ ഇട്ടു.

ഡോബി മാസത്തിൽ രണ്ടുതവണയേ വരികയുള്ളൂ. ഏഴവധിക്ക് എന്നുപറഞ്ഞ് കൊണ്ടുപോയി പതിനഞ്ചു ദിവസങ്ങൾക്കുശേഷം

കൊണ്ടുവരുന്നു.

സോപ്പുപെട്ടിയും മുഷിഞ്ഞ തുണികളുമായി താഴേക്കിറങ്ങി.

കൃഷ്ണമ്മ മുളകരയ്ക്കുന്നു. വൈകുന്നേരത്തേക്കായിരിക്കും. ഉച്ചയ്ക്കുള്ളതൊക്കെ തയ്യാറാക്കിക്കഴിഞ്ഞു. ഗംഗാധരൻ ചോറു കൊണ്ടുപോയിട്ടുണ്ടാവും. അവനു രണ്ടുതവണ നടക്കണം.

മേട്രന്റെ മുറിയിൽ മേശപ്പുറത്തു വെച്ച ടൈംപീസിലേക്കു നോക്കി. സമയം പന്ത്രണ്ട്. മേട്രൻ കുളിക്കുകയാണ്.

കൃഷ്ണമ്മ ചോദിച്ചു:

"സുഖമില്ലെങ്കിൽ എന്തിനു കുളിക്കുന്നു?"

"സാരമില്ല."

"ഞാൻ നനച്ചിട്ടുതരാം."

"വേണ്ട."

കോണിപ്പടിച്ചുവട്ടിൽനിന്നു ബക്കറ്റെടുത്തു.

പൈപ്പു തിരിച്ചു.

നനഞ്ഞ തുണികൾ കല്ലിൽ പരത്തി സോപ്പിട്ടുതുടങ്ങി. പതകൾ ഉയരുന്നു, പൊട്ടുന്നു, വീണ്ടും രൂപം കൊള്ളുന്നു.

ആരെങ്കിലും അതു കണ്ടിരിക്കുമോ–? ഉണ്ടാവില്ല. നേരെ യൂറിനലിലേക്കു ചെന്നതു നന്നായി. നേരെ സെക്ഷനിലേക്കാണു പോയിരുന്നതെങ്കിൽ സ്വാമി കണ്ടുപിടിച്ചേനെ. സ്വാമി കാപ്പികുടിക്കാൻ പോയതു തന്റെ ഭാഗ്യത്തിനാണ്.

മറ്റന്നാൾ ചെല്ലുമ്പോൾ ആരോടും പറയാതെ പോയതിനെപ്പറ്റി ചോദിച്ചാൽ നുണ പറയാം. വയറുവേദനയായിരുന്നു. കൂടുതലായാൽ തലകറക്കം വരും. അതുകൊണ്ടാണ് പോയത്. വിശ്വസിക്കാതിരിക്കില്ല.

വെള്ളം പൈപ്പിൽനിന്നും കുത്തിയൊഴുകി. കല്ലിന്റെ ഇരുവശത്തുകൂടെ ചെളി ഒഴുകിപ്പോയി.

വെള്ളത്തിൽ മുക്കിപ്പിഴിഞ്ഞു. തെങ്ങിലും മാവിലും ആയി കെട്ടിയിട്ടുള്ള ചൂടികയറിൽ വസ്ത്രം ഉണക്കാനിട്ടു.

വിയർത്തുകഴിഞ്ഞിരിക്കുന്നു.

മുകളിലേക്കു കയറുമ്പോൾ കൃഷ്ണമ്മ ചോദിച്ചു:

"ചോറുവിളമ്പട്ടെ."

"കുളിച്ചിട്ടു മതി."

എണ്ണതേച്ചു താഴേക്കിറങ്ങി.

കുളിമുറിയിൽ കടന്നു. പൈപ്പിൻചുവട്ടിൽ ഒരുപാടു നേരം ഇരുന്നു. വെള്ളം ശക്തിയായി വീഴുന്നു. തല തണുക്കട്ടെ. ഇന്നലെ കുളിച്ചില്ലല്ലോ.

തല തോർത്തി പുറത്തുകടന്നു. ഒരു പുതിയ ഉണർവ്വ് കൈവന്നിരിക്കുന്നു.

ഇന്നലെയും ഇന്നും ചുരുണ്ടുകിടന്നാലോചിച്ചിട്ടെന്തുകിട്ടി. വെറുതെ വേദനിക്കുന്നതിൽ എന്താണു ലാഭം. മനസ്സിനെ ദുശ്ശീലം പഠിപ്പിക്കുക

എന്നതിൽക്കവിഞ്ഞ യാതൊരു നേട്ടവും ഇതുകൊണ്ടുണ്ടാവുന്നില്ല.

ഈറൻമുടി വേർപെടുത്തി. സാരി മാറി.

ഇനി ഊണുകഴിക്കാം. അതിനുശേഷം ഉറക്കമില്ല. തീർച്ച, എന്തെങ്കിലും വായിക്കണം. അഞ്ചുമണിയായിക്കിട്ടിയാൽ പിന്നെ സമയം പോകുന്നതറിയില്ല.

കൃഷ്ണമ്മ പ്ലേറ്റുകഴുകി ചൂടുള്ള ചോറു വിളമ്പിവെച്ചു. ഗ്ലാസിൽ കുരുമുളകു രസം പകർന്നു.

നല്ല വിശപ്പ്. കാലത്തു വെറും കാപ്പിമാത്രമേ കഴിച്ചുള്ളൂ.

കൃഷ്ണമ്മ ചോദിച്ചു:

"അനിയത്തിയുടെ കത്തൊക്കെ വരാറില്ലേ?"

"ഉവ്വ്."

നാലഞ്ചു ദിവസങ്ങൾക്കുമുമ്പാണ് വന്നത്. നിത്യേന വലുതാവുന്നു എന്നു തോന്നുന്നു. വയറിലേക്കു നോക്കുമ്പോഴൊക്കെ അവൾക്ക് ഭയമാവുന്നുണ്ടത്രെ. ബാലചന്ദ്രന് ചെറിയ ഒരു ഉദ്യോഗക്കയറ്റവും കിട്ടിയിരിക്കുന്നു. അമ്പതുരൂപ കൂടുതൽ കിട്ടും. ഡൽഹിയിൽ അമ്പതുരൂപ ഒന്നുമില്ല. അതുകൊണ്ടാണ് ചെറിയ പ്രൊമോഷൻ എന്നവൾ എഴുതിയിരിക്കുന്നത്.

കൈ കഴുകി നേരെ മുകളിലേക്കു ചെന്നു. വിയർപ്പു വറ്റുന്നതുവരെ മുറിയിൽ അങ്ങോട്ടുമിങ്ങോട്ടും നടന്നു.

ജനലോരത്തേക്കു കസേര നീക്കിയിട്ടു.

മേശയ്ക്കടിയിൽനിന്നും അല്പം മുമ്പ് തിരിച്ചുവെച്ച പഴയ ആഴ്ചപ്പതിപ്പുകൾ വലിച്ചെടുത്തു.

കനമുള്ള എന്തെങ്കിലും വായിക്കണം. പേജുകൾ മറിച്ചു.

ആർത്തിയോടെ എന്തുകിട്ടിയാലും വായിച്ചിരുന്ന പഴയ കാലത്തെക്കുറിച്ചോർത്തു. കോലായിൽ ചമ്രം പടിഞ്ഞിരുന്ന് കാലത്തു വായന തുടങ്ങിയാൽ ഉച്ചയ്ക്കുണ്ണാൻ മാത്രമേ എഴുന്നേല്ക്കാറുള്ളൂ.

ആ കാലമൊക്കെ മാറി. വെറുതെ ഇരിക്കാനാണിപ്പോൾ കൂടുതൽ ഇഷ്ടം. വെറുതെ ഇരിക്കുമ്പോൾ മനസ്സിനു ജോലി ലഭിക്കുന്നു. ആവശ്യമില്ലാത്തതൊക്കെ വലിച്ചു വാരി ചിന്തിച്ചുതുടങ്ങും.

ഇപ്പോൾ തോന്നുന്നു, ആലോചിച്ചു മിനക്കെടുന്നതു വിഡ്ഢിത്തമാണ്.

വാതിൽ പുറത്തുനിന്നും ആരോ തള്ളി.

തിരിഞ്ഞു നോക്കി.

ഗംഗാധരൻ.

ഒരു ഇൻലന്റ് നീട്ടിക്കൊണ്ടവൻ പറഞ്ഞു:

"സുന്ദരിയമ്മസാറു തന്നു."

കത്തു വാങ്ങിയതാണോ തട്ടിപ്പറിച്ചതാണോ?

ഗംഗാധരൻ പോയി.

ധൃതിയിൽ പൊട്ടിച്ചു. വെളിച്ചത്തിനുവേണ്ടി മുന്നോട്ടു നീങ്ങി, വാതിൽ ചാരിനിന്നു വായിച്ചു.

അക്ഷരങ്ങൾ കൺമുമ്പിലൂടെ ഓടിമറഞ്ഞു.

ഉമിനീരിറക്കി. വീഴരുതേ എന്ന പ്രാർത്ഥനയോടെ ചുമരിൽ പിടിച്ച് അവൾ കട്ടിലിൽ ചെന്നിരുന്നു.

നട്ടുച്ചയ്ക്കിരുട്ടോ?

പതിനാറ്

പരാജയപ്പെട്ടിരിക്കുന്നു. യുദ്ധക്കളത്തിൽ മുറിവുകളോടെ വീണു. ചുറ്റുംനിന്നു ശത്രുസേനകളുടെ പൊട്ടിച്ചിരി കേൾക്കാനുണ്ട്.

തകരട്ടെ. ഇത് എവിടെച്ചെന്നവസാനിക്കുമെന്നറിയണം.

ബുധനാഴ്ച സൂപ്രണ്ടു പറഞ്ഞു.

“ഓഫീസർ നോട്ടും മറ്റും എഴുതുന്നുണ്ട്.... ഈ സമയത്തു ലീവെടുത്തതിനെപ്പറ്റി... ഇറസ്പ്പോൺസിബിലിറ്റിയാണ്..... എനിക്കൊന്നുമില്ല.... ഞാൻ ഒന്നിലും ഇടപെടുന്നുമില്ല.”

വളരെ മയത്തോടെയാണു സൂപ്രണ്ടു പറഞ്ഞതെങ്കിലും അകത്ത് അരിശമുണ്ടെന്നു മനസ്സിലാക്കാൻ കഴിഞ്ഞു.

ഉത്തരം പറഞ്ഞില്ല. സ്റ്റെനോഗ്രാഫർ ചന്ദ്രനാണ് ഹാഫ് ഇയർലി റിപ്പോർട്ട് അടിച്ചുതീർത്തത്.

പതിവുപോലെ കസേരയിൽ ചെന്നിരുന്നു ടൈപ്പു ചെയ്തു. ആരോടും ഒരക്ഷരം ഉരിയാടാൻ മനസ്സനുവദിക്കുന്നില്ല. ഞരമ്പുകളിൽ രക്തമില്ല. വായുവാണ്.

എല്ലാം തകർന്നു. ഇനി ആരുടെ കാരുണ്യവും തനിക്കു വേണ്ട. മെമ്മോ കിട്ടിയാൽ മറുപടി എഴുതിക്കൊടുക്കാം. വയറുവേദനയായിരുന്നു. വേണമെങ്കിൽ മെഡിക്കൽ സർട്ടിഫിക്കറ്റും ഹാജരാക്കാം. മേട്രനോടു പറഞ്ഞാൽ ഡോക്ടർ സുമിത്രയുടെ പക്കൽനിന്നും വാങ്ങിത്തരും.

കീബോർഡിൽ വിരലുകൾ മാറിപ്പോകുന്നു. എല്ലാം താളം തെറ്റുകയാണ്.

ഇനിയും തനിക്കു സമാധാനിക്കാം.

ജീവിക്കാൻ ഒരു ഉദ്യോഗമുണ്ട്. നാളുകൾ നീക്കാം. വർഷങ്ങൾ കഴിയുമ്പോൾ മറ്റൊരു സുന്ദരിയമ്മ ജനിക്കും. അതും സഹിക്കാം.

ധൈര്യത്തോടെ അച്ഛനെഴുതി.

–അച്ഛൻ ഒട്ടും വ്യസനിക്കരുത്. ഈ തരത്തിൽ ഒരാലോചന നടന്നില്ല എന്നു കരുതിയാൽ മതി. എനിക്ക് ഒരു ദുഃഖവുമില്ല.

പക്ഷേ, അച്ഛൻ വ്യസനിക്കാതിരിക്കില്ല. മുറിവിന് ആഴം കൂടുതലാണ്.

ഇരുപത്തിയെട്ടാംതീയതി ഭാസ്കരൻ ഗുരുവായൂരിൽ വെച്ച് മറ്റൊരു സ്ത്രീയെ വിവാഹം കഴിക്കുന്നു.

തല്ക്കാലം വിവാഹം വേണ്ടെന്നു പറഞ്ഞ് ഉടൻതന്നെ മറ്റൊരു വിവാഹം ഉറപ്പിച്ചതിന്റെ അർത്ഥം?

തനിക്ക് വ്യക്തമാണ്. ഭാസ്കരൻ തന്നെപ്പറ്റി ഓഫീസിലാരോടെങ്കിലും അന്വേഷിച്ചുകാണും. അപ്പോൾ ഒരു വിഷസർപ്പത്തെ കണ്ടു.

–ഫാസ്റ്റു പാസഞ്ചറിന്റെയും കോട്ടയം ടി ബിയുടെയും വിഷപ്പല്ലുകളുള്ള സർപ്പം..

ഭാസ്കരൻ തെറ്റുകാരനാണോ?

താൻ വിവാഹം കഴിക്കാൻ പോകുന്ന സ്ത്രീ പണ്ടൊരിക്കൽ ഒരു ചെറുപ്പക്കാരനുമൊത്തു കോട്ടയം ടി ബിയിൽ തങ്ങിയിട്ടുണ്ടെന്നറിഞ്ഞിട്ടും സന്തോഷത്തോടെ വിവാഹസമ്മതം മൂളുകയാണെങ്കിൽ ബുദ്ധിക്കു സാരമായ തകരാറുണ്ടെന്നുവേണം കണക്കാക്കാൻ.

ഭാസ്കരൻ വിവാഹം കഴിക്കുന്നതു കുടുംബമുണ്ടാക്കാനാണ്? കുടുംബത്തിന്റെ ഭദ്രതയിൽ സംശയം കൊടുങ്കാറ്റുണ്ടാക്കും.

ഭാസ്കരൻ എന്ന പ്രകാശവലയത്തിൽ ലയിച്ചു കുറച്ചുനാൾ നീങ്ങി. പെട്ടെന്ന് ആ പ്രകാശവലയം കാണാതായി. കനത്ത ഇരുട്ടിൽ മുങ്ങി. ഇനി തപ്പിത്തടഞ്ഞു മുന്നോട്ടുപോവുകതന്നെ, മറ്റൊരു വെളിച്ചം കണ്ടെത്തുന്നതുവരെ.

ഇന്നലെ രാത്രി ഒരുപാടു കരഞ്ഞു. കാലത്തെഴുന്നേറ്റപ്പോൾ പൊള്ളത്തരമായിത്തോന്നി. ഭാസ്കരൻ തന്നെ വിവാഹം കഴിക്കാൻ ഇഷ്ടപ്പെടുന്നില്ല എന്നറിഞ്ഞതിനല്ലേ താൻ കരഞ്ഞത് എന്നോർക്കുമ്പോഴൊക്കെ ഒരു ചെറിയ കുട്ടിയായി മാറുന്നു എന്നു തോന്നി.

ഇരുപത്തിമൂന്നാമത്തെ വയസ്സിൽ കരയുന്നു, ഒരു പെൺകുട്ടി. കാരണം വിവാഹം അലസിപ്പിരിഞ്ഞു. കഷ്ടം. ലജ്ജയില്ലല്ലോ. ധാരാളം വായിച്ചുംപഠിച്ചും പക്വതയെത്തിയെന്നു അഭിനയിച്ചു നടന്നാൽ പോര. ആദർശങ്ങൾ വില്ക്കാനോ സൂക്ഷിച്ചുവെക്കാനോ ഉള്ളതല്ല. ഉപയോഗിക്കണം.

അച്ഛനെക്കുറിച്ചോർക്കുമ്പോൾ മാത്രമേ ഇപ്പോൾ വേദന തോന്നുന്നുള്ളു. കുട്ടിശങ്കരമേനോനും ശങ്കരിയമ്മയും അച്ഛന്റെ ശത്രുക്കളായി മാറിയിട്ടുണ്ടാവും. അച്ഛനു വാശിയും വൈരാഗ്യവും കൂടുതലാണ്, ഈ കാര്യങ്ങളിൽ.

ഭാസ്കരനോടു തനിക്കു സ്നേഹം തോന്നിയിരുന്നു, ശരിയാണ്. ഭാസ്കരനറിയാതെയാണ് ആ സനേഹം അദ്ദേഹത്തിൽ നിക്ഷേപിച്ചത്. അദ്ദേഹം അറിയാതെതന്നെ അതു തിരിച്ചെടുക്കുകയും ചെയ്യാം.

ഹോസ്റ്റലിലോ ഓഫീസിലോ ഇതിനെപ്പറ്റി ആർക്കും അറിഞ്ഞുകൂടാ.

ഭാസ്കരൻ വിവാഹത്തിനുമുമ്പു തന്നെക്കുറിച്ചന്വേഷിച്ചതു തെറ്റാണോ? അല്ല. വിശാലത്തെപ്പോലെയുള്ള സ്ത്രീകൾ ഈ ഭൂമിയിലുള്ളകാലത്തോളം അതൊരിക്കലും തെറ്റായി കണക്കാക്കാൻ തനിക്കു കഴിയില്ല.

എല്ലാവരും സ്വയം സ്നേഹിക്കുന്നു. ഭാസ്കരനും താനും അച്ഛനും എല്ലാവരും.

തന്റെ നിലനില്പിനുവേണ്ടിയുള്ള പരക്കംപാച്ചിലായിരുന്നു ഇത്രയും നാൾ. അതിനു കോട്ടം തട്ടുമ്പോൾ താനും ദുഃഖിക്കുന്നു.

തനിക്ക് ഓമനിക്കാനൊരു മോഹമുണ്ടായിരുന്നു. ഇന്ന് ആ സ്ഥാനത്ത് മോഹത്തിന്റെ അസ്ഥികൂടം മാത്രം.

ഒരു ഭീരുവാകരുത്. വ്യാമോഹങ്ങളില്ല. ലക്ഷ്യങ്ങളുണ്ട്. ധൈര്യത്തോടെ മുന്നോട്ടു നീങ്ങുക. തടഞ്ഞുവീണാലും പൊടിതട്ടി എഴുന്നേല്ക്കുക. വീണ്ടും യാത്ര തുടരുക.

ഓഫീസർ വിളിക്കാറില്ല. ചീഫ് കൺട്രോളർക്കയച്ച നോട്ടിനെപ്പറ്റി സ്വാമി പിന്നീടൊന്നും പറഞ്ഞതുമില്ല.

ഒരുപക്ഷേ, തന്നെ ഭയപ്പെടുത്താനായിരിക്കാം സ്വാമി പറഞ്ഞത്.

സുഖമില്ലാത്തതിനാൽ ഒരു ഒഴിവുദിവസം ജോലിചെയ്തില്ലെന്നു പറഞ്ഞ് ഒന്നും ചെയ്യാനാവില്ല.

ശിപായി പരമേശ്വരൻനായർ സെക്ഷന്റെ വാതില്ക്കൽ പ്രത്യക്ഷപ്പെടുമ്പോഴൊക്കെ തോന്നാറുണ്ട്. തന്നെ വിളിക്കാനാണോ?

അല്ല. ഇനിയൊരിക്കലും മാത്യുസക്കറിയാസ് തന്നെ വിളിക്കില്ല.

വൈകുന്നേരം ഫുട്പാത്തിലൂടെ ഒറ്റയ്ക്കു നടന്നു.

സുന്ദരിയമ്മ പറഞ്ഞതോർമ്മവന്നു. ഡിപ്പാർട്ടുമെന്റൽ ടെസ്റ്റിന് ഇപ്പോൾത്തന്നെ പഠിപ്പു തുടങ്ങാം. വെറുതെയിരുന്നു സമയം കളയുന്നതിനേക്കാൾ നല്ലതാണ്. പാസായാൽ സൂപ്പർവൈസറികാഡറിലേക്ക് പ്രൊമോഷൻ ലഭിക്കും.

പകുതിവിലയ്ക്ക് ഓഫീസിൽനിന്നും പുസ്തകം കിട്ടും. ഒഴിവു കിട്ടുമ്പോഴൊക്കെ മറിച്ചു നോക്കുക.

രാത്രി സുന്ദരിയമ്മയുടെ മുറിയിൽ ചെന്നിരുന്ന് ഡിപ്പാർട്ടുമെന്റൽ ടെസ്റ്റിനെപ്പറ്റി കൂടുതൽ ചോദിച്ചു മനസ്സിലാക്കി.

ഉറങ്ങാൻ കിടക്കുമ്പോഴും അതിനെപ്പറ്റിത്തന്നെ ചിന്തിച്ചു. ഒടുവിൽ ഒരുതീരുമാനത്തിലെത്തി; പ്രൊബേഷൻ പീരിഡു കഴിഞ്ഞാൽ ഉടൻ ഡിപ്പാർട്ടുമെന്റൽ ടെസ്റ്റിനു പഠിച്ചു തുടങ്ങാം. ഈ വിവരം അച്ഛനെഴുതണം. ആ പരീക്ഷ ജയിച്ചാൽ കിട്ടുന്ന പ്രൊമോഷനെക്കുറിച്ചു കേൾക്കുമ്പോൾ അച്ഛൻ സമാധാനിക്കും.

അച്ഛൻ ആകെ താളംതെറ്റിയിരിക്കുകയാണ്. തീരെ കിടപ്പിലായാൽ...

മറ്റൊരു മാർഗ്ഗം മനസ്സിൽ തോന്നുന്നു.

ഇവിടെ ചെറിയ ഒരു വീടെടുക്കുക. അച്ഛനെ ഇങ്ങോട്ടു കൊണ്ടു

വരാം. ആ വീടു തല്ക്കാലം പൂട്ടിക്കിടക്കട്ടെ. വീട്, പറമ്പ് എന്നുപറഞ്ഞു ജീവൻ കളഞ്ഞാൽ അച്ഛൻ തന്നെയാണു കഷ്ടപ്പെടുന്നത്.

പഠിക്കാൻ പറ്റിയ ഒരന്തരീക്ഷവും തനിക്കു ലഭിക്കും.

പത്തമ്പതുരൂപ വാടകയ്ക്കു രണ്ടുപേർക്കും കഴിയത്തക്ക വിധത്തിൽ ചെറിയ ഒരു വീടു കിട്ടാൻ പ്രയാസമുണ്ടാവില്ല. അച്ഛന്റെ പെൻഷനും കിട്ടും.

നാട്ടിൽ ബന്ധുക്കളെന്നു പറയാൻ ആരുമില്ലല്ലോ. കാവേരിയമ്മ മാത്രമുണ്ട് ദുഃഖിക്കാൻ.

കാലത്ത് കൃഷ്ണമ്മയോടു വീടിന്റെ കാര്യം പറഞ്ഞു. അപ്പോൾ അവർ കളിയാക്കുകയാണു ചെയ്തത്.

"കല്യാണമൊക്കെക്കഴിഞ്ഞിട്ടു പോരേ?"

തികട്ടിവന്ന മ്ലാനത മറയ്ക്കാൻ വളരെ പാടുപെട്ടു. എന്നിട്ടും പറഞ്ഞൊപ്പിച്ചു.

"തല്ക്കാലമില്ല... കുറച്ചു കഴിയട്ടെ."

കൃഷ്ണമ്മ പറഞ്ഞു:

"എന്റെ സഹോദരനോടു പറഞ്ഞാൽ കിട്ടും... ഇന്നുതന്നെ പറയാം."

"വളരെ ഉപകാരം."

ഒരു രണ്ടാം ശനിയാഴ്ച വീട്ടിലേക്കു പോയാൽ അത്യാവശ്യ സാധനങ്ങളൊക്കെ കൊണ്ടുവരാം. രണ്ടുപേർക്ക് അധികം സാധനങ്ങളൊന്നും വേണ്ടല്ലോ.

പല്ലു തേച്ചുകൊണ്ടിരിക്കുമ്പോഴാണ് മേട്രൻ വന്നു വിളിച്ചത്. മുഖം കഴുകി അവരുടെ കൂടെ പോയി.

വിസിറ്റേഴ്സ് റൂമിന്റെ ചുമരുംചാരി വെളുത്തുമെലിഞ്ഞ് ഒരു പെൺകുട്ടി നില്ക്കുന്നു. മുടി പിന്നാതെ അറ്റം കെട്ടി പുറത്തു പരത്തിയിട്ടിരിക്കുകയാണ്. നെറ്റിയിൽ നീളത്തിൽ വരച്ച ചന്ദനക്കുറിയുടെ നടുവിൽ വട്ടത്തിലുള്ള കുങ്കുമപ്പൊട്ട്.

തൊട്ടപ്പുറത്ത് കസേരത്തണ്ടിൽ കൈയൂന്നി ചെരിഞ്ഞിരിക്കുന്ന മദ്ധ്യവയസ്കൻ എഴുന്നേറ്റു പെൺകുട്ടിയെ ചൂണ്ടിക്കാട്ടി പറഞ്ഞു:

"എന്റെ മരുമകളാണ്."

മേട്രൻ പുരിപ്പിച്ചു.

"വാസന്തിയുടെ മുറിയിൽ താമസിക്കട്ടെ... നിങ്ങളുടെ ഓഫീസിൽത്തന്നെയാണ്.

മദ്ധ്യവയസ്കൻ വീണ്ടും പറഞ്ഞു:

"ഇന്നലെ ജോയിൻ ചെയ്തു. പുറത്തുനടന്ന് അധികം പരിചയമില്ല... ഒന്നു ശ്രദ്ധിക്കണം?"

"അതിനെന്താ... ഞാനുണ്ടല്ലോ."

പെൺകുട്ടിയുടെ പരിഭ്രമം കലർന്ന മുഖം കണ്ടപ്പോൾ ആറുമാസങ്ങൾ പെട്ടെന്നു പുറകോട്ടോടി. അന്ന് ഇവിടേക്ക് കയറിവന്ന വാസന്തി എന്ന പെൺകുട്ടിയെ പലതരം ലായനികളിലിട്ടു പരിശോധിച്ചുകഴിഞ്ഞു.

ഇനിയും പരീക്ഷണം അവസാനിക്കാറായിട്ടില്ല.

ഗംഗാധരൻ പെട്ടിയും കിടക്കയുമെടുത്തു മുകളിലേക്കു പോയി.

പെൺകുട്ടിയെ തലയാട്ടി വിളിച്ചു. അവൾ തൊട്ടരികിൽ വന്നു നിന്നു. ചെമ്പൻരോമങ്ങൾ പാറിക്കിടക്കുന്ന അവളുടെ വെളുത്ത കൈത്തണ്ടയിലെ കറുത്ത വളകളിൽ വിരലോടിച്ചുകൊണ്ടു ചോദിച്ചു:

"പേരെന്താ?"

"സുനന്ദ."

"വീട്."

"തൃപ്പൂണിത്തുറ."

മദ്ധ്യവയസ്കൻ എഴുന്നേറ്റ്, യാത്ര പറയാനുള്ള ഒരുക്കങ്ങൾ തുടങ്ങി.

തൊഴുതുകൊണ്ടയാൾ പറഞ്ഞു:

"ഞാൻ ഇറങ്ങ്വാണ്... സുനന്ദേ, നിങ്ങളെ ഏല്പിച്ചിരിക്ക്വാണ്... അച്ഛനും അമ്മേം ഇല്ലാണ്ടു വളർന്ന കുട്ടിയാണ്... ഒരനീത്തിയെപ്പോലെ കരുതണം."

"ഒന്നും പേടിക്കണ്ട."

അയാൾ ചവുട്ടിപടികളിറങ്ങി തിരിഞ്ഞുനിന്നു സുനന്ദയോടു പറഞ്ഞു.

"എഴുത്തൊക്കെ മുറയ്ക്കയക്കണം."

സുനന്ദ നിറഞ്ഞ കണ്ണുകളോടെ തലയാട്ടി.

അയാൾ നടന്നു.

സുനന്ദ മിഴിനീരൊപ്പി.

പാവം പെൺകുട്ടി! വീടുവിട്ടിറങ്ങുന്നത് ആദ്യമായിട്ടായിരിക്കും.

ഇവൾ ഒരിക്കലും ഒരന്നമ്മയോ വിശാലമോ ആകാൻ പോകുന്നില്ല. ഈ മുഖം അതിനു സാക്ഷ്യംവഹിക്കുന്നു.

"വരൂ."

മുകളിലേക്കു കയറി ഒഴിഞ്ഞ കട്ടിലും അയയും ചൂണ്ടിക്കാണിച്ചുകൊണ്ടു പറഞ്ഞു:

"ഇതൊക്കെ ഉപയോഗിച്ചോളൂ."

അന്നു തനിക്കിതൊക്കെ പറഞ്ഞുതന്നത് അന്നമ്മയാണ്. പോയശേഷം ഒരു കത്തുപോലും അവൾ അയച്ചില്ല.

കുളികഴിഞ്ഞു വന്നപ്പോൾ സുനന്ദ ചോദിച്ചു:

"എന്താ ഇവിടത്തെ വെള്ളത്തിനൊരു ചൊവ?"

"ക്ലോറിനായിരിക്കും.. പൈപ്പു വെള്ളമല്ലേ?"

മുറിയിൽ പലരും വന്ന് എത്തിനോക്കി പോയി. പുതിയ അന്തേവാസി മറ്റുള്ളവരുമായി പരിചയപ്പെട്ടു തുടങ്ങുന്നതേയുള്ളൂ.

സുനന്ദ ഇരുമ്പുപെട്ടി തുറന്ന് ഒരു വെള്ളസാരിയെടുത്തുടുത്തു. അപ്പോൾ അവൾ കൂടുതൽ സുന്ദരിയായിരിക്കുന്നുവെന്നു തോന്നി. നേർത്ത ജാക്കറ്റാണിട്ടിരിക്കുന്നത്. ബോഡീസു കാണാം.

"ബ്രാ ഉപയോഗിക്കാറില്ലേ?"

"ഇല്ല."

അന്നമ്മ തന്നോടു ചോദിച്ച അതേ ചോദ്യം. അന്നമ്മ പറഞ്ഞതു പോലെ തനിക്കും പറയാം.

– പൊന്നിൻകുടത്തിനെന്തിനാണു പൊട്ട്?

പറഞ്ഞില്ല.

തല വേറെടുത്തുകൊണ്ടിരിക്കുമ്പോൾ സുനന്ദ ചോദിച്ചു:

"വാസന്തി ഏതു സെക്ഷനിലാണ്?"

സെക്ഷന്റെ പേരു പറഞ്ഞു.

"ആദ്യത്തെ സെക്ഷൻ അല്ലേ?'

"അതെ."

"ഞാൻ ഇന്നലെ ജോയിൻ ചെയ്തു."

"സെക്ഷനേതാ?"

"ഡെസ്പാച്ചില്."

തെക്കെ അറ്റത്താണ് ഡെസ്പാച്ച് സെക്ഷൻ.

സുനന്ദ തല പിന്നാതെ അറ്റം കെട്ടിയിടുന്നതു കണ്ടപ്പോൾ ചോദിച്ചു:

"എന്താ പിന്നാത്തത്?"

"എനിക്കിഷ്ടമല്ല."

നെറ്റിയിൽ വട്ടത്തിലുള്ള ചാന്തുപൊട്ട് ആകർഷകമായിരിക്കുന്നു.

അധികം താമസിയാതെ ചെറുപ്പക്കാർ ഇവളെപ്പറ്റിയും ചർച്ച ചെയ്തു തുടങ്ങും.

കാപ്പി കുടിക്കുമ്പോൾ പലരും അശ്രദ്ധയോടെ സുനന്ദയെ നോക്കു ന്നതു കണ്ടു. ആ നോട്ടത്തിന്റെ പിന്നിൽ അസൂയയുടെ വിത്തുകൾ വള രുന്നുണ്ടോ?

കോണിപ്പടി കയറുമ്പോൾ സുനന്ദയോടു ചോദിച്ചു:

"വീട്ടിൽ ആരൊക്കെയുണ്ട്?"

"അച്ഛനും അമ്മേം മരിച്ചു. താഴെ രണ്ടു പെൺകുട്ട്യേളു പഠി ക്കുന്നു."

സുനന്ദയ്ക്കു പ്രാരാബ്ധങ്ങളുണ്ട്. താഴെയുള്ളവരെ പഠിപ്പിക്കണം. ഒരു കറവപ്പശുവായിത്തീരാനുള്ള കാൽവെപ്പാണോ ഇത്?

അവസാനം സുനന്ദയെ ഉപദേശിച്ചു.

"വളരെ സൂക്ഷിക്കണം. ഇത് നഗരമാണ്.. ഗ്രാമമല്ല.."

ബഹുമാനത്തോടെ സുനന്ദ തലയാട്ടി.

ഒരുമിച്ചാണ് ഓഫീസിലേക്കു പോയത്. അവൾ വീട്ടുകാര്യങ്ങൾ ഓരോന്നു ചോദിച്ചുകൊണ്ടിരുന്നു.

പഴയ പലതും ഓടിയെത്തി. അന്നമ്മയുമൊരുമിച്ച് ഓഫീസിൽ പോയ ആ നാളുകൾ...

ഇന്നവൾ എവിടെ.?

താൻ എവിടെ?

ധ്രുവങ്ങളോളം വ്യത്യാസമുണ്ട്. അവൾ തെറ്റു ചെയ്തിട്ടും സുഖിക്കുന്നു. താനാകട്ടെ, തെറ്റു ചെയ്യാതെ ദുഃഖിക്കുന്നു.

എന്തുമാവട്ടെ. വീടു കിട്ടിയാൽ ഉടനെ മാറണം. സുനന്ദയ്ക്കും വേണമെങ്കിൽ കൂടെ താമസിക്കാം. അച്ഛൻ അവസാനകാലത്ത് മകളുടെ മടിയിൽ കിടന്നു കണ്ണടയ്ക്കട്ടെ.

അച്ഛന്റെ കാലശേഷം...

ആ വഴിയൊന്നും ഇപ്പോൾ വ്യക്തമല്ല. കനത്ത മഞ്ഞു മൂടിക്കിടക്കുകയാണ്.

റോഡരികിലെ തണൽപറ്റി നടന്നു. സുനന്ദ അത്ഭുതത്തോടെ നഗരത്തിന്റെ ശരീരഭാഗങ്ങൾ നോക്കിക്കാണുകയാണ്.

ഗെയ്റ്റു കടന്നു നേരെ ലേഡീസ് ക്ലബ്ബിലേക്കാണു പോയത്. അനന്തലക്ഷ്മിയിരുന്നു തുന്നൽ പഠിക്കുന്നു.

തല ഒരു വശത്തേക്കു ചെരിച്ചുപിടിച്ചു അവൾ ചിരിച്ചു. സുനന്ദയെ സൂക്ഷിച്ചു നോക്കുന്നതു കണ്ടപ്പോൾ പരിചയപ്പെടുത്തി.

"പുതിയ ആളാണ്."

"ഇന്നലെ പോർട്ടിക്കോവിൽ നില്ക്കുന്നതു കണ്ടല്ലോ... എന്ന സെക്ഷൻ?"

"ഡെസ്പാച്ചിൽ."

പുറത്തു കടന്നു.

സുനന്ദ ഡെസ്പാച്ച് സെക്ഷനിലേക്കു പോയി.

സ്വാമി വന്നിട്ടില്ല.

സീറ്റിൽ ചെന്നിരുന്നു. ധാരാളം ജോലിയുണ്ട്.

ടൈപ്പു തുടങ്ങി.

പത്തരമണിക്ക് കാക്കിക്കുപ്പായമിട്ട ഒരു വയസ്സൻ വന്നു പറഞ്ഞു.

"ചീഫ് കൺട്രോളർ വിളിക്കുന്നു."

എഴുന്നേറ്റു. എന്തിനാണ് ചീഫ് കൺട്രോളർ വിളിക്കുന്നത്?

സാരി നേരെയാക്കി. കാക്കിക്കുപ്പായക്കാരന്റെ പുറകെ നടന്നു കോണിപ്പടികൾ കയറി.

ഉൽക്കണ്ഠ പിടയുന്നു...

ഇടത്തെ അറ്റത്താണ് ക്യാബിൻ. വാതിലിന്റെ മുകളിൽ നെയിം ബോർഡുണ്ട്.

കാക്കിക്കുപ്പായക്കാരൻ വാതിൽ തുറന്നുതന്നു.

കാലുകൾ വിറയ്ക്കുന്നു. ലിനോളിയം പതിച്ച നിലത്തു ചവിട്ടി പതുക്കെ നീങ്ങി.

പച്ചനിറമുള്ള നീളൻമേശയ്ക്കപ്പുറത്ത്, സ്വർണ്ണഫ്രെയിമിട്ട കണ്ണട. വെളുത്ത മുഖം. നീണ്ട നാസിക.

"സിറ്റ് ഡൗൺ"

ശബ്ദത്തിനു ഗാംഭീര്യമുണ്ട്.

ഇരുന്നു.

മേശപ്പുറത്തടുക്കിവെച്ചിരുന്ന ഫയലുകൾക്കിടയിൽനിന്നും ഒരെണ്ണം വലിച്ചെടുത്തു കാണിച്ചു.

"ദിസ് ഈസ് യുവർ ക്യാരക്ടർ റോൾ."

തൊണ്ട അടയുന്നു. ഒന്നും പറയാൻ വയ്യ.

"നിങ്ങളുടെ പ്രൊബേഷൻ കഴിഞ്ഞു. ഇന്നേവരെ കിട്ടിയ റിപ്പോർട്ടുകളൊന്നും സാറ്റിസ്ഫാക്ടറിയല്ല."

ഉമിനീരുപോലും വറ്റിത്തുടങ്ങി. ഇനിയെന്തെങ്കിലും പറയാതിരുന്നാൽ...

"സാർ... അയാം ഇന്നെസെന്റ്.."

"നോ പ്രൂഫ്."

വിയർപ്പു പൊടിഞ്ഞു. കൈകൊണ്ടു നെറ്റി തുടച്ചു. നാവു വരണ്ടു തുടങ്ങി.

"യെസ്.. യു കാൻ ഗോ."

കണ്ണു നിറഞ്ഞു.

എഴുന്നേറ്റു. കാലടികൾ പൂർവ്വാധികം വിറയ്ക്കുന്നു.

താഴേക്കിറങ്ങി. സെക്ഷനിൽ ചെന്നു. സൂപ്രണ്ട് എന്തെങ്കിലും ചോദിക്കുമെന്നു കരുതി. ചോദിച്ചില്ല.

കനത്ത നിശ്ശബ്ദത. ആരും മുഖത്തുപോലും നോക്കുന്നില്ല.

ശിപായി പരമേശ്വരൻനായർ വന്നു. കൈയിലുണ്ടായിരുന്ന പുസ്തകം നിവർത്തി. ഒരു കവർ കൈയിൽ തന്നു.

"ഓഫീസർ തന്നതാണ്... ഒപ്പിട്ടു തരൂ."

വിറയ്ക്കുന്ന വിരലുകളിൽ പേന ചേർത്തുവച്ച് ഒപ്പിട്ടു കൊടുത്തു.

കവർ പൊട്ടിച്ചു.

പതിനേഴ്

അടിയൊഴുക്കുകളുടെ ശക്തിയിൽ ചിതരിത്തെറിച്ചു പോയിരിക്കുന്നു.

വിശാലവും അന്നമ്മയും ജീവിക്കുന്ന ഭൂമിയിൽ തനിക്കു സ്ഥാനമില്ലെന്നോ!

ഇതു പ്രതീക്ഷിക്കാത്തതാണ്. നഷ്ടപ്പെട്ട സ്വസ്ഥതയെ പെറുക്കിക്കൂട്ടി ആശ്വസിക്കുമ്പോഴാണ്, ഈ ഇടിമുഴക്കം.

പ്രൊബേഷൻകാലാവധി തൃപ്തികരമല്ലെന്നു തോന്നിയാൽ ഒരുമാസത്തെ നോട്ടീസോ, ഒരുമാസത്തെ ശമ്പളമോ നല്കി പിരിച്ചുവിടാൻ നിയമമുണ്ട്.

ചീഫ് കൺട്രോളർ ആ നിയമത്തെ സ്വാതന്ത്ര്യപൂർവ്വം എടുത്തു പെരുമാറിയിരിക്കുന്നു.

മുന്നൂറ്റിപ്പതിനെട്ടു രൂപയുടെ ചെക്ക്.

ഒരു മാസത്തെ ശമ്പളവും പതിനെട്ടുദിവസം ജോലിചെയ്തതിന്റെ കൂലിയും.

പിരിച്ചുവിടാൻ കാരണമുണ്ട്.

സ്വഭാവദൂഷ്യവും അനുസരണയില്ലായ്മയും.

ലിഖിത നിയമങ്ങളാണ്. ദുർബ്ബലർക്കതിനെ ഭേദിക്കാൻ പറ്റില്ല.

തോളിൽ തണുത്ത കൈ പതിഞ്ഞു.

–മേട്രൻ

“ഇന്നുതന്നെ പോണോ?”

തലയാട്ടി. ഇവിടെ ഇനി കഴിയുന്ന ഓരോ നിമിഷവും തന്നെ ഇഞ്ചിഞ്ചായി ദഹിപ്പിക്കും.

ടിക്കറ്റ് ബുക്കു ചെയ്തു എന്നറിഞ്ഞിട്ടും മേട്രൻ സ്വന്തം മനസ്സമാധനത്തിനുവേണ്ടി ചോദിക്കുന്നു.

–ഇന്നു തന്നെ പോണോ?

അച്ഛനെ പറഞ്ഞു സമാധാനപ്പെടുത്താം.

–എംപ്ലോയ്മെന്റിൽനിന്നുള്ള നിയമനമാണ്. പുറമെ ഇതൊരു ലീവു വേക്കൻസിയുമാണ്.

മേട്രൻ വീണ്ടും പറഞ്ഞു.

“ഇവിടെ കഴിയുന്നതിൽ എനിക്കൊരു ബുദ്ധിമുട്ടുമില്ല... മറ്റൊരു ജോലി കിട്ടുന്നതുവരെ ഇവിടെ താമസിച്ചോളൂ.”

അതു വെറുതെ പറയുന്നതാണ്. ഇന്നു ഏഴിനുള്ള ഫാസ്റ്റിനു പോകുമെന്നുള്ളതവർക്കറിയാം. എന്നിട്ടും പറയുന്നു.

മഴ പെയ്തുകൊണ്ടിരുന്ന ഒരു രാത്രിയിൽ നേഴ്സിങ് ഹോമിലേക്കുള്ള യാത്ര അവരും താനും മറന്നിട്ടില്ല.

മേട്രൻ കസേരയിൽ ഇരുന്നു.

മടക്കിക്കെട്ടിവച്ച കിടക്കയും പൂട്ടിയ ഇരുമ്പുപെട്ടിയും ശൂന്യമായ അയയും അവർ നോക്കി.

പുറത്തു വെയിലിന്റെ നിറം മങ്ങിത്തുടങ്ങി. നിഴലുകൾ മെലിയുകയാണ്.

ഈ മുറിയിൽനിന്നും ഈ ഹോസ്റ്റലിൽനിന്നും യാത്ര പറയാൻ ഇനിയധികം സമയമില്ല.

ഈ കട്ടിലും ഈ അയയും തന്നെ കാത്തുകിടക്കും. ഒടുവിൽ മറ്റു സ്പർശനങ്ങളിൽ മയങ്ങി അവയും തന്നെ മറക്കുന്നു.

പുറത്തു ടെറസ്സിൽ എല്ലാവരും കൂടിനില്ക്കുന്നുണ്ട്. സുനന്ദമാത്രം കട്ടിലിൽ മലർന്നുകിടന്നാലോചിക്കുന്നു.

ശ്മശാനമൂകതയെന്നു കേട്ടിട്ടേയുള്ളൂ. ഇപ്പോഴതനുഭവിക്കുന്നു.

തന്റെ സീറ്റിൽ ഇന്നു കാലത്തു സുനന്ദയെ പോസ്റ്റ് ചെയ്തു. താനിരുന്ന കസേര, താൻ സ്പർശിച്ച കീബോർഡ് എന്നിവയെല്ലാം അവൾ ഉപയോഗിച്ചുതുടങ്ങി.

ഭീകരമായ മറ്റൊരു ചിത്രം ഇപ്പോൾ മനസ്സിൽ തെളിയുന്നു.

മാസങ്ങൾക്കുശേഷം ഒരു രണ്ടാം ശനിയാഴ്ച ഹാഫ് ഇയർലി റിപ്പോർട്ടടിക്കാൻ സുനന്ദയെ വരാൻ പറയുന്നു..

ചരിത്രം ആവർത്തിക്കപ്പെടുമോ?

സുനന്ദ പാവമാണ്. അവളെ ആരും ഉപദ്രവിക്കില്ല.

തന്നെ പിരിച്ചുവിട്ടതിൽ എല്ലാവരും ദുഃഖിക്കുന്നു.

സ്റ്റാഫ് കൗൺസിൽ സെക്രട്ടറിപോലും ഇന്നലെ വൈകുന്നേരം വന്നു ദുഃഖം രേഖപ്പെടുത്തി. യൂണിയന്റെ അംഗീകാരം ആയിരത്തിത്തൊള്ളായിരത്തി അറുപതിൽ പോയതുകൊണ്ടു ചീഫ് കൺട്രോളർക്കെതിരെ ഒന്നും പറയാൻ പറ്റില്ല.

അംഗീകാരമില്ലാതെ പ്രവർത്തിച്ചുകൂടാ. കോൺഡക്ട് റൂൾസിന് എതിരാണ്.

രക്തം തിളയ്ക്കുന്നു. ആരോടാണ് പകരം വീട്ടേണ്ടത്?

ഇതിൽ എല്ലാവർക്കും പങ്കുണ്ട്.

അന്നമ്മ മുതൽ ചീഫ് കൺട്രോളർ വരെ.

ഏഴിനുള്ള ഫാസ്റ്റിൽ കയറിയാൽ പുലർച്ചെ കാവിന്റെ മുമ്പിലിറങ്ങാം.

പഞ്ചായത്തുപാതയുടെ തിരിവിൽ തനിക്കൊരു വീടുണ്ട്. അവിടെ കട്ടിലിൽ കിടക്കുന്ന രോഗിയായ ഒരച്ഛനുമുണ്ട്.

അച്ഛന് കിട്ടുന്ന പെൻഷൻകൊണ്ട് ഒരുനേരമെങ്കിലും ആഹാരം കഴിച്ചു നാളുകൾ നീക്കുമ്പോൾ ഓർക്കാൻ ധാരാളമുണ്ടാവും.

ആറുമാസം നഗരത്തിൽ മുങ്ങിത്തപ്പി കിട്ടിയ കുറേ മുത്തുകൾ.

മുത്തുകളല്ല... കനൽക്കട്ടകൾ.

മിസിസ്സ് നായരും രാഗണിക്കുട്ടിയും വർഷങ്ങളായി ആ മഞ്ഞക്കെട്ടിടത്തിനകത്തു ജീവിക്കുന്നു. അവരും തന്നെപ്പോലെ സ്ത്രീകളാണ്.

മാത്യൂസ് സക്കറിയാസിന്റെ മുറിയിലെ ചുമരുകൾക്ക് ഇവരെപ്പറ്റി വല്ലതും പറയാനുണ്ടാവുമോ? ഉണ്ടാവും. തീർച്ചയാണ്.

"വാസന്തീ!"

മേട്രൻ ഉണർത്തി.

"എന്താ ആലോചിക്കുന്നത്!"

"ഒന്നുമില്ല."

എഴുന്നേറ്റു ജനലിനരികിൽ ചെന്നുനിന്നു. ദൂരെ പണിപൂർത്തിയാവാത്ത കെട്ടിടം ഓലകൊണ്ടു മറച്ചിരിക്കുന്നു. കൂലിക്കാരാരും പോയിട്ടില്ല. ഇന്നലെ രാത്രി പെട്രോമാക്സ് കൊളുത്തിവെച്ചു ജോലി ചെയ്തിരുന്നു.

മേട്രൻ എഴുന്നേറ്റു പോയി.

സുനന്ദ മുഖത്തേക്കു നോക്കി. അവൾ കരയുകയാണോ?

പൊട്ടീ! നീയിത്ര വിഡ്ഢിയാണോ? പരിചയപ്പെട്ടത് ഇന്നലെ കാലത്താണ്. ഇത്രയും ചുരുങ്ങിയ ഒരു കാലയളവിൽ സ്നേഹത്തിന്റെ വേരുറച്ചുകഴിഞ്ഞോ?

നീ ജീവിക്കാൻ പഠിക്ക്. എന്നെപ്പോലെയല്ല. പിന്നാരെപ്പോലെയാണ്? ഉത്തരം മുട്ടുന്നു. പലരെയും ചൂണ്ടിക്കാണിക്കാം.

–സുന്ദരിയമ്മ, വിശാലം, അന്നമ്മ, ജഗദമ്മ, അങ്ങനെ പലരും.

പക്ഷേ, ഇവരിലാരെങ്കിലും സംതൃപ്തരാണോ? ഒന്നല്ലെങ്കിൽ മറ്റൊന്നു സദാ അവരെ അസ്വസ്ഥപ്പെടുത്തുന്നു.

സുന്ദരിയമ്മ ഇന്നു *ഗീതാ*ക്ലാസിനു പോയിട്ടില്ല. അവർ അതു മുടക്കാറില്ല. പക്ഷേ, ഇന്നവർക്കതിനു പോകാൻ തോന്നുന്നില്ലത്രേ. തന്റെ യാത്ര അവരെയും ദുഃഖിപ്പിക്കുന്നു.

നിറം മങ്ങിയ ചുമരുകളിലേക്കു നോക്കി നിന്നു. ഒഴിഞ്ഞ കുറേ

പൗഡർടിന്നുകൾ ബാക്കിയുണ്ട്. അന്നമ്മ ഉപേക്ഷിച്ചുപോയതാണ്. പഴയ കുറെ ആഴ്ചപ്പതിപ്പുകൾ. അതിന്റെ കവറുകളിൽ തലങ്ങും വിലങ്ങും കിടക്കുന്ന തന്റെ ഒപ്പുകൾ.

കുറേനാൾ കഴിയുമ്പോൾ ആരെങ്കിലും തനിക്കു പകരം ഈ മുറിയിൽ വരും. അപ്പോൾ സുനന്ദ പറഞ്ഞുകൊടുക്കും:

–പണ്ട് വാസന്തി എന്നൊരു പെൺകുട്ടിയാണവിടെ താമസിച്ചിരുന്നത്. അവളെ പിരിച്ചുവിട്ടു.

പതുക്കെപ്പതുക്കെ വാസന്തിയെപ്പറ്റി പുതിയ പലതും സുനന്ദ അറിയുന്നു.

–ഭയങ്കരിയാണവൾ. കോട്ടയം ടി ബിയിൽ ഓഫീസിലെ ഒരു ചെറുപ്പക്കാരനുമായി രാത്രി കഴിച്ചുകൂട്ടി.

വീണ്ടും നാവുകൾ ചലിക്കുന്നു.

–മിണ്ടാപ്പൂച്ച കലമുടയ്ക്കും.

എന്നിട്ടും അവൾ പോകുമ്പോൾ എല്ലാവരും ദുഃഖിക്കുന്നു.

കൃഷ്ണമ്മ ഉച്ചയ്ക്കു കണ്ണു തുടച്ചു. അവരെ ആശ്വസിപ്പിച്ചില്ല. ഊണു മതിയാക്കി എഴുന്നേറ്റു.

താൻ പിരിഞ്ഞുപോകുന്നതിൽ ആത്മാർത്ഥമായി വേദനിക്കുന്നവർ ആരാണ്?

ആരുമില്ല.

എല്ലാവരും കേൾക്കെ ഉച്ചത്തിൽ തനിക്കു പറയാൻ കഴിയും.

–വെറും ഹിപ്പോക്രസി മാത്രം.

പ്രഭാവതി വാതില്ക്കൽ വന്നുനിന്നു ചോദിച്ചു:

“എല്ലാം പായ്ക്കു ചെയ്തോ?”

“ഉം.”

വാച്ചിൽ നോക്കി പ്രഭ പറഞ്ഞു:

“ആറു കഴിഞ്ഞു.”

സമയം അടുത്തുകൊണ്ടിരിക്കുന്നു. ഏഴിനുള്ള ഫാസ്റ്റിൽ പന്ത്രണ്ടാമത്തെ സീറ്റു തനിക്കുള്ളതാണ്.

ഗംഗാധരനാണ് ബുക്കു ചെയ്തത്. രണ്ടുരൂപ അവനു കൊടുത്തപ്പോൾ അവൻ വാങ്ങിയില്ല. വളരെയധികം നിർബ്ബന്ധിച്ചപ്പോൾ വാങ്ങി.

ആർക്കും ഒന്നും പറയാനില്ല. സ്റ്റാഫ് കൗൺസിൽ മെമ്പർമാർ പോലും നിശ്ശബ്ദത പാലിക്കുന്നു. പോയവർക്കു പോയി. ഉള്ളതു നഷ്ടപ്പെടാതിരിക്കാൻ മറ്റുള്ളവർ ശ്രദ്ധിക്കുക.

സുനന്ദ എഴുന്നേറ്റു കണ്ണുതുടച്ചു. പുറത്തുകടന്നു.

സ്റ്റാഫ് കൗൺസിലുകാരെ പറഞ്ഞിട്ടു കാര്യമില്ല. താണുതൊഴുതു കഴിയുന്ന പാരമ്പര്യത്തിന്റെ ഇങ്ങേയറ്റത്തെ കണ്ണിയിൽ തൂങ്ങി നില്ക്കുന്നവരാണവർ.

മീറ്റിങ്ങിൽ ചീഫ് കൺട്രോളർ പറയുന്നതിനു മൂളാൻ മാത്രമുള്ള പ്രതിമകൾ.

ഇനിയതൊക്കെ ചിന്തിച്ചിട്ടെന്നു കാര്യം?

ദിവസങ്ങളുടെ നീക്കത്തിൽ ഒരുപഴങ്കഥയായി, നാലുപേർ കൂടുമ്പോൾ പൊന്തിവരുന്ന ഒരു പേരായി താൻ മാറുന്നു.

ആറുമാസത്തെ നേട്ടം.

രാക്ഷസനെപ്പോലെ ഉയർന്നു നില്ക്കുന്ന മഞ്ഞക്കെട്ടിടം തനിക്കു തന്ന വിലമതിപ്പുള്ള സമ്മാനങ്ങൾ ഹൃദയത്തിലെ ചില്ലലമാരകളിൽ നിരത്തിവയ്ക്കാം.

ഗംഗാധരൻ വന്നു.

“വാസന്തിസാറിനെ വിളിക്കുന്നു.”

“ആരാ?”

“അറിഞ്ഞൂടാ.”

വളരെപ്പതുക്കെയാണ് കോണിപ്പടികളിറങ്ങിയത്. ദുഃഖം രേഖപ്പെടുത്താൻ വന്നവരാണോ?

വരാന്തയിലൂടെ നടന്നു വിസിറ്റേഴ്സ് റൂമിന്റെ കർട്ടൻ മാറ്റി.

–രാമകൃഷ്ണൻ

ഓഫീസിൽ ആദ്യമായി പരിചയപ്പെട്ട മനുഷ്യൻ.

വേദന ഉള്ളറകളിലേക്കു കുതിച്ചൊഴുകുന്നു. അനാവശ്യമായി സംശയിക്കുകയും വെറുക്കുകയും ചെയ്തു.

ചിരിച്ചു.

അയാളുടെ കുഴിഞ്ഞ കണ്ണുകളിൽ ജലാർദ്രങ്ങളാണോ? വളർത്തിയ താടിയിൽ ഇപ്പോഴും അവിടവിടെയായി നരച്ച രോമങ്ങളുണ്ട്.

കസേരയിൽ ഇരുന്ന് രാമകൃഷ്ണൻ നിലത്തേക്കു നോക്കിയാണു സംസാരിച്ചത്.

“ഇന്നാണു ഞാൻ അറിഞ്ഞത്.”

“ഉം.”

“എനിക്കു വിഷമം തോന്നുന്നു.”

“ഉം.”

നിശ്ശബ്ദത. ഇതൊക്കെ കേട്ട് ചെവി തഴമ്പിച്ചുകഴിഞ്ഞു. പലരും ഇതു തന്നെയാണ് പറഞ്ഞത്. പക്ഷേ, രാമകൃഷ്ണനെ അവരുടെ കൂട്ടത്തിൽ ഉൾപ്പെടുത്താമോ?

വയ്യ. നിഷ്കളങ്കനായ ഒരു മനുഷ്യനാണ്. താൻ മാപ്പു ചോദിക്കേണ്ടതാണ്.

“രാമകൃഷ്ണൻ!”

“എന്താ?”

“ഞാൻ അറിഞ്ഞോ അറിയാതെയോ എന്തെങ്കിലും തെറ്റുകൾ ചെയ്തിട്ടുണ്ടെങ്കിൽ ക്ഷമിക്കണം.”

“വാസന്തി ഒരുതെറ്റും ചെയ്തിട്ടില്ല. എല്ലാവരും വാസന്തിയോടാണ് തെറ്റുകൾ ചെയ്തിട്ടുള്ളത്.”

വിരലുകൾ കസേരത്തണ്ടിൽ ഇഴഞ്ഞു. പലതും പറയാനുണ്ട്.

എന്നിട്ടു മാപ്പപേക്ഷിക്കണം. ഈ സന്ദർഭം അതിനു പറ്റിയതാണോ? അതു താങ്ങാനുള്ള ശക്തി തനിക്കുണ്ടാവില്ല.

ആദ്യമായി പരിചയപ്പെടുകയും ആദ്യമായി വെറുക്കുകയും ചെയ്ത മനുഷ്യൻ.

"ഞാൻ ഏഴിനുള്ള ഫാസ്റ്റിനു പോകുന്നു."

"അറിഞ്ഞു... പ്രഭ പറഞ്ഞു."

ചുറ്റും നോക്കി. പാൽ കുടിക്കുന്ന കുട്ടിയുടെ ചിത്രമുള്ള കലണ്ടർ ഇപ്പോഴും ആ ചുമരിൽത്തന്നെ തൂങ്ങുന്നു. കൊല്ലം മാറിയിട്ടും കാലത്തിന്റെ കണ്ണുതെറ്റിച്ച് അതവിടെത്തന്നെ തൂങ്ങിക്കിടക്കുന്നു.

ഗംഗാധരൻ പെട്ടിയും കിടക്കയും താഴെ കൊണ്ടുവന്നുവെച്ചു.

മേട്രൻ വാതില്ക്കൽ വന്നു നിന്നു. രാമകൃഷ്ണനെ പരിചയപ്പെടുത്തി.

"ഇദ്ദേഹം എന്റെ നാട്ടുകാരനാണ്."

മേട്രൻ പരിചയപ്പെട്ടതിൽ സന്തോഷം പ്രകടിപ്പിച്ചു.

കാർത്ത്യായനി വന്ന് ഓർമ്മപ്പെടുത്തി:

"ആറേകാൽ കഴിഞ്ഞു."

സമയമായിത്തുടങ്ങി. ഇനി യാത്ര പറയാം.

നാട്ടിൽ കാവിന്റെ മുമ്പിൽ ബസിറങ്ങിയാൽ എന്നും ആദ്യം കാണുന്നത് അമ്പലമുറ്റം അടിച്ചുവാരുന്ന നാരായണിയെയാണ്.

അവൾ ചോദിക്കും.

"എത്രീസം ണ്ട് ലീവ്?"

വീട്ടിന്റെ മുറ്റത്തു കാലൂന്നുമ്പോൾ അച്ഛനും വിളിച്ചു ചോദിച്ചു.

"എന്താ ഇത്ര പെട്ടെന്ന്?"

പിരിച്ചുവിട്ടതിന്റെ പിന്നിലുള്ള കഥകൾ ഒരച്ഛനു കേൾക്കാൻ പറ്റിയതല്ല. ഒരു മകളും അതു പറയരുത്.

പ്രിയപ്പെട്ട അന്നമ്മേ, നിന്റെ നാവിലൂടെ നീയറിയാതെ ഒഴുകിവീണു രൂപം കൊണ്ട കഥയുടെ അവസാനരംഗമിതാ. ഇതു കാണാൻ നീയുണ്ടായില്ലല്ലോ കുട്ടീ! എനിക്കു വൈരാഗ്യമില്ല. എല്ലാവരേയും ഞാൻ സ്നേഹിക്കുന്നു. മാത്യൂസ് സക്കറിയാസിനെപ്പോലും.

എന്റെ ശരീരത്തിൽ രക്തവും മാംസവും ഉള്ള കാലത്തോളം ഞാനാരേയും വെറുക്കുകയില്ല.

"വാസന്തീ!"

രാമകൃഷ്ണൻ വിളിച്ചു.

"എന്താ?"

"സമയമായി... യാത്രയാക്കാൻ ഞാനും കൂടെ വരട്ടെ?"

ഒരപേക്ഷയുടെ ധ്വനിയുണ്ടോ?

"വരൂ... എനിക്കു സന്തോഷമേയുള്ളൂ."

എഴുന്നേറ്റു മുകളിലേക്കു കയറി.

സുന്ദരിയമ്മ വാതില്ക്കൽ നില്ക്കുന്നു. അവരുടെ മുഖം ഇതിനുമുമ്പൊരിക്കലും ഇത്രചുവന്നിട്ടില്ല.

കുടയെടുത്തു.

ചുമരുകളിലേക്കു മാറിമാറി നോക്കി. തന്റെ നെടുവീർപ്പുകൾ ഇതിനകത്തു കിടന്നു മരിച്ചിട്ടുണ്ട്.

ഇനി ഒന്നും എടുക്കാനില്ല.

സന്ധ്യ മയങ്ങുകയാണ്. ചുവന്ന മേഘങ്ങൾ അതു ചൂണ്ടിക്കാണിക്കുന്നു.

ഒരസ്തമയം നടക്കാൻ ഇനിയധികം നേരമില്ല.

"സുന്ദരിയമ്മേ!"

"ഉം!"

"ഞാൻ പോകുന്നു... ഇനി എപ്പോഴെങ്കിലും കാണാം."

അവൾ മൂളിയില്ല.

സുനന്ദ മുഖംതിരിച്ചു നില്ക്കുകയാണ്. ചുമലിൽ കൈ വെച്ചു.

"സുനന്ദേ!"

"......"

"ഞാൻ പോട്ടെ."

ചുറ്റും നോക്കി. എല്ലാവരുടെ കണ്ണുകളും തന്റെ മുഖത്താണ്.

എല്ലാവരോടുമായി പറഞ്ഞു.

"ഗുഡ്ബൈ ഫ്രണ്ട്സ്!"

താഴെ എത്തിയപ്പോഴേക്കും കണ്ണു തുടയ്ക്കാതിരിക്കാൻ കഴിഞ്ഞില്ല.

മേട്രൻ തൂണുംചാരി ഒടിഞ്ഞ വാഴത്തൈയിലേക്കു നോക്കി നില്ക്കുന്നു.

രാമകൃഷ്ണൻ മുറ്റത്തിറങ്ങിനിന്നു മയിലാഞ്ചിച്ചെടികളിലെ പുഴുക്കുത്തുവീണ ഇലകൾ ഓരോന്നായി നുള്ളിക്കളയുകയാണ്.

മേട്രനോടും പറഞ്ഞു.

"ഞാൻ പോട്ടേ..."

കൃഷ്ണമ്മ വന്നു.

"കൃഷ്ണമ്മേ, ഞാൻ പോകുന്നു... മകളോടും എന്റെ അന്വേഷണം പറയൂ.."

ഗംഗാധരൻ പെട്ടിയും കിടക്കയുമെടുത്തു നടന്നു കഴിഞ്ഞു.

ചവിട്ടുപടികൾ പതുക്കെ ഇറങ്ങി.

നടന്നു.

ഇനി തിരിഞ്ഞുനോക്കില്ല. അതു തനിക്കും അവർക്കും നല്ലതിനല്ല.

എത്ര നിയന്ത്രിച്ചിട്ടും ഗെയ്റ്റു കടക്കുമ്പോൾ തിരിഞ്ഞു നോക്കാതിരിക്കാൻ കഴിഞ്ഞില്ല.

വെളിച്ചത്തിന്റെ മഞ്ഞക്കണ്ണുകൾ തുറന്ന് വനിതാസദൻ ഉയർന്നു നില്ക്കുന്നു, ഞാൻ തോറ്റിട്ടില്ലെന്ന ഭാവത്തിൽ.

രാമകൃഷ്ണൻ തൊട്ടരികിലുണ്ട്. വളരെപ്പതുക്കെയാണു നടക്കുന്നത്.

ഇരുട്ടിന്റെ തൊപ്പി തലയിൽ കമഴ്ത്തി വഴിവിളക്കുകൾ നിരനിരയായി നിന്നു കത്തുന്നു.

"വാസന്തീ!"

"ഉം?"

"എന്റെ പെരുമാറ്റം വാസന്തിക്കസുഖമുണ്ടാക്കിയിട്ടുണ്ടോ?"

"ഇല്ല."

തണുത്ത കാറ്റടിക്കുന്നു. കുന്നിൻപുറത്തെ തലോടിയെത്തുന്ന കാറ്റ്.

"വാസന്തീ!"

"ഉം..."

"എനിക്ക് അച്ഛനമ്മമാരോ, കൂടപ്പിറപ്പുകളോ ഇല്ല... ഞാൻ ഒറ്റയ്ക്കാണ്.. ഒറ്റത്തടി."

"ഉം."

"എന്റെ പാസുബുക്കു മാത്രമാണെന്റെ ബന്ധു... മാസംതോറും കിട്ടുന്ന മുന്നൂറ്റിയരുപതുരൂപയിൽ ചെലവു കഴിച്ചു ബാക്കി അയച്ചുകൊടുക്കാൻ എനിക്കാരുമില്ല.. അതു നിക്ഷേപിക്കാൻ ബാങ്കുണ്ട്.."

"എല്ലാം അറിയാം."

"ഞാനൊരിക്കൽ എന്റെ ആഗ്രഹം സുന്ദരിയമ്മയോടു പറഞ്ഞു... അതു വ്യാമോഹമായിരുന്നു എന്നു പിന്നീടെനിക്കു തോന്നി."

ഉത്തരമില്ല. നടക്കുകയാണ്. നെറ്റിയിൽ വീഴുന്ന മുടിയിഴകളെ ഒതുക്കി.

കാറ്റിന്റെ ഗതി മാറുന്നുണ്ടോ? വിളക്കുകാലിനു ചുവട്ടിലെത്തിയപ്പോൾ ആ മുഖം തെളിഞ്ഞു. വിയർപ്പിന്റെ നേരിയ ഈർപ്പം.

ഇടിമുഴക്കം പോലെ വാക്കുകൾ മനസ്സിൽ വീണു. ഞരമ്പുകൾ പിണയുന്നു.

"വാസന്തിയുടെ സൗന്ദര്യത്തിനു ഞാനൊരിക്കലും യോജിച്ചതല്ല."

ഇടർച്ച കൂടിയിരിക്കുന്നു.

"രാമകൃഷ്ണൻ!"

"ഉം!"

"എനിക്കങ്ങനെ തോന്നിയിട്ടില്ല..."

വാകമരങ്ങളുടെ ചില്ലകളിൽ തൂങ്ങിക്കിടക്കുന്ന വാവലുകൾ ചിറകടിച്ചു. പഴുത്ത ഇലകൾ കാറ്റിൽ തെന്നിത്തെന്നി പറന്നുവീണു.

ബസ് സ്റ്റോപ്പിൽ തിരക്കു കുറഞ്ഞിട്ടുണ്ട്. ഒരറ്റത്തേക്കു മാറിനിന്നു.

ഗംഗാധരൻ പെട്ടിയും കിടക്കയും താഴെവെച്ച് അതിന്റെ പുറത്തിരിക്കുകയാണ്.

ബസ് വരാൻ ഇനിയധികം നേരമില്ല. ടവ്വർ ക്ലോക്കിലെ മിനിട്ടുസൂചി അതു കാണിക്കുന്നു.

"വാസന്തീ!"

"എന്താ?"

"ഞാൻ വീണ്ടും ദുർബ്ബലനാവുന്നു..."

ഉള്ളിൽ മുറിഞ്ഞുവീഴുന്ന വാക്കുകൾ ജീവൻപോകാതെ പിടയുന്നു.

ചെവി കൂർപ്പിച്ചു.

"നമുക്കിവിടെ ഒരു കുടുംബമായിക്കഴിയാം."

കിതപ്പോടെ മുഖമുയർത്തി നോക്കി. കുഴിഞ്ഞ കണ്ണുകൾ പരൽമീനുകളെപ്പോലെ പിടയുന്നതു കണ്ടു.

ഒരിക്കൽ അന്വേഷിച്ചുവന്നതാണ്; അന്നു പറ്റിയ മുറിവ് ഉണങ്ങിയിട്ടുണ്ടാവില്ല; ആ മനുഷ്യൻ വീണ്ടും മുമ്പിൽ.

"വാസന്തീ!"

"ഉം!"

"എന്നെ വെറുക്കുന്നുണ്ടോ?"

"ഇല്ല... ഞാൻ എല്ലാവരെയും സ്നേഹിക്കുന്നു."

ദൂരെ ചുവന്ന വെളിച്ചം കണ്ടു. ഒഴുകുന്ന മനുഷ്യരെ പകുത്തു ബസു വരുന്നു.

–തനിക്കുള്ള ബസാണോ?

"വാസന്തീ!"

"ഉം!"

"നമുക്കൊരുമിച്ചു കഴിയാം."

"അച്ഛനോടു ചോദിക്കണം."

"വാസന്തിക്കു സമ്മതമാണോ?"

"അതെ."

ബസ് പാഞ്ഞുപോയി. തനിക്കുള്ളതല്ല. പച്ച ബസാണ്.

ചുണ്ടുകൾ നനച്ചു. വളരെ പ്രയാസപ്പെട്ടിട്ടാണ് ഉമിനീരൂറുന്നത്.

"രാമകൃഷ്ണൻ!"

"എന്താ?"

"ആറുമാസം ഈ നഗരത്തിൽനിന്നു യാതൊന്നും എനിക്കു പഠിക്കാൻ കഴിഞ്ഞില്ല... ഇന്ന് അല്പം മുമ്പു ഞാൻ ചിലതു പഠിച്ചു."

ബസിന്റെ ഇരമ്പം കേട്ടു. തല ഉയർത്തി നോക്കി.

"ബസു വരുന്നു."

വേദനയോടെ രാമകൃഷ്ണൻ പറഞ്ഞു.

ഗംഗാധരൻ എഴുന്നേറ്റു.

"വാസന്തീ!"

"ഉം?"

"ഞാൻ അച്ഛനെഴുതട്ടെ?"

"എഴുതൂ."

ബസു വന്നു.

ഗംഗാധരൻ പെട്ടിയും കിടക്കയും സീറ്റിനടിയിൽ വെച്ചു.

ഫുട്ബോർഡിൽ കയറി. മുകളിൽ കമ്പിയിൽ പിടിച്ചു പന്ത്രണ്ടാമത്തെ സീറ്റിൽ ചെന്നിരുന്നു.

ബസിനരികെ രാമകൃഷ്ണൻ വന്നുനിന്നു.

സാരിത്തുമ്പുയർത്തി കണ്ണു തുടയ്ക്കുന്നതു കണ്ടപ്പോൾ പറഞ്ഞു.

"കരയരുത്."

ഇമകൾ തുരുതുരെ അടച്ചു കണ്ണീർ വറ്റിച്ചു.

മണി അടിച്ചു.

രാമകൃഷ്ണൻ കൈ ഉയർത്തി പറഞ്ഞു:

"ഞാൻ നാളെത്തന്നെ എഴുതാം."

തലയാട്ടി.

ശബ്ദത്തോടെ ബസു നീങ്ങി.

തിരിഞ്ഞു നോക്കി.

വഴിവിളക്കിന്റെ മഞ്ഞവെളിച്ചത്തിൽ ആൾക്കൂട്ടത്തിൽനിന്ന് ഒറ്റപ്പെട്ട്, മെലിഞ്ഞ രൂപം അനങ്ങാതെ നില്ക്കുന്നു.

–സ്നേഹത്തിന്റെ പ്രതിമ!

ചെവിയിൽ ശക്തിയായി അടിക്കുന്ന കാറ്റേല്ക്കാതിരിക്കാൻ സാരി കൊണ്ടു തല മൂടിയിരിക്കുമ്പോൾ മനസ്സ് മന്ത്രിക്കുന്നുണ്ടായിരുന്നു:

–അച്ഛൻ സമ്മതിക്കാതിരിക്കില്ല.

www.ingramcontent.com/pod-product-compliance
Lightning Source LLC
LaVergne TN
LVHW100538051026
849519LV00003B/825
* 9 7 8 9 3 8 9 4 1 0 8 8 4 *
9 789389 410884